சின்ன அரயத்தி

சின்ன அரயத்தி

நாராயண் (1940)

இடுக்கி மாவட்டம், குடயத்தூர் மலையின் அடிவாரத்தில் சாலப்புறத்து ராமன் – கொச்சுக்குட்டி தம்பதியரின் மகன். சிறு வயதிலேயே தாயை இழந்தார். குடயத்தூர் மேனிலைப் பள்ளியில் பத்தாம் வகுப்புவரை படித்தார். தபால்துறையில் வேலை பார்த்து ஓய்வு பெற்றார். முதல் படைப்பான இந்நாவல் கேரள சாகித்திய அகாதமி விருதும், தோப்பில் ரவி விருதும், அபுதாபி சக்தி விருதும் பெற்றது. மனைவி: பங்கஜாட்சி. மக்கள்: ராஜேஸ்வரி, சித்தார்த்தகுமார், சந்தோஷ்நாராயண்.

முகவரி: 49/689,ஏ. இளமக்கரா, கொச்சி. 682 026

குளச்சல் யூசுஃப்
மொழிபெயர்ப்பாளர்

குமரி மாவட்டம், குளச்சலில் பிறந்தவர். தற்போது நாகர்கோவிலில் வசித்து வருகிறார். வைக்கம் முகம்மது பஷீரின் படைப்புகள் உட்பட முப்பதுக்கும் மேற்பட்ட நூல்களைத் தமிழில் மொழிபெயர்த்துள்ளார். செம்மொழித் தமிழாய்வு மத்திய நிறுவனத்துக்காக நாலடியார் அறநூலை மலையாளத்திலும் மொழியாக்கம் செய்துள்ளார். மொழிபெயர்ப்பிற்கான சாகித்ய அகாதெமி, தொ.மு.சி. ரகுநாதன், ஆனந்த விகடன், உள்ளூர் பரமேஸ்வரய்யர், வி.ஆர். கிருஷ்ணய்யர், நல்லி – திசையெட்டும், ஸ்பாரோ கவிக்கோ உட்பட பல்வேறு விருதுகள் பெற்றுள்ளார்.

மின்னஞ்சல்: kulachalsmyoosuf@gmail.com

அலைபேசி : 99949 23926

நாராயண்

சின்ன அரயத்தி

தமிழில்
குளச்சல் யூ.ஃசுப்

காலச்சுவடு பதிப்பகம்

அன்பார்ந்த வாசகருக்கு,

வணக்கம்.

காலச்சுவடு நூலை வாங்கியமைக்கு நன்றி.

நூலின் உள்ளடக்கம், உருவாக்கம், அட்டைப்படம் இன்ன பிற அம்சங்கள் பற்றிய உங்கள் கருத்துகளையும் ஆலோசனைகளையும் காலச்சுவடு வரவேற்கிறது. தகவல், எழுத்து, வாக்கியப் பிழைகள் தென்பட்டால் கட்டாயம் தெரிவித்து உதவுங்கள். நூல் தயாரிப்பில் கடும் குறைபாடு இருப்பின் மாற்றுப் பிரதி உங்களுக்குக் கிடைக்கக் காலச்சுவடு ஏற்பாடு செய்யும்.

மின்னஞ்சல்: publisher@kalachuvadu.com

காலச்சுவடு நாகர்கோவில் அலுவலகத்திற்குக் கடிதம் அனுப்பலாம்.

தங்கள்
எஸ். ஆர். சுந்தரம் (கண்ணன்)
பதிப்பாளர் – நிர்வாக இயக்குநர்

சின்ன அரயத்தி ♦ நாவல் ♦ ஆசிரியர்: நாராயண் ♦ மலையாளத்திலிருந்து தமிழில்: குளச்சல் யூசுஃப் ♦ © நாராயண் ♦ முதல் பதிப்பு: டிசம்பர் 2010, மூன்றாம் பதிப்பு: அக்டோபர் 2023 ♦ வெளியீடு: காலச்சுவடு பப்ளிகேஷன்ஸ் (பி) லிட்., 669 கே.பி. சாலை, நாகர்கோவில் 629 001 ♦ கோட்டோவியங்கள்: சுதீஷ். பி.எஸ்.

Cinna arayatti ♦ Novel ♦ Author: Narayan ♦ Translated from Malayalam by: Colachel Yoosuf ♦ © Narayan ♦ Language: Tamil ♦ First Edition: December 2010, Third Edition: October 2023 ♦ Size: Demy 1 x 8 ♦ Paper: 18.6 kg maplitho ♦ Line Drawings: Sudheesh. P.S. ♦ Pages: 280

Published by Kalachuvadu Publications Pvt.Ltd., 669 K.P. Road, Nagercoil 629001, India ♦ Phone: 91-4652-278525 ♦ e-mail: publications @kalachuvadu.com ♦ Printed at Clicto Print, Jaleel Towers, 42 KB Dasan Road, Teynampet Chennai 600018

ISBN: 978-93-80240-05-3

10/2023/S.No. 351, kcp. 4761, 18.6 (3) r1

பிரசவித்தாள் என்றாலும் மகனை சீராட்டி வளர்த்து
அவன் நிழலில் இளைப்பாறும் அதிர்ஷ்டம் இல்லாமல் போன
என் அம்மா கொச்சுக்குட்டிக்கு

முன்னுரை

ஆதிவாசி இலக்கியத்தில் தலித்திய பார்வை

– பி.கே. போக்கர்

தலித்தியம் எந்த பிற்படுத்தப்பட்ட வகுப்பினரைப் பிரதிநிதித்துவப்படுத்துகிறது? பொதுவாக, இதற்கு இரண்டு பதில்கள் முன்வைக்கப்படுகின்றன. ஒன்று: அட்டவணை ஜாதி – இன மக்கள் சமூகத்தை மட்டும். மற்றொன்று: அட்டவணை ஜாதி – இன மக்கள் மற்றும் பிற்படுத்தப்பட்ட பிரிவினரும் சிறுபான்மையினரும். இந்தியாவில் நிலவி வரும் உயர்ஜாதிப் பண்பாட்டின் இயல்பைக் கவனத்தில்கொள்ளும்போது, காஞ்சா அய்லய்யா முன்வைக்கும் ‘தலித் பகுஜன்’ சிந்தனை தான் முக்கியமாகப்படுகிறது. இந்திய வரலாற்றிற்கும் அதன் பண்பாடுகளுக்கிடையிலுமான முரண்களிலிருந்து இப்படியான முடிவிற்கு வரும் அய்லய்யா, மார்க்சிய சிந்தனையாளரும் அரசியல்ரீதியாக அதனுடன் முரண் படுபவருமாவார். இந்தியப் பண்பாடுகளின் வரலாற்றில் அடித்தள மக்கள் சார்ந்த அடையாளங்கள் தவிர்க்கப் படுகிற சூழலில் தலித்தியப் பார்வைகள் முன்வைக்கப் படுகின்றன.

பண்பாட்டு ரீதியாக இந்தியாவில் – இ.எம்.எஸ். நம்பூதிரிபாடின் மொழியில் சொல்வதானால் – ‘உயர் சாதிக் குத்தகை’ ஆதிக்கம் செலுத்தி வருவதால் அடித் தள மக்களின் மொழியும் பண்பாடும் மேலெழுந்து வரவேண்டிய தேவையிருக்கிறது. இ.எம்.எஸ்., ‘கேரளம் மலையாளிகளின் தாய்நாட்’டில் குறிப்பிடுகிறார்:

"உயர்சாதி இந்துக்களும் மேல்வர்க்கத்தினருமான மிகச் சொற்பமான ஒரு சிறுபான்மையினரின் கலைகளுக்கும் அதற்குப் பின்னணியாக இருக்கும் பண்பாட்டுடன் தொடர்புள்ள இலக்கியத்திற்கும் மாற்றாக, வெகுசன கலைகளும் அதற்குப் பின்னணியாக இருக்கும் பாட்டுகளும் (உதா: பூரக்களி, தச்சோளிப்பாட்டு, புள்ளுவன் பாட்டு) கேரளத்தில் எத்தனையோ தலைமுறைகளாக இருந்து வந்தபோதிலும் அவற்றை கேரளத்தின் கலைகளாக அங்கீகரித்துப் போற்றவோ பெருமைப் படுத்தவோ செய்வதில்லை என்பதை நாம் நினைவில் கொள்ள வேண்டும்." *(பு : 88)*

வடமொழியுடனும் உயர்சாதிப் பிராமணப் பண்பாடுகளுடனும் தொடர்புடைய கலைக்கூறுகளின் மேலாதிக்க மனோபாவத்தை, இ.எம்.எஸ்., புரிந்துகொண்டதுடன் தன்னுடைய இறுதிக்காலம் வரைக்கும் அதை எதிர்த்தும் வந்தார். பண்பாட்டு வரலாறுகள் சார்ந்தும், நிலப் பகுதிகள் சார்ந்தும் ஒடுக்கப்பட்டு வந்த சமூகங்களைக் குறித்து இ.எம்.எஸ். குறிப்பிடுகிறார்: "புலையர், பறையர்போன்ற அடித்தள சமூகங்களிலிருந்து எந்த இலக்கியவாதிகளும் உயர்ந்த நிலைக்கு இன்னமும் வரவில்லை. ஈழவர் அல்லாத தீண்டத் தகாத சாதியினரில் வால சமுதாயத்திலிருந்து ஒருவர் மட்டும், பாலகேசம் நாடகம் போன்ற படைப்புகளை எழுதிப் புகழ் பெற்றிருக்கிறார்." *(பு : 240)*

இ.எம்.எஸ்சிற்கு சமூகரீதியாகப் பின்தங்கியவர்களின் உயர்வினைக் குறித்துப் பேசவும் குமாரனாசானின் 'துரவஸ்தை'யை ஏற்றுக்கொள்ளவும் அவரது கழிவிரக்கத்தைக் கடந்து செல்லவும் முடிந்ததற்கு, அவர் பொதுவுடைமைத் தத்துவத்தை உள்வாங்கிக்கொண்டதுதான் காரணம். பின்னைக் காலனிய கருப்பரின இலக்கியவாதிகளில் பிரபலமானவரும் கென்யாவின் பெருமைக்குரியவருமான நுகி *(Nghgi)* யின் புகழ்பெற்ற 'மனத்தின் நிறமாற்றம்' என்னும் நூலுக்கு அடிப்படையாக இருந்த அவரது உரையை இந்த இடத்தில் குறிப்பிடுவது பொருத்தமாக இருக்கும். கருப்பின மக்கள், தங்களின் மொழியில் எழுதப்பட்ட படைப்புகளை அடையாளம் கண்டுகொள்ள விரும்பினால், குறிப்பாக அவர்கள் இரண்டு புத்தகங்களை வாசித்திருக்க வேண்டும். அவை: லெனினின், 'ஏகாதிபத்தியம், முதலாளித்துவ உச்ச கட்டம்,' ஃபிரான்ஸ்ஃபனானின் 'பூமியில் விலக்கப்பட்டவர்கள்' ஆகியவை. இந்த உரை நிகழ்ந்த ஐந்தாவது நாள் *(31 – 12 – 1977)* வெள்ளை அரசு இவரை கைது செய்து சிறையிலடைத்தது. சிறைக்குள்ளிருந்து கழிப்பறைக் காகிதத்தைப் பயன்படுத்தி இவர், தன்னுடைய ஜிகுயு மொழியில் *Devil on the Cross* என்னும் நாவலை

எழுதினார். தன்னுடைய மொழியையும் அடையாளங்களையும் ஆயுதங்களாகக்கொண்டு ஏகாதிபத்ய சக்திகளை எதிர் கொள்ள வேண்டுமென்ற புரிதல் இன்று, உலகம் முழுமைக்கு மான ஒரு போராட்ட உத்தியாக எழுந்திருக்கிறது. இந்தியாவைப் பொறுத்தவரைக்கும் சமஸ்கிருதமயமாக்கப்பட்ட மொழி அடையாளங்களையும் ஆங்கிலத்தையும் முன்வைத்த எதிர்ப்பு களினூடே இந்த புத்துணர்வு வெளிப்பட வேண்டியதிருக்கிறது.

காஞ்சா அய்லய்யாவின் தலித்துக்களை மையப்படுத்துகிற பார்வை எது? ‘நாம் பயிற்சி பெற்ற உற்பத்தியாளர்கள். அதற்கான கருவிகளின் உற்பத்தியாளர்களும் நாம்தான். எல்லா அர்த்தங்களிலும், சமூகத்தின் அடித்தளத்தை நிருமாணிப்பவர்கள் நாம்.’ (*Subaltern Studies,* Vol. IX பு : 167) நூற்றாண்டுகளாகவே, கச்சாப்பொருட்களுக்கும் அதன் விளை பொருட்களுக்கும் உற்பத்தியாளர்களாக இருப்பதால் தலித்துக் களின் மரபியல் அறிவு வேறுபட்டதாக இருக்கிறது என்று அய்லய்யா தெளிவாகக் குறிப்பிடுகிறார். பிராமணிய ஆதிக் கத்தை நிராகரிப்பதற்கான ஒரு மாற்றுப் பார்வையாக, மொழி, உணவு, சடங்கியல் சம்பிரதாயங்கள் போன்ற அனைத்திலும் இப்போதைய முரண்களைக் கடந்த ஒரு வெகுசன மாற்று மரபியல் அறிவை அய்லய்யா முன்மொழிகிறார்: “அழகு குறித்து இதுவரையிலும் பண்பாடுகள் சார்ந்து, போதிக்கப்பட்ட அறிவு களையே அதற்கான அளவுகோல்களாக நாம் கொண்டிருக் கிறோம். இதனூடே முக்கியத்துமடைந்த ஆதிக்கக் கருத்தியல் களைக் களைவதற்கு இந்த அளவு கோல்களை மாற்றியமைக்க வேண்டிய தேவை ஏற்பட்டிருக்கிறது.” (பு : 169) இப்படியான ஒரு மாற்றுப் பார்வையை அங்கீகரிக்க, 1937இல் ஜீவன் சாகித்திய சங்கம் உருவாக்கம் துவங்கி, கேரளத்தில் பல முயற்சிகள் நடந்திருப்பதைச் சந்தேகத்திற்கிட மில்லாமல் சொல்ல முடியும். ‘லீலாதிலக’த்தில் நீசம் / தெய்வீகம் என்று பிரிவு படுத்தி உருவாக்கிய ஆதிக்கக் கருத்தியல்களைப் புரட்டிப் போடுவதற்கான முயற்சியில் முற்போக்கு இலக்கிய அமைப்புகள் 1937 இலிருந்தாவது ஈடுபட்டு வருவதைக் காண இயலும்.

மலையாளிகளின் தனித்துவ மீட்டெடுப்பைக் குறித்தும் சமஸ்கிருதமயப்பட்ட பார்வையைக் குறித்தும் அதன் தெய்வீகத் தன்மை குறித்தும் சந்தேகத்திற்கிடமற்ற கருத்தியல் மாற்றுருவாக்கம் கேரளத்தில் நடந்திருக்கிறது. மேட்டிமைவாதி களுடனும் புறத்தோற்றவாதிகளுடன் மல்லுக்கட்டி வளர்த் தெடுத்த ஒரு மாற்று கலை இலக்கிய மரபு கேரளத்தில் நிலைபெற்றுள்ளது. மலையாள மொழியிலான எல்லா நவீன சிந்தனைகளும் தெரிந்தோ தெரியாமலோ இலக்கியம் தொடர் பான இந்தப் பார்வைக்குக் கடன்பட்டிருக்கிறது. கேரளத்தின்

உயர்சாதிகளும் வெகுசனங்களும் பகிர்ந்துகொள்வது ஒரே விதமான பண்பாட்டுச் சூழலைத்தான். இன்னொரு புறம், அவர்களது மொழியிலும் பண்பாடுகளிலுமுள்ள குறியீடு களையும் வெளிப்படையான ஆதிக்கக் கூறுகளையும் எதிர்கொண்டு தோல்வியடையச் செய்வதற்கான பொதுஅரங்கும் இங்கே உருவாகியிருக்கிறது. ஆகவே, ஜாதிகளற்ற, மத முரண்பாடுகளற்ற கேரளீய வாழ்க்கையை கட்டமைப்பதற்காக, மலையாள மொழியைப் பாதுகாக்கவும் மலையாள இலக்கியத்தில் முற்போக்குப் பார்வையை முக்கியத்துவப்படுத்தவும் வேண்டிய திருக்கிறது.

ஆனால், கேரளத்தைப் பொறுத்தமட்டிலும் மலையாளி களின் தனித்துவ உணர்வுகளிருந்து அன்னியப்பட்ட ஒரு மக்கள் பிரிவினர் இன்றும் இருந்து வருகிறார்கள். அவர்கள் தான் ஆதிவாசிகள் சமூகம். அவர்களது வாழ்க்கையும் மொழி யும் இன்றும் வேறுபட்டு நிற்பது மட்டுமல்ல, அதற்கேயான தனித்துவ அழகையும் அது கொண்டிருக்கிறது. 'நாராயண் எழுதிய 'கொச்சரேத்தி' (சின்ன அரயத்தி) கேரளத்தின் ஆதிவாசி சமூகமான மலையரையர்களைக் குறித்து ஆதிவாசி எழுதிய நாவல்.' நாவலின் பின்னட்டையில் காணப்படும் இந்த அறிவிப்பு, முக்கியமான ஒரு வரலாற்று நிகழ்வைக் குறிப்பிடு கிறது. ஆய்வு மனோபாவத்துடன் ஆதிவாசிகளுடன் பழகி, பேபி எழுதிய 'மாவேலி மன்ற'த்திலிருந்து இந்த நாவல், ஆதிவாசிகள் ஒரு விவரணைப் பொருளாக குறுகி நிற்காமல் படைப்பாளியாகவே இருப்பதில் வேறுபடுகிறது. இதுபோல், வேறெந்த பிரிவினரும் வாசகர்களிடம் இப்படி சுய அறிமுகம் செய்துகொள்ள வேண்டிய தேவையிருக்காதென்றே கருது கிறேன். ஏனெனில், பிற சாதி, மத பிரிவினர் மேற்கொள்கிற வாழ்க்கை சார்ந்த அம்சங்களும் அவரது மொழியமைப்பும் ஏறத்தாழ ஒன்றுதான். ஆதிவாசிகளின் வாழ்க்கையும் அனுபவங்களும் மேன்மைகளும் வித்தியாசமானது மட்டுமல்ல, இயற்கையின் பேரிடர்களையும் அது எதிர்கொள்கிறது.

ஆதிவாசிகளின் வரலாற்றையோ முந்தைய அனுபவக் குவியல்களையோ நாராயண் இதில் விவரிக்க முயற்சி செய்ய வில்லை. தன்னுடைய வாழ்க்கைச் சூழலுடன் தொடர்புடைய ஐம்பது அறுபது வருட காலகட்டங்களை இதில் விவரித்துள்ளார். நாமின்று வாழ்ந்து கொண்டிருக்கும் காலத்தில் ஏற்படுகிற மாற்றங்கள். தன்னுடைய முன்னுரையில் நாராயண் குறிப்பிடுகிறார்: 'இன்றைய திரைப்படங்களிலும் தொலைக்காட்சி யிலும் அச்சு ஊடகங்களிலும் காணப்படுகிற ஆதிவாசி களுக்கு உண்மையுடன் எந்தத் தொடர்பும் கிடையாது. நான்

யாரையும் இங்கே விசாரணைக்குட்படுத்தவில்லை. அதுவல்ல என்னுடைய நோக்கம்.' நவீனத்துவத்திற்கு முற்பட்ட காலங்களில் பல்வேறு மக்கள் பிரிவினரிடையே நிலவி வந்த வாழ்க்கைச் சூழலுடன் ஒப்புமையுடையது நாராயண் சித்திரிக்கும் வாழ்க்கைச் சூழல். சடங்குகள், நம்பிக்கைகள், உணவு, தாம்பத்தியம், வாழ்விடம் போன்ற அம்சங்கள் அனைத்தும் நவீனத்துவத்திற்கு முற்பட்ட காலச்சூழல்களைத்தான் நினைவூட்டுகின்றன. இயற்கையுடன் மல்லுக்கட்டி வாழ்கிற மனிதர்களின் களங்கமற்ற வாழ்க்கைக்கு நாம் இங்கே சாட்சியம் வகிக்கிறோம். தனித்துவமான ஒரு வாழ்க்கை நியதியெனும் நிலையில் மற்றவர்களின் தலையீடில்லாத ஆதிவாசி வாழ்க்கையைப் பற்றி பெருமைப்படவும் ஆனால், இயற்கையுடனும் நம்பிக்கைகளுடனும் போராடி அமைதியை இழக்கிற சந்தர்ப்பங்களில் அனுதாபம் வெளிப்படுகிற ஒரு செயல்பாட்டையும் நாவலில் உணர முடிகிறது. சாதி மரியாதைகள் பாலிக்கப்பட வேண்டியதன் தேவைகள் இதில் சொல்லப்படுகின்றன: 'குஞ்ஞாதிச்சா, நமக்கு வழமுறைன்னு ஒண்ணு இருக்கு. நாமே அதெ மீறலாமா? இங்கே குறிப்பிடுவது கோத்திர விதிகளையும் சாதிய நம்பிக்கைகளையும்தான். உடனேயே இதற்கான பதிலும் வருகிறது: 'ஆமா, இப்போ என்ன வழமுற இருக்கு?' மீண்டும் சொல்லப்படுகிறது: 'பெரிய பெரிய குற்றங்களெல்லாம் செஞ்சவனுங்கள சாதியிலே இருந்து நீக்கி வெப்பாங்க. அப்புடி வெளியேத்தப்பட்டவங்கதான் . . . யில்லக்காரங்க. இப்ப யாரு இதையெல்லாம் பாக்குறா?' படைப்பாளி சித்திரிக்கும் சமூகம் சார்ந்த அகமுரண், நவீன வாழ்க்கையை நோக்கி நகரும் எல்லா சமூகங்களிலும் எப்போதும் காணப்பட்டு வருகிற ஒரு விஷயம்தான். பழையன கழியும் போது உருவாகும் மன உளைச்சலும், புதியவை மீதான ஆர்வத்தினூடே நவீன வாழ்க்கைக் கூறுகள் நடைமுறைக்கு வருகின்றன. எக்காலத்திலும் இதுதான் உண்மை. 'மாப்பிளா மலையாளம்' பேசும் குஞ்ஞிப்பாத்துமாவிடம், நல்ல மலையாளத்தில் பேசும்படி ஆயிஷாவெனும் கதாபாத்திரத்தின் மூலம், 'எங்க உப்பப்பாவுக்கொரு ஆனையிருந்தது' நாவலில் வைக்கம் முகம்மது பஷீர் செய்வதும் இதுதான். 'தாயே . . .' என்றழைக்கும் மகனுக்கு அகப்பையால் ஒன்று கொடுக்கிறாள் உம்மா. இனி நீ அப்படியே கூப்பிட்டால் போதுண்டா என்று உற்சாகமூட்டும் வாப்பாவை 'பாத்துமாவின் ஆ'ட்டில் சித்திரிக்கும்போதும் பஷீர் இப்படியான ஒரு முரண்தன்மையை முன்வைக்கிறார். நவீனத்துவத்தை நோக்கிய தவிர்க்கவியலாத முன்நகர்தலை வரவேற்கும் அதே நேரத்தில், மரபு சார்ந்த வாழ்க்கைக் கூறுகள் மற்றும் அதன்

அடையாளங்களின்மீதான விருப்பத்தைத் தவிர்க்க இயலாம லிருப்பதுதான் இதிலுள்ள பிரச்சினை. 'இந்துலேகா'வின் உரை யாடல்களினூடே சந்துமேனோன் குறிப்பிடுகிற முரணும் இதுதான். கோழி நெய்யும் மூலிகையும் உபயோகித்து கேளா வின் பருவைக் குணமாக்கிய கொச்சுராமன், இறுதியில் வயிற்று வலியின் உச்சத்தில் சோடா காரம் கலக்கிய நீரையும் பிறகு திருவனந்தபுரம் மருத்துவக் கல்லூரியையும் நாடுகிறான். மூலிகையிலிருந்து சோடா காரத்திற்கும் ஆஸ்பத்திரிக்குமான மாற்றம். ஆதிவாசி சமூகத்தைப் பொறுத்தவரைக்கும் இந்த இடம், பதற்றங்கள் நிறைந்த மாற்றங்களைச் சுட்டிக் காட்டுகிறது. மயக்க மருந்து கொடுக்காமல் கை கால்களைக் கட்டிவைத்து உடலைக் கீறுவார்களெனும் தவறான தகவல், குஞ்ஞிப்பெண்ணை மேலும் பதற்றமடைய வைக்கிறது. அப்படியாக குஞ்ஞிப்பெண்ணு, இரவில் கொச்சுராமனையும் அழைத்துக்கொண்டு ஆஸ்பத்திரியிலிருந்து ஓடி விடுகிறாள்.

நவீனமயமாக்கலுக்கு முற்பட்ட, சமூகம் மற்றும் குடும்பரீதியிலான நம்பிக்கைகள் குலையாமல் ஒரு சமூகம், விடியலின் புத்துலகினுள் பிரவேசிக்க இயலாது. நம்பூதிரி சமூகம் முதல் ஆதிவாசி சமூகம்வரையிலும் நிகழ்ந்த வரலாற்று உண்மை இது. நவீனத்துவ பார்வையையும் உற்பத்தி முறைகளுக்கான மாற்றங்களையும் மேற்கு மையவாதம் *(Eurocentric)* என்று சொல்லி புறக்கணித்து விட இயலுமென்று தோன்றவில்லை. நிலப்பிரபுத்துவ குலைவுகளையும் கோத்திர நினைவுகளையும் கடந்துதான் பிராமணியத்தையும் சமஸ்கிருத பாரம்பரியத்தையும் கேள்விக்குட்படுத்துவதற்கான சக்தியை அடித்தள சமூகம் அடைந்தது. கென்யாவாக இருந்தா லும் கேரளமாக இருந்தாலும் புத்தெழுச்சிச் செயல்பாடுகளி னூடே கடந்து வராத விடுதலை கருத்தியல்கள் மேலெழுந்து வர இயலாதென்பதுதான் உண்மை. பழையன கழிவது என்பதல்ல இதன் பொருள். கழிய வேண்டியவை கழிந்தே தீரும். முதலாளித்துவம் அதன் உச்சக் கட்டத்தை அடைந் திருக்கும் இச்சூழலில் புதிய சிந்தனைகளுக்கும் அதற்கான முயற்சிகளுக்கும் தடைகள் உருவாகவே செய்யும். ஆனால், இப்படியான ஒரு சமூகச் சூழலே உருவாகாத மக்கள் பிரி வினரைப் பொறுத்தவரைக்கும் அதற்குள் நிகழும் போராட்டத் தின் வடிவம் என்னவாக இருக்க முடியும்? அந்தப் போராட் டத்தின் திசையை நாராயணின் நாவல் வெளிப்படுத்துகிறது: 'பெம்புள்ளைங்க சொரண காட்டி என்ன ஆவப்போகுது? அப்பனும் கூடப்பிறந்தவனும் புடிச்சிக்கொடுத்தா இறங்கிப் போகத்தானே வேணும்?'

'பெண்களுக்கென்று தனிப்பட்ட விருப்பங்களிருப்பது தவறான விஷயம். அப்பனையும் கூடப் பிறந்தவனையும் எதிர்த்தால் மிதித்துக் கொல்லவும் தயங்கமாட்டார்கள். யாரும் ஏனென்று கேட்கவும் முடியாது.'

ஒரு சமூகம், முந்தைய மரபுகளை மீறத் துவங்கும் நிலையில்தான் குமாரனாசான் அவர்களது பிரதிநிதியாக, காவியப் பண்பாட்டின் தாம்பத்திய வாழ்க்கையின் மரபுகளையும் நம்பிக்கைகளையும் கேள்விக்குட்படுத்துகிறார். நூற்றாண்டுகளுக்கு முந்தைய அந்த சமூகத்தின் வாழ்நிலையென்ன? அவர்களது முன்னேற்றம், சமூகத்திற்குள்ளும் வெளியிலும் நடந்த போராட்டங்களின் விளைவுதான். ஆணாதிக்கத்தைப் பற்றியும் காதலைப் பற்றியும் காவியம் படைத்த குமாரனாசான் மேனிலையை நோக்கி ஒரு சமூகத்தை வழிநடத்தினார். அல்லது, மேனிலையை நோக்கிச் சென்றுகொண்டிருந்த சமூகத்திற்கு அவர் ஆதரவாக நின்றார். நாராயணைப் பொறுத்தவரைக்கும் இதிலிருந்து மாறுபட்ட சூழ்நிலைகள். காட்டில் வாழ்கிற மலையரையர்களினிடையே கல்வியறிவு பெற்று எரணாகுளம் மாநகரில் பணியாற்றிய ஒருவர். அவரது வாழ்க்கை நவீனத்திற்கு முந்தைய ***(premodern)*** காட்டு வாழ்க்கையினூடே கடந்து, நகர வாழ்க்கைக்கு வந்து இப்போது, காட்சி ஊடகங்களில்கூட தாக்கம் செலுத்துகிற பின்நவீனத்துவ வாழ்க்கைச் சூழலினூடே கடந்துபோகிறது. காட்சி ஊடகங்களில் வருகிற குரூர முகமல்ல ஆதிவாசிகளுடையதென்பதைப் புரிந்துகொள்கிற நாராயண், நவீன வாழ்க்கையின் கூறுகளையும் அதன் சுதந்திரத்தையும் வரவேற்கிறார். நாவலாசிரியரின் எண்ணவோட்டங்களையும் கடந்து அந்தச் சமூக மனத்தின் உணர்வுகள் நாவலினூடே விரிவடைகிறது. ஜமீந்தாரின் மன்னரின் பிரிட்டிஷ் ஆட்சியாளர்களின் அதிகாரத்தின், சட்டமும் காவல்துறையும் மலையரையர்களை மிரட்டுவதற்குக் குண்டாந்தடிகளுடன் வருகிறார்கள். இந்த நூற்றாண்டின முதல்பகுதியில் மலையரையர்களும் பிற ஆதிவாசி சமூகங்களும் எதிர்கொள்ளத் துவங்கிய துயர் மிகுந்த வாழ்க்கைச் சூழல் இங்கே சித்திரிக்கப்படுகிறது. இயற்கையுடனும் வியாதிகளுடனும் காட்டு விலங்குகளுடனும் போராடி வாழ்கிற மனிதர்களுக்கு, மனிதர்களே எதிரிகளாக வரும்போது ஏற்படுகிற, எதிர் கொள்ளச் சிரமமான வேதனைகள் இதில் சித்திரிக்கப்படுகின்றன. நவீன மனிதர்கள் வியாபாரிகளாகவும் வரி வசூலிப்பவர்களாகவும் சட்டத்தை அமல்படுத்துபவர்களாகவும் வரும்போது அவர்களை எதிர்கொள்வதற்கு நவீனக் கல்வியறிவு தேவைப்படுகிறதென்ற புரிதல் மலையரையர்களில் ஒரு பிரிவினருக்கு உருவாகிறது. இந்தப் புரித

லுக்கு விபரீதமானது, கொல்லன் குன்றிலிருந்து கிடைத்த அனுபவம்: மலையரையர்களுக்குத் தெரியாத ஒரு வித்தையை ஒளிந்திருந்து பார்த்த 'பெண்மனம்' அதுவரையிலான ஒரு நன்மையை இல்லாமல் செய்துவிட்டது. பிரதிபலன் எதிர் பார்க்காமல் ஆயுதங்கள் செய்து கொடுத்து வந்த பெருங் கொல்லனின் முடிவிற்கு அவளது அறிதல் ஆர்வம் காரண மாக அமைந்து விட்டது. மலைக்கு வரும் பிற மனிதர்களின் சுரண்டலிலிருந்து தப்பிக்க, ஆதிவாசி சமூகம் அறிவின் புதிய உலகை நோக்கிய பிரவேசிக்காமல் வேறு மார்க்கமில்லை என்ற நம்பிக்கைதான் கொச்சுபிள்ளையின் வருகையுடன் நிகழ்கிறது.

கொச்சுபிள்ளையின் வருகையும் எழுத்தறிவித்தலும் மலையரையர்களுக்கு ஒரு புதிய அனுபவமாக இருக்கிறது. தன்னுடைய இருப்பைப் பாதுகாத்துக்கொள்வதற்கு எழுத்தறி வின் புதிய உலகத்தை நோக்கிய நகர்வு தேவையிருப்பதான புரிதலினூடே நவீனத்துவத்தை நோக்கிய, தவிர்க்கவியலாத மாற்றத்தை படைப்பாளி இங்கே அடையாளப்படுத்துகிறார். நவீன கல்வியறிவு பெற்று, தொழில் தேடி, காதல் திருமணம் செய்கிற மாதவனும் பார்வதியும், சந்துமேனோனின் மாதவனையும் இந்துலேகாவையும் நினைவுபடுத்துகிறார்கள். நூறு வருடங்களுக்கு முன் கேரளீய சமூகம் நுழைந்த நவீன வாழ்க்கைச் சூழலுக்கு ஆதிவாசிகள் சமூகம் நுழையத் துவங்கும்போது ஏற்படுகிற உத்வேகமான நிகழ்வுகள்தான் நாவலில் வெளிப்படையாகவும் உள்ளடங்கியும் தென்படு கின்றன. வரலாற்றுபூர்வமாகவும் மொழிசார்ந்தும் அதைச் சொல்லும் முறையிலுமுள்ள விசேஷ அம்சங்களை, கவனப் படுத்தி ஆய்வு செய்ய வேண்டிய ஒரு நாவலை ஆதிவாசி இலக்கியவாதியான நாராயண் கேரளீயர்களுக்குத் தந்திருக் கிறார் என்பதில் எந்த சந்தேகமுமில்லை. இது, முற்போக்கு இலக்கியமாகவும் தலித் இலக்கியமாகவும் அடையாளப்படுத்தப் படுவதற்கான காரணமும் இதுதான்.

தேசாபிமானி வாரஇதழ்
1998 நவம்பர் – 29 டிசம்பர் 5

ஒன்று

வரிக்கமாக்கல் இட்டியாதி அரயனுக்கு இரண்டு பிள்ளைகள் – குஞ்ஞாதிச்சனும் குஞ்ஞிப்பெண்ணும். மகளுக்கு ஏழு வயதிருக்கும்போது அவளுடைய அம்மா சிருதா செத்துப்போனாள். இரண்டு நாட்களாக நல்ல காய்ச்சல், அடிக்கடி நினைவுத் தடுமாற்றம். மந்திரவாதி யாகவும் வெளிச்சப்பாடாகவும் இருந்தான் இட்டியாதி யின் அப்பன் பெரியமுண்டன். முதலில் அவன் சிருதா வுக்கு நூல் மந்திரித்துக் கட்டினான். பிறகு சாமியாடி னான். தீனம் குறையவில்லை. எழுந்திருக்கவும் இயலாமல் அவள் தூணில் சாய்ந்தமர்ந்தாள். கருவிழிகள் மறைந்து போயின ...

அன்று சாயங்காலம், கிழக்கு மலையிலிருந்து சாவிளியான் – காலன்கோழி – நீட்டிக் கூவியது. இரவில், சிருதாவை காலன் கொண்டு போனான்.

பெரியமுண்டனுக்கு வெறுப்பும் கோபமும். குலதெய்வங்கள் யாருமே மருமகளைக் காப்பாற்றவில்லை. அவளை அவர்கள் கொன்றிருக்கவே கூடாது ...

இட்டியாதி, குழந்தைகளும் அப்பனுமாக நாட்களைக் கழித்துக்கொண்டிருந்தான். வருடங்கள் சில கடந்து போயின. சிருதா இறந்து போனதாக அவனது மனம் ஒப்புக்கொள்ள மறுத்தது. பெரியமுண்டனுக்கு தீனம் வந்து அவனும் படுக்கையிலானான். மருந்தோ மந்திரமோ எதுவுமே வேண்டாமென்று சொல்லி விட்டான். இந்த உறவினர்கள் வந்தார்கள். வெளிச்சப்பாடுக்குக் காலம் கூடிவந்திருப்பதாக அவர்கள் கிசுகிசுத்தார்கள்.

தயக்கமிருந்தாலும் இட்டியாதிதான் நெல்லும் அரிசியுமிட்டான். அப்பனிடமிருந்து அவன் காவல்

தெய்வங்களை ஏற்றுக்கொண்டான். ஏற்காமல் முடியாது. மூத்த மகனாகப் பிறந்துவிட்டானல்லவா? மூர்த்திகளை கொஞ்ச நாட்கள் அவன் மறந்திருந்தான். பிறகு அவனும் கர்மங்களைச் செய்யத் துவங்கினான். சொந்த பந்தங்களும் அதைத்தான் விரும்பின.

சிருதாவின் சகோதரன் குஞ்ஞுமுண்டன், இரண்டாவ தொரு பெண்ணைக் கொண்டு வரவேண்டுமென்று இட்டியாதி யிடம் பலதடவை சொன்னதுண்டு.

"சிருதாவாட்டம் இன்னொருத்தி எனக்குத் தேவையில்லெ மாப்ளே."

"அப்புடின்னா இந்தக் கொழந்தைங்கள யாரு கவனிப்பா? பின்னால ஒரு ஆளு வேண்டாமா? அப்பனும் செத்துட்டான்."

"இப்ப நான் கவனிக்கலியா? இனிமேலும் நானே கவனிச்சிக்குவேன்."

சிருதாவின் மார்புச்சூடு, அவளது குரல். எல்லாம் இப் போதும் மனதிலிருக்கின்றன. அவள் எங்கேயும் போய்விட வில்லை. இட்டியாதிக்கு அவள் நினைவுகளே போதும்.

குஞ்ஞுமுண்டனின் மகள் பாப்பிக்கு பதினாறு வயதாகி விட்டது. அவள் குஞ்ஞாதிச்சனின் முறைப்பெண். மகளைக் கொடுத்த பிறகுதான் மகனுக்குப் பெண் கொண்டு வர வேண்டும் – இட்டியாதியின் எண்ணம் இதுதான். ஆனால், மகள் இறங்கிவிட்டால் குடிலில் வேறு ஆளில்லை. குஞ்ஞுமுண்ட னுக்கு ஆண் மக்களில்லை என்பதால் குஞ்ஞிப்பெண்ணுக்கு முறைப் பையனுமில்லை.

குஞ்ஞாதிச்சனுக்கும் பாப்பிக்கும் திருமணம் நடந்தது.

குஞ்ஞுமுண்டனின் சித்தப்பன் கடுத்தா. அவனது மகன் நாராயணன். பாப்பிக்கு சகோதரன் முறை. அவன் அவ்வப்போது வரிக்கமாக்கலுக்கு வருவதுண்டு. வந்து ஏதாவது பேசிக்கொண்டி ருப்பான். சாப்பிடுவான். மரத்திலேறி பலாப்பழம் பறிப்பான்.

குடிலுக்கு நாராயணன் வரும்போது குஞ்ஞிப்பெண்ணு சமையலறையிலோ தெற்குப்புறமோ போய் உட்கார்ந்து கொள்வாள். நாராயணனிடம் இட்டியாதி வெறுப்புடனெல்லாம் நடந்துகொள்வதில்லை. இருந்தாலும் அவன்மீது அவளுக்கு பெரிய அளவிலான மதிப்பு எதுவும் இல்லை.

"நாராயணன் அண்ணன் வரும்போது நாத்தனார் ஏன் போய் ஊட்டுக்குள்ளே ஒளிஞ்சிக்கணும்? உழவு முடிஞ்சு பொண்ணு கேக்க வருவார்?"

“எனக்கு அவனப் பாக்க வேணாம்.”

பாப்பி இதை எதிர்பார்க்கவே இல்லை. நாத்தனாருக்கு அவனைக் கொஞ்சமும் பிடிக்கவில்லை. ஏனோ தெரியாது. இருந்தாலும் அவள் கேட்டாள்:

“பொம்பளைங்க சொரண காட்டி என்ன ஆகப்போவுது? அப்பனும் கூடப்பிறந்தவனும் புடிச்சிக்கொடுத்தா இறங்கிப் போகத்தானே வேணும்?”

பெண்களுக்கென்று தனிப்பட்ட விருப்பங்களிருப்பது தவறான விஷயம். அப்பனையும் கூடப் பிறந்தவனையும் எதிர்த்தால் மிதித்துக் கொல்லவும் தயங்கமாட்டார்கள். யாரும் ஏனென்று கேட்கவும் முடியாது.

பாப்பி, குஞ்ஞிப்பெண்ணையே பார்த்துக்கொண்டிருந்தாள். நகத்தைச் சுரண்டியபடி, முகத்தைக் கறுவியபடியே அவள் தனக்குத்தானே முணுமுணுத்தாள்:

“கிழக்குப் பாறையிலேருந்து விழுந்து தலை உடைஞ்சு நான் செத்துடுவேன்.” கன்னத்தில் உருண்டோடுகிறது கண்ணீர். பாப்பிக்கும் வருத்தமாக இருந்தது.

“நான் சும்மா வெளயாட்டுக்குத்தானே சொன்னேன், நாத்தனாரே? அதுக்குப்போய் . . .”

“நான் ஒண்ணும் வெளயாட்டுக்குச் சொல்லலே, நெசமாத் தான்.”

மரவள்ளிக் காட்டில் களை பிடுங்கும்போது பாப்பி, குஞ்ஞாதிச்சனிடம் விஷயத்தைச் சொன்னாள். அதிக தாமத மில்லாமல் அது இட்டியாதியின் காதுகளுக்கும் எட்டியது. அவன் எதுவும் சொல்லவில்லை. நாராயணனை அவனுக்கும் பிடிக்கவில்லைதான். அவனுக்கு குஞ்ஞிப்பெண்தான் வேண்டு மாம். தரமாட்டேன் என்று எப்படிச் சொல்ல முடியும்? போது மான காரணங்களெதுவும் இல்லாமல். மகளுடைய மனதை வேதனைப்படுத்தவும் விருப்பமில்லை.

பாப்பி சொன்னது உண்மைதான். உழவு வேலை முடிந்து, விஷுவிற்கு முன் நாராயணனின் சித்தப்பன் கேது, குஞ்ஞிப் பெண்ணை பெண் கேட்டு வந்தான். இட்டியாதி, பிறகு சொல்லி யனுப்புவதாகப் பதில் சொன்னான். அன்றிரவு சாப்பாட்டிற்குப் பிறகு இட்டியாதி மகளைக் கூப்பிட்டார்:

“குஞ்ஞெண்ணே . . .”

“என்னப்பா?”

மண்ணெண்ணெய் விளக்கின் வெளிச்சத்தில் தெரிந்த, மகளின் பளபளக்கும் பதற்றம் நிறைந்த கண்கள். இட்டியாதிக்கு

எதுவும் சொல்லத் தோன்றவில்லை. அவனது கண்களில் நீர் கோர்ப்பதுபோலிருந்தது.

குஞ்ஞிப்பெண்ணுக்கு நான்கைந்து வயதானபோதுள்ள ஞாபகம் அவனுக்கு வந்தது. கமுகம்பாளைக் கோமணமும் உடுத்திக்கொண்டு நடந்த குழந்தை. அப்பனிடமும் கூடப்பிறந்த வனிடமும் சண்டை போடுபவள். கோபப்பட்டால், அழுவாள். மறுநொடியில் வாய் விட்டுச் சிரிப்பாள்.

அம்மா இறந்தபிறகு சிறு கமுகம்பாளையில் தண்ணீர் மொண்டு வருவதும் முற்றத்தைப் பெருக்குவதும் அவள்தான். அவளுக்கு அப்பனின் பக்கத்தில்தான் படுத்துத் தூங்க வேண்டும். சோறு பொங்கவும் கூட்டு வைக்கவுமெல்லாம் அவள் சீக்கிர மாகவே கற்றுக்கொண்டாள். அப்பனுக்கு உடம்புக்கு சரியில்லாம லிருக்கும்போது சோறு ஊட்டுகிற மகள். அன்றெல்லாம் அவளுடைய முகம் வாடுவதை அவனுக்குக் காணப் பொறுக்காது. இப்போதும் அப்படித்தான்.

நல்ல அறிவோடு வளர்ந்தவள். அவளிடம் எதுவுமே சொல்லத் தோன்றவில்லை.

“அப்பன் சும்மாதான் கூப்பிட்டேன், எம்மவ போ.”

வாசலின் பின்புறம் ஒரு தேம்பல் சத்தம் கேட்டதும் இட்டியாதி மனதிற்குள் சொல்லிக்கொண்டான்: “மாட்டேன்.”

கொச்சுராமன், புளியன்மலைக்காரன். அவன் குழந்தையாக இருக்கும்போதே அப்பாவும் அம்மாவும் இறந்துபோனார்கள். வைத்தியனாக இருந்த கொச்சுகொச்சி சித்தப்பனிடம்தான் அவன் வளர்ந்தான்.

சித்தப்பன் அவனுக்கு சிகிச்சை செய்யக் கற்றுக்கொடுத்தான். எங்கு போனாலும் நான்கு பேர் அறியும்படி வாழ வேண்டும். சித்தப்பனிடமிருந்து அவன் சுலோகங்களையும் அதன் விளக்கங் களையும் கேட்டுப் படித்தான். மூலிகை மருந்துகளைக் கண்ட றிந்தும் தின்று பார்த்தும் சேர்மானங்கள் செய்யக் கற்றுக் கொண்டான்.

கொச்சுகொச்சனின் மனைவி இட்டிப்பெண்ணுக்கு ஏனோ கொச்சுராமனைப் பிடிக்கவில்லை. வயிற்றுக்குப் போதுமான உணவு கொடுக்கமாட்டாள். விறகு வெட்டுவதுபோன்ற கடின மான வேலைகளைச் செய்ய வைப்பாள். எதைச் செய்தாலும் குற்றமும் சொல்வாள். அப்படியாக அவன் அங்கே மூச்சுத் திணறி வாழ்ந்துகொண்டிருந்தான்.

மூங்கில் கொட்டாயில் இட்டிப்பெண்ணின் முக்கலும் முனகலும் கேட்டன. பேறுகாரிக்கு சந்தேகம். எண்ணெயில் சேர்ப்பதற்கான மருந்தைப் பறித்தது கொச்சுராமன்தான். எண்ணெய் தேய்த்தும்கூட பிரசவம் ஆகவில்லை. இட்டிப் பெண்ணு வேதனையால் துடித்துக்கொண்டுதானிருந்தாள். கொச்சுகொச்சுக்கும் சந்தேகம். மருந்துதான் மாறிப் போய் விட்டதா? அல்லது கொச்சுராமன் வேண்டுமென்றே மாற்றிக் கொடுத்துவிட்டானா? அவன், கொச்சுராமனைக் கூர்ந்து பார்த்தான்: சித்தி சாகட்டுமே என்ற முகபாவம்தான்.

சித்தப்பனின் கை கொச்சுராமனின் கன்னத்தில் பலமாகப் பதிந்தபோது அவன் துடித்துப்போனான். திரும்பவும் அடி விழுவதற்குள் இறங்கி ஓடினான்.

பத்துப் பன்னிரெண்டு வயதான, பசியால் தளர்ந்து போயிருந்த ஒரு பையன். ஆனால், நல்ல சுறுசுறுப்பு. அவனைப் பார்த்த ஒரு ஆள், இலவுங்கல் கேளுவின் வீட்டில் கொண்டு போய்ச் சேர்த்தான். அவனை மேலும்கீழுமாக நோட்டமிட்டான் கேளு. நல்ல இலட்சணங்கள் பொருந்திய பையன். தன்னுடைய சாதிக்காரனும்கூட. அவனுக்கு வேறு எந்தப் பாதுகாப்புமில்லை என்பதையும் அறிந்துகொண்டான்.

“நீ இங்கியே இருந்துக்க. எனக்கொரு தொணயா இருக்கும்.”

வேலை செய்வதில் அவனுக்கு எந்தத் தயக்கமுமில்லை. படித்த சுலோகங்களை உருப்போட்டபடியே செடி கொடிகளைக் கூர்ந்து பார்ப்பான். சிலவற்றைப் பறித்துக் கசக்கிவிட்டு முகர்ந்து பார்ப்பான். பார்ப்பவர்கள் கேலி செய்வார்கள்:

“அதயெல்லாம் சாப்புடப்புடாதுடா பையா!”

“அது தெரியும். சாப்புட்டா பசியெடுக்காத ஒரு கெழங்கு இருக்கு இந்தக் காட்டுலே.”

அப்படியென்றால் இவனுக்கு பைத்தியமொன்றுமில்லை. விஷயம் வேறெதுவோதான்!

இடவம் ஆரம்பம். மழையும் வெயிலும் மாறி, குளிர்காலம் துவங்கியது. மலையடுக்குகளில் வியாதிகள் தலை தூக்குகிற காலம்.

கேளுவின் இடதுபுற அக்குளைத் தொட்டு ஒரு பெரிய சிலந்திப்பரு வந்தது. வாதப் பரு. உட்காரவும் முடியவில்லை; நிற்கவும் முடியவில்லை. வலி, ஆளைக் குடைந்தெடுத்தது. சிலவகைக் கை மருந்துகளைப் பிரயோகித்துப் பார்த்த பிறகும்

பரு புடைத்துக்கொண்டிருந்ததே தவிர குறைவதாகத் தெரிய வில்லை. அதன் தன்மையைக் கூர்ந்து பார்த்துவிட்டு கொச்சுராமன் அடுப்படிக்குள் சென்றான்.

"ஆத்தா, கொஞ்சம் கோழி நெய்யி இருக்குமா?"

"எதுக்குடா செல்லம்?"

"அய்யனோட பருவுலே வெக்கிறதுக்கு."

"உனக்கு வைத்தியம் பாக்கத் தெரியுமா?"

"செய்துப் பாக்குறனே."

"எதையாவது செஞ்சு வெச்சுடாதடா மவனே."

"மாட்டேன்தா. இதுக்கான மருந்து எனக்குத் தெரியும்."

கோழி நெய் வேறொரு வீட்டிலிருந்து கிடைத்தது. ஏதோ பச்சை மூலிகையை அரைத்து நெய்யில் குழைத்து பருவின் முகப்பகுதியில் தொட்டு வைத்தான் கொச்சுராமன். அன்றிரவே பரு உடைந்து சீழும் கெட்ட இரத்தமும் வெளியேறியது. கேளுவுக்கு மிகவும் ஆறுதலாக இருந்தது.

"ஹா . . . எவ்வளவு சொகம்மா இருக்கு! பொன்னு மவனே, இது என்ன மருந்துடா செல்லம்?"

கொச்சுராமன் சிரித்தான். இரகசியத்தை வெளியே சொல்லக் கூடாதல்லவா? சந்தனம்போல் அரைத்தெடுத்த ஏதோ ஒரு வேர்.

நாட்கள் அதிகம் செல்லவில்லை. தழும்புகூட இல்லாமல் பரு குணமாகியது. கொச்சுராமனுக்கு பல்வேறு நோய்களுக்கான பயனுள்ள ஒற்றை மூலிகை கை மருந்துகள் தெரியும். ஒடிவு, சுளுக்கு, வயிற்றுப்போக்கு, ஒற்றைத் தலைவலி – எதுவாக இருந்தாலும் சரி, "செய்துப் பாக்குறனே" என்று சொல்லி விடுவான்.

விறகு வெட்டும்போது, ஒரு பெண்ணின் கண்ணில் பிசிறு தெறித்து இரத்தம் வடிந்துகொண்டிருந்தது. தாங்க முடியாத வலியால் அவள் அழுது துடித்தாள்.

"அந்தப் பையன்டே மருந்திருக்குதோ என்னமோ." ஒரு ஆள் ஓடி வந்தான்.

"சித்தப்பு, அந்தப் பையன் எங்க இருக்கான்?"

"எந்தப் பையன்டா கேசவா?"

"இங்க இருக்குறானே, அந்தப் பையன்?"

"எதுக்கு?"

"லெட்சுமி கண்ணுலே பிசிறு விழுந்து இரத்தம் வருது. அவன்டே மருந்திருக்குதோ என்னமோ."

"தெரியலியே! கடவுளே, நீ அந்தக் கெழக்கோர வயக் காட்டுலே போய்ப்பாரு. அங்கதானிருப்பான்."

அரைத்த மூலிகையை அடைபோல் தட்டி லெட்சுமியின் கண்ணை மூடிக் கட்டிவைத்தான். வலி மாறுவதற்கான மற்றொரு மருந்தையும் அதன் மீது புரட்டினான். ஏழு நாட்கள் கழிந்தது. கட்டை அவிழ்த்தான். கூர்ந்து பார்த்தபோது இலேசான சிவப்பு மட்டும் தெரிந்தது. "இது தன்னாலே மாறிடும்." கொச்சுராமன் சிரித்தான்.

"தம்பி, நான் என் கண்ணே போயிட்டுதோன்னு பயந்து போயிட்டேம்பா!"

"ஒண்ணுமில்லே, விடியக்காலையிலே இந்த மருந்தைக் கண்ணுலே தடவிட்டு தண்ணியிலே முக்கணும். கொஞ்ச நாளு வெயில்லே இறங்கப்புடாது. தன்னாலே மாறிடும்."

காலம், கொச்சுராமனையும் ஓர் இளைஞனாக மாற்றி யெடுத்தது.

பளபளக்கும் உடலும் முகமும். சுருண்ட தலைமுடி. மாநிறம். எப்போதும் ஏதாவது பாடலை முணுமுணுக்கும் உதடுகள்.

கேளு சொன்னான்: "கொச்சுராமனுக்குக் கலியாணம் செய்ஞ்சி வைக்கணும். சரிவுமேட்டுல ஊடு போடணும்."

அப்போதுதான் அந்தக் கேள்வி எழுந்தது. கொச்சுராமனின் இல்லம் எது? அது அவனுக்கே தெரியாது.

அதைத் தெரிந்துகொள்வதற்காக கொச்சுகொச்சனிடம் ஒருவனை அனுப்பி வைத்தான் கேளு. வளையில்லத்தைச் சேர்ந்தவன் என்பதாகத் தெரிய வந்தது. வளையில்லக்காரனுக்கு பூதானி இல்லத்தில்தான் பெண் எடுக்க வேண்டும். கொச்சுராம னுக்கு முறைப்பெண் கிடையாது. பொருத்தமான மற்றொருத்தி எங்கே கிடைப்பாள்? பார்த்த எதுவுமே அவனுக்குப் பிடிக்கவு மில்லை. "கலியாணமெல்லாம் இப்ப ஒண்ணும் வேணாம்" என்று சொல்லித் தவிர்த்துவிட்டான்.

༄ ༄ ༄

இட்டியாதி அரயனின் மகள் குஞ்ஞிப்பெண்ணைப் பற்றி இரண்டு பெண்கள் பேசிக்கொண்டிருப்பதை கொச்சுராமன் ஒளிந்து நின்று கேட்டான். குன்றுபோல் முடியாம்; நிறம் கறுப்பில்லையாம். செழித்த மார்பகங்களும் பளபளப்பான

உடலும். கருங்குவளைமலர்போல் பெரிய கண்கள். வெற்றிலை போட்டுச் சிவந்த உதடுகள். அவர்கள் சொன்ன உருவத்தை அவன் மனதில் வரைந்து பார்த்தான். அவளை ஒருதடவை பார்ப்பதற்கு என்ன வழி? வெறுமனே போனால் பார்க்க முடியாது. அப்படியே பார்த்தாலும் ஆசைப்படலாம், அவ்வளவு தான். கல்யாணம் என்றால் கட்டிக்கொள்கிற நேரத்தில்தான் பார்க்க முடியும். பொறுப்பானவர்கள் யாராவது சொல்லி சம்பந்தப்பட்ட உறவினர் போய் பெண் கேட்க வேண்டும். தருவதாக அப்பனும் கூடப்பிறந்தவர்களும் ஒப்புக்கொள்ள வேண்டும். கடக்க வேண்டிய தடைகள் இப்படியாக நிறைய இருக்கின்றன. அவளுக்கென்று ஒரு முறைப் பையனிருந்தால்? ஆசைப்பட்டும் பலனிருக்காது.

எல்லாம் கூடி வந்தால் பார்க்கலாம். கொச்சுராமன் அப்படியான ஒரு ஆசையுடன் பலநாட்கள் சுற்றித் திரிந்தான். பின்பு ஒருநாள், அப்பனுடன் கஞ்சிப் பாளையையும் தூக்கிக் கொண்டு தோட்டத்திற்குப் போகும் குஞ்ஞிப்பெண்ணைக் கண்டான். கேள்விப்பட்டதை விடவும் மிக அழகாக இருந்தாள். முதியாமலைபோல் இடதுபுறமாகச் சாய்த்துக் கட்டிய தலைமுடி. அவிழ்த்துப்போட்டால் கரிய பளபளப்புடன் மூட்டுகள் மறையும் அளவுக்கு. படரவிட்டால் துணியுடுத்த வேண்டாம். சிரிக்கும் உதடுகள்; அகன்ற பெரிய விழிகள். திமிர்த்த மார்பகங்களை மூடிய வேட்டி. ஒடுங்கிய வயிறும் நடக்கும்போது உடுமுண்டைப் பிடித்திழுக்கும் நிதம்பங்களும். பார்த்துக்கொண்டு நிற்கும்போதே கொச்சுராமனின் கண்களும் மனதும் நிறைந்தன. கிடைக்குமா என்று மனதிற்குள்ளொரு பதற்றம். அப்படியே யோசனை செய்தபடி அவன் மரத்தில் சாய்ந்து நின்றிருந்தான். அவளுடைய முகம் பார்வையிலிருந்து விலகும்வரை.

எதையும் பார்க்காமல் அவர்கள் களை பிடுங்குகிற நிலத்தில் இறங்கினார்கள். திரும்பிப் பார்த்த இட்டியாதி கேட்டான்: “நீ யாருப்பா, தம்பி?”

“இப்ப இலவுங்கல்லே இருக்கேன். புளியன்மலையிலே இருந்து வந்தவன்.”

“பேரு?”

“கொச்சுராமன்.”

“ஓ . . . அது சரி, வைத்தியன்தானே?”

“இன்னும் வைத்தியன் ஆகலே, ஆகணும்.”

“சரி, அப்புறம்? என்ன இந்தப் பக்கம்?”

பதில் இல்லை. வெறுமனே சிரித்து வைத்தான். மகள் அவனைக் கூர்ந்து பார்ப்பதை இட்டியாதியும் கவனித்தான். எதிரில் நிற்பவனை அவனுக்குத் தெரியாமல் மனதால் அளந்து பார்த்தான். பரவாயில்லை. மரியாதை தெரிந்தவன். சிறு வயதிலேயே வைத்தியம் கற்றிருக்கிறான். கொஞ்சநேரம் ஓய்வாக உட்கார்ந்திருக்கலாமே என்ற எண்ணத்துடன் இட்டியாதி கேட்டான்:

"வெத்தில போடுற பழக்கமுண்டா?"

"உம்." இட்டியாதி தொப்பியை உருவினான். குடுமியில் சிக்கியிருந்த பாக்குத் துண்டைத் தேடி எடுத்துவிட்டு ஒரு கல்லின்மீதமர்ந்து வெற்றிலைத்துண்டை நீட்டினான்.

"இது மூணாம் கிருஷி இல்லியா? மிளகுக் கொடியெல்லாம் அப்பிடியே காய்ஞ்சு போய்க் கிடக்குதே."

"கழிஞ்ச வருஷம் காய்ஞ்சது. இந்த வருஷம் காட்டைத் திருத்தலே. உடல்நிலை சரியில்லாம இருந்தது."

மரத்தின் மறைவிலிருந்து குஞ்ஞிப்பெண்ணு எட்டிப்பார்க் கிறாள். கொச்சுராமனுக்கு சிரிக்கலாம்போல் தோன்றியது. கூடாது. பெண்ணின் அப்பா எதிரில் அமர்ந்திருக்கிறார். மனது விம்மிக்கொண்டிருந்தது.

ஒவ்வொன்றையும் பேசிக்கொண்டிருந்த இட்டியாதி, திரும்பவும் களை பறிக்கத் துவங்கினான். அன்று வேலை முடிந்ததும் குஞ்ஞிப்பெண்ணு வழக்கம்போல் வீட்டின் பக்கத்தி லுள்ள ஓடையில் குளித்தாள். நனைந்த ஆடையை உடம்பிலிட்டு மார் மறைத்தாள். தலைமுடியைக் கட்டவில்லை. இரண்டு கைகளிலும் தண்ணீர் நிறைத்தத் தூக்குப் பாளைகளுடன் அவள் குடிலுக்கு நடந்தாள். திடீரென்று முளைத்ததுபோல் அந்த இடத்தில், எதிரில் கொச்சுராமன். வெட்கத்தால் அவள் உடல் சிறுத்தாள். அவனது முகத்தை ஓரக்கண்களால் ஏறிட்டுவிட்டு ஒருபுறம் ஒதுங்கிக்கொண்டாள். அப்படியே போய்விடுவதல்ல அவனுடைய நோக்கம் என்பது புரிந்துவிட்டது.

"நீ வரிக்கமாக்கல் குஞ்ஞிப்பெண்ணுதானே?"

"உம்."

"வெளிச்சப்பாடோட மவ?"

"உம்."

தன்னுடன் பேசுவதற்கு அவனிடம் நிறைய விஷயங்கள் இருக்கின்றன. கேட்பதற்கும் ஆசையாகவே இருந்தது. அவள்

கஞ்சிப்பாளைகளை ஒரு கையில் மாற்றி வைத்துவிட்டு மார்புத் துணியை இழுத்துவிட்டுக் கொண்டாள்.

“என்னத் தெரியாதில்லியா? நான் சும்மா உன்னப் பாக்கத் தான் வந்தேன்.”

அவள் பதிலெதுவும் சொல்லவில்லை. போய்விடவும் தோன்றவில்லை. நிறையப் பேச வேண்டும் போலிருந்தது. நாக்கு அசைந்து கொடுக்க வேண்டுமே? இதற்குமுன் இப்படி யான அனுபவம் ஏற்பட்டதே இல்லை. ஏதோ, செய்யக்கூடாத ஒன்றைச் செய்வதுபோன்ற மனப்பதற்றம். ஒரு அன்னிய ஆண்மகனின்முன் நிற்பதென்பது ஒரு அரையத்திப் பெண்ணைப் பொறுத்தவரைக்கும் முறையானதல்ல. ஏதோவொரு தைரியத் துடன் அவள் கேட்டாள்:

“ஊட்டுக்கு வரலாமில்லியா?”

“என்ன சொல்லிட்டு வர்றது? பெண் கேட்டு வர்றதுக்கு உறவுமுறையில யாரும் கிடையாது. ஒரு சித்தப்பன் இருக்காரு. அவருக்கு எம்மேல கோபம்.”

ஒரே மூச்சில் அத்தனையும் சொல்லி முடித்து விட்டான். அவளிடமிருந்து பதிலெதுவும் வரவில்லை. ஒரு புன்முறுவல் மட்டும். அந்தச் சிரிப்பின் பொருளென்ன? கொச்சுராமனுக்கு ஒரு விஷயம் மட்டும் புரிந்துவிட்டது. அவளுக்கும் தன்னைப் பிடித்திருக்கிறது. ஆனால், அது மட்டுமே போதாது. சாதி மரியாதைகள் என்ற ஒரு விஷயம் இருக்கிறது.

தண்ணீருடன் நடந்துகொண்டிருக்கும்போது குஞ்ஞிப் பெண்ணு நினைத்துக்கொண்டாள்: கொச்சுராமனுக்காக நம்மைப் பெண் கேட்டு யாராவது வருவார்களா? வந்து, இல்லமும் முறைகளும் தவறாமல் கேட்டு, அப்பனும் கூடப்பிறந்தவனும் சம்மதிக்க வேண்டும். இல்லையென்றால் ஆசைகள் மனதிலிருந்தே கருகும்.

குளத்திற்கோ, தோட்டக்காட்டிற்கோ போகும்போதெல்லாம் குஞ்ஞிப்பெண்ணு தேடுவாள். பெண் கேட்டு வருவதற்கு யாரு மில்லாத ஆள் எங்காவது தென்படுகிறானா? பார்க்க ஆசையாக இருக்கிறது.

கொச்சுராமனைப் பற்றி அப்பனோ கூடப்பிறந்தவனோ ஏதாவது பேசத் துவங்கினால் குஞ்ஞிப்பெண்ணுக்குள் பதற்றம் தொற்றிக் கொள்ளும். முன்பின் பரிச்சயமில்லாத யாராவது குடிலுக்கு வந்தாலும் உடனே நெஞ்சுத் துடிப்பு ஆரம்பித்து விடும். பெண் கேட்டு வந்திருக்கிறார்களோ?

பயங்கரமான வெயிலில் வேலை நடந்தது. வேட்டியிலும் உடம்பிலும் வேர்வையும் புழுதியும். காலியான கஞ்சிப் பாளையும் அரிவாளுமாக குஞ்ஞிப்பெண்ணு வரும்போது வழியோரத்தில் ஒரு மரத்தடியில் கொச்சுராமன். மிகுந்த வெட்கத்துடன் அவள் ஒதுங்கி நின்றாள்.

“குஞ்ஞெண்ணே, நான் ஒரு விசயம் கேக்குறதுக்காக வந்தேன். என்னெ உனக்குப் புடிச்சிருக்கா?”

பதில் சொல்ல அவளுக்கு வெட்கமாக இருந்தது. உடலில் இலேசான நடுக்கத்துடன் அவள் தலை குனிந்தாள். பிடிச்சிருக்கு என்று சொல்லத்தான் விரும்பினாள். அதை எப்படிச் சொல்வது?

“நான் உன்னெக் கட்டிக்கிட ஆசைப்படுறேன். புடிச்சிருக் கான்னு சொல்லேன்.”

“ஆமா, புடிச்சிருக்கு.” மனம் உச்சரித்த ஓசை வெளியே கேட்கவில்லை. அவன் திரும்பவும் ஒரு தடவை கேட்டுவிட மாட்டானா என்றும் அவள் ஆசைப்பட்டாள். ஆனால், பெண் கேட்டு வருவதற்கு யாருமே இல்லையென்று சொல்கிறானே?

அப்போது நாராயணன் அருகில் வந்ததை அவர்கள் கவனிக்கவில்லை.

“என்னடா இங்க?”

சூழ்நிலையை மறந்து மோக வலையிலாழ்ந்திருந்த இருவரும் திடுக்கிட்டார்கள். நாராயணனின் இருண்ட முகம். கொச்சு ராமனை அவன் முறைத்துப் பார்த்தான்.

“குஞ்ஞெண்ணே, நேரம் இருட்டப்போறது தெரியிதா? சீக்கிரமா ஊட்டுக்குப் போ.”

நாராயணனின் அதிகார பாவம் குஞ்ஞிப்பெண்ணுக்குப் பிடிக்கவில்லை. அவள் கோபத்துடன் முகத்தைத் திருப்பிக் கொண்டு நடந்தாள். அவள் போவதையே பார்த்துக்கொண்டு நின்றான் கொச்சுராமன்.

“பெண்ணுப் புடிக்க அலையுறே, அப்புடித்தானடா?”

சரியாக இரண்டு வைத்து விடுவோமோ என்ற பாவனை தானிருந்தது நாராயணிடம்.

“அது ஏன் நீ அப்புடிக் கேட்டே?”

கொச்சுராமனுக்கும் பயமிருந்தது. மோதினால் வெற்றி பெறுவோமா என்ற பயம் இரண்டு பேருக்குமே இருந்தது.

"வைத்தியனுக்கு பெண்ணு கேட்டு வர்றதுக்கு ஆளில்லையோ என்னமோ, அப்புடித்தானே?"

"அதனாலதானே நேரடியா கேக்குறேன். இப்போ என்னங்குற அதுக்கு?"

"இது எந்த ஊரு வழக்கம்? அரயன்மாருக்குன்னு ஒரு வழமுறை இருக்கு. அப்புறம் . . . உனக்குத் தெரியாதுன்னு நெனக்கிறேன், அவ என்னோட முறைப்பெண்ணு."

கொச்சுராமன் இதைக் கேட்டுச் சிரித்தபோது நாராயணனுக்குக் கோபம் அதிகரித்தது.

"இங்கிருந்து போடா, வரத்தோட்டி."

"போயிட வேண்டியதுதான். இனி இங்க நின்னு எதுக்கு? போறேன், ஆனா உனக்குப் பயந்து ஒண்ணுமில்லே, அது ஞாபகமிருக்கட்டும்."

எதுவும் பேசாமல் முன்னும் பின்னுமாக அவர்கள் நடந்து கொண்டிருந்தார்கள். கொச்சுராமன் மனதிற்குள் சொல்லிக் கொண்டான். உன்னுடைய முறைப்பெண் எனக்குக் கிடைக்கிறாளா இல்லையா என்பதையும்தான் நான் பார்த்து விடுகிறேனே . . .

குஞ்ஞிப்பெண்ணை தனக்குக் கட்டி வைப்பதில் அவளுடைய அப்பனுக்கு விருப்பமில்லை என்பது நாராயணனுக்கும் தெரியும். ஆகவே, அவளுடைய மனதைக் கவர்வதற்காக அவன் எடுத்த எந்த முயற்சிகளும் வெற்றி பெறவில்லை. கடைசியாக, அவளைத் தனியாகச் சந்திப்பதற்கான வாய்ப்பைத் தேடி அவன் அலைந்துகொண்டிருந்தான். இப்போதுதான் அந்த வாய்ப்புக் கிடைத்தது. தன்னுடைய விருப்பத்தை அவன் சொன்னதுமே அவளிடமிருந்த பயமும் வெட்கமும் தூர விலகியது. அவனை ஏறிட்டுப் பார்த்தவள் வாயில் கிடந்த வெற்றிலையை சத்தமாகக் காறி உமிழ்ந்தாள்.

"எனக்கு உன்னெப் புடிக்கலே, போயிடு, இங்கிருந்து."

முகத்திலடித்ததுபோலிருந்தது பதில். அவளும் சம்மதிக்க மாட்டாள் என்பது உறுதியாகத் தெரிகிறது.

"நான் உன் அப்பன்கிட்ட சொல்லப்போறேன்."

"என்னன்னு . . ?"

"நீயும் அந்தக் கொச்சாமனும் இந்தக் காட்டுக்குள்ளே . . ."

"என்ன செய்தோம்னு? பொய் சொல்லப்புடாது."

“அப்புடின்னா நான் சொல்றதக் கேளு. இங்க வா.”

“ம்..? அது கொஞ்சம் புளிக்கும். அரிவாளப் பாத்தேல்லே? நான் சாவறதுக்கு முன்னாலே என் உடம்ப நீ தொட முடியாது. இவ, வரிக்கமாக்கல் இட்டியாதி அரயனோட மக. குஞ்ஞிப் பெண்ணு. ஞாபகமிருக்கோணும்.”

அவளது கோபம்கொண்ட முகம் காளியைப்போல் தெரிந்தது நாராயணனுக்கு. இச்சாபங்கமும் கோபமும். அத்து

மீறினால்..? அவளது கையில் கூர்மையான அரிவாளிருக் கிறது. பலாத்காரம் செய்ய வருபவனை வெட்டவோ தன்னைத் தானே கழுத்தை அறுத்துக்கொண்டு சாகவோ ஒரு அரயத்திப் பெண் தயங்கமாட்டாள். நினைத்துக்கொண்டிருக்கும்போதே அவளது சத்தமான குரல்:

"வழிய விட்டு விலகு."

"உனக்கு நான் வெச்சிருக்கேண்டி. உன்னோட அவன... பாத்துக்கடி..."

விறுவிறுத்தபடியே அவன் காட்டுக்குள் நுழைந்தான். குஞ்ஞிப்பெண்ணுக்கு தைரியமெல்லாம் சோர்ந்து போனது. நாராயணன், அப்பனிடமோ கூடப்பிறந்தவனிடமோ போய் ஏதாவது சொன்னால்? அவர்கள் கூப்பிட்டு விசாரிப்பார்கள். அப்போது நாராயணனைப் பிடிக்கவில்லையென்றும் கொச்சு ராமனைப் பிடித்திருக்கிறது என்றும் தன்னால் சொல்லிவிட முடியுமா? எந்த ஒரு அரயத்திக்குமே இதுபோன்ற ஒரு வாய்ப்புக் கிடைக்காது. அந்த நேரத்தில் தைரியம் வர வேண்டும். மிதித்துக் கொல்வார்களாக இருக்கலாம். இருந்தாலும் சொல்லி விட வேண்டும். இல்லையென்றால், தான் கோமரத்தாடியின் மகளல்ல. குலதெய்வங்களை மனதில் நினைத்தபடியே அவள் நடந்தாள்.

பயந்ததுபோல் எதுவுமே நடக்கவில்லை. நாராயணன் வரவில்லை. அப்படியான ஒரு விசாரணை நடந்துவிடாதா என்றுகூட அவள் ஆசைப்பட்டாள்.

வயிற்றுப்போக்கும் வாந்தியும் வந்து சாகவிருந்த ஒருவனை கொச்சுராமன் காப்பாற்றினான். சந்தைக்கடைக்குப் போய் விட்டு வந்த குஞ்ஞாதிச்சன் அப்பனிடம் சொல்வதை குஞ்ஞிப் பெண்ணு கேட்டுக்கொண்டு நின்றிருந்தாள். அவர்கள் இருவருமே வைத்தியன்மீது நல்ல மதிப்பு வைத்திருந்தார்கள். தன்னை அவன் விரும்புகிற செய்தியை யாராவது அப்பனிடம் சொன் னால் அப்பன் சம்மதிப்பாரா? கூடப்பிறந்தவன் ஒருவேளை சம்மதிக்கலாம். ஆனால், சொந்தபந்தங்கள் நாராயணனின் பக்கம்தான் நிற்பார்கள்.

இட்டியாதி வெற்றிலை போட்டு உமிழ்ந்து விட்டு உறுமாலை அவிழ்த்து உதறினான். தலைமுடியை விரலில் சுற்றி நுனியை உள்பக்கமாக இழுத்தான். பாளைத்தொப்பியை தலையில் கவிழ்த்தான். காகத்தின் அலகுபோன்ற தொப்பியின் பிடியை கீழே இழுத்தான். நேரத்தை அறிந்துகொள்வதற்காக சூரியனின் நிழலைப் பார்த்தான்.

“மவளே குஞ்ஞெண்ணே, ஊட்டுக்குப்போய் கொடிவேர நல்லா இடிச்சிப்போட்டு கொஞ்சம் காப்பி போடு.”

“என்ன செய்யிது அப்பு, களைப்பா இருக்குன்னா அப்பு போயிடு.”

குஞ்ஞாதிச்சன் பக்கத்தில் வந்து அப்பனை உற்றுப் பார்த்தான்.

“என்னவோடா, தொண்டை வலிக்குது. குளிரடிக்கவும் செய்யிது.”

“அப்புடின்னா அப்பு போ. நான் இத முடிச்சிட்டு வந்துடறேன்.”

“பரவால்லடா, நான் அப்புடியே கொஞ்ச நேரம் உக்காந்துக் குறேன். குஞ்ஞெண்ணே உங்கிட்டே நான் ஊட்டுக்குப் போகச் சொன்னம்லா?”

குடிலுக்குப் போகும் வழியில் நாராயணன் நிற்பதைக் கண்டு குஞ்ஞிப்பெண்ணு பயந்து விட்டாலும், அவனைக் கண்டதாகவே பாவிக்காமல் ஓடையை நோக்கி வேகமாக நடந்தாள். அண்மையில் எங்குமே அவன் இல்லை என்று உறுதிப்படுத்திவிட்டு துணியை அவிழ்த்துப் பிழிந்து உலருவதற் காக பாறையின்மீது விரித்தாள். பறித்தெடுத்த குருந்தோட்டியை கையில் வைத்து பிசைந்தபடியே தண்ணீரில் இறங்கினாள். சற்று உயரமான இடத்தில் ஒரு கல்லின் பின்னால் மறைந்திருந்த நாராயணன் எதையோ தண்ணீரில் தட்டிவிட்டான். அது நகர்ந்து குளித்துறைக்கு வந்தது. குஞ்ஞிப்பெண்ணு இடுப்பளவு நீரில் மூழ்கியெழுந்து உடலைத் தேய்த்துக்கொண்டிருந்தாள்.

கல்லின்மீது ஏறி நின்ற நாராயணன் கை கொட்டிச் சிரித்தான்.

“நீ சம்மதிக்கவே வேண்டாம்டி. இப்ப நல்லா ஊரலெடுக்கும் பாரு.” குஞ்ஞிப்பெண்ணுக்குக் கோபம் வந்தது. அவனைப் பழித்துக்காட்டி விட்டு திரும்பவும் தண்ணீரில் மூழ்கினாள்.

குளித்து முடித்து உடலைத் துவர்த்திய குஞ்ஞிப்பெண்ணுக்கு உடல் முழுவதும் அரிப்பு. அப்படியே அது படர்ந்துகொண் டிருந்தது. துடித்தபடியே அவள் குடிலுக்கு ஓடினாள். ஊரல் தாங்க முடியாமல் தரையில் விழுந்து புரண்டாள். சத்தமாக அழுதபடியே.

விறகுக் கட்டையை முற்றத்தில் எறிந்துவிட்டு பாப்பி ஓடி வந்தாள். குஞ்ஞிப்பெண்ணு அரிப்புத் தாங்க முடியாமல் அரைநிர்வாணமாகக் கிடந்து உருண்டுகொண்டிருந்தாள்.

பாப்பியின் எந்தக் கேள்விக்குமே அவளால் பதில் சொல்ல இயலவில்லை. அவள் முற்றத்திலிறங்கி கூப்பாடு போட்டாள்:

"ஓடி வாங்களேன் ... நாத்தனாருக்கு என்னமோ ஆயிட்டுதே ... ஐயோ ..."

"எதுக்குடீ, இப்புடிக் கெடந்து அலர்றே?"

குஞ்ஞாதிச்சனும் இட்டியாதியும் வந்தார்கள்.

"நாத்தனாரோட உடம்பு முழுசும் அப்பமாட்டம் என்னவோ தடிச்சிச் சிவந்துப் போயிருக்கு. தாங்க முடியாமக் கெடந்து உருண்டுட்டு வர்றா ..."

"சேரு* பிடிச்சிருக்கும்" என்று சொல்லிவிட்டு இட்டியாதி திருநீற்றை மந்திரிந்துக் கொடுத்தான். சேரப்பன் பிடித்தால் தாணியப்ப*னுக்கு அபராதம் செலுத்த வேண்டும். மந்திரங்களை உருப்போட்டு அவளது உடம்பில் ஏவினான். எதுவுமே பலிக்க வில்லை. குஞ்ஞிப்பெண்ணின் உடல் இன்னும் அதிகமாக வீக்கம் போட்டது. சம்பவங்களை கேள்விப்பட்டு வந்த பெண்கள் சொன்னார்கள்:

"கூடப்பிறந்தவனே, இது வாதை ஒண்ணுமில்லே. வேற எதுவோதான். யாரையாவது கூப்புட்டுக் காட்டணும்."

தளர்ந்துபோய்க் கிடக்கும் மகளைப் பார்த்த இட்டியாதி யால் தாங்கவே முடியவில்லை. மகனை அழைத்து ரகசியமாகச் சொன்னான்:

"களிமண்ணாட்டம் நிக்காம சீக்கிரமாப் போய் அந்த வைத்தியனக் கூட்டிட்டு வாடா."

குஞ்ஞாதிச்சன் ஓடினான். இட்டியாதி தியானத்தில் அமர்ந்தான்: "குலதெய்வங்களே, என் குழந்தையைக் கொன்னுடாதீங்க. புளியாம்புள்ளிக்கு ஒரு சின்னக் கோழியை நான் காணிக்கை வெக்கிறேன். பத்தாம் உதயத்துலே பலி தந்துடறேன்."

சரம்போல் பாய்ந்த குஞ்ஞாதிச்சன் இலவுங்கலுக்கு வந்து சேர்ந்தான். அங்கே கொச்சுராமன் இல்லை. கூடவே கேளுவின் மகனும் தேடியிறங்கினான். அவன் எங்கே போய் விட்டானோ? ஒருவழியாகக் கிடைத்தான்.

நே ... குஞ்ஞிப்பெண்ணுக்கு உடம்புக்குச் சரியில்லையா? கொச்சுராமனின் மனம் பதைத்தது. உடனே ஓடத் துவங்கினான். கல்லும் மலையும் கடப்பதற்குள் குஞ்ஞாதிச்சன் கிட்டத்தட்ட

---

* உடலில் பட்டால் ஊரலெடுக்கும் ஒருவகை மரம்

* மற்றொரு வகை மரம்

எல்லா விவரத்தையும் சொல்லி முடித்துவிட்டான். அவர்கள் ஓடைக்கு வந்து சேர்ந்தார்கள். குளித்துறையில் ஒரு கல்லில் காய்ந்த நாய்க்குருந்தங்காயின் தோடு கிடந்தது. இதுவாகத் தானிருக்கும். மாற்று மருந்தை யோசித்தபடியே வைத்தியன் குடிலுக்கு வந்து சேர்ந்தான். மூடிப் புதைந்து, தடித்து வீங்கிய முகத்துடன் குஞ்ஞிப்பெண்ணு வாடித் தளர்ந்து கிடந்தாள். கொச்சுராமன் இலேசாகத் தேம்பியதை யாரும் கவனிக்க வில்லை. நீர்க்கோர்த்திருந்த கண்ணிமைகள் மெல்லத் திறந்தன. கன்னத்தின் தடிப்பில் தொட்டுப் பார்த்தான். சிறு அசைவுடன் அவள் முனகினாள்.

காட்டிலிருந்துப் பறித்த வேர்களையும் இலைகளையும் சேர்த்தரைத்து வெந்நீரில் கரைத்து குஞ்ஞிப்பெண்ணின் உடல் முழுவதும் புரட்டுவதற்காகக் கொடுத்தான்.

இரவானபோது குஞ்ஞிப்பெண்ணுக்கு வேர்த்தது. நிமிடங் களுக்குள் அவள் குளித்ததுபோலானாள். பரபரப்புடன் துடித்த வாறே அவள் எழுந்தாள்.

“இதென்ன? ஏதாவது பிசாசு குடிகொண்டிருக்கோ?”

சிலருக்கு சந்தேகம். விஷம், வேர்வையாக மாறியதன் விளைவுதான் இது என்று வேறு சிலர்.

“குஞ்ஞெண்ணே, பரவாயில்லியா மவளே, இல்லேன்னா நமக்கு வைத்தியனக் கூப்பிடலாம்.”

ரொம்பவும் தாகமாக இருப்பதாகச் சொன்னாள். கொச்சு ராமன் வாசலுக்கு வந்தான். நன்றியுடன் பளபளக்கும் கண்கள். வைத்தியன் நோயாளியின் கையைத் தொட்டுப் பார்த்தான். நெற்றியின் இரு புறமும் விரலமர்த்தினான். கன்னத்தை மெல்ல வருடியபோது புன்முறுவல். எப்போதும் இப்படியே அருகில் இருக்க முடிந்தால் . . . இரண்டு பேருக்குமே அந்த ஆசை இருந்தது.

நாராயணனுக்கு இந்த அளவுக்கு குரோதம் தோன்றும்படி இவள் என்ன செய்துவிட்டாள்? குஞ்ஞாதிச்சனிடம் பாப்பி சொன்னாள்:

“என்னவோ வேண்டாத்தனம் காட்டியிருக்கானாட்ட மிருக்கும். நாத்தனார் என்ன சாதாரண வித்தா? மொகத்துக்கு நேரா ஏதாவது பண்ணியிருக்கும்.”

“உம்.” குஞ்ஞாதிச்சன் அழுத்தமாக ஒரு தடவை முனகி வைத்தான்.

“இது எதுக்கு, போற எடத்துக்கெல்லாம் இந்த அருவாளை யும் கொண்டுட்டு?”

கணவனின் முன்னெச்சரிக்கையைப் பார்க்கும் ஒவ்வொரு தடவையும் பாப்பி கேட்பாள். அரிவாளை அவன் தினந்தோறும் தீட்டிக் கூர்ப்படுத்தினான். பாக்கு வெட்டுவதற்கென்றால், அடிக்கடி வெற்றிலைப் போடுகிற வழக்கமும் குஞ்ஞாதிச்சனுக்குக் கிடையாது. அவன் நாராயணனை ரகசியமாகத் தேடிக்கொண் டிருந்தான். ஆட்கள் யாருமில்லாத இடத்தில் அவன் தனியாக வந்து சிக்க வேண்டும்.

ஒரு சாயங்கால நேரம். இரண்டுபேர்களுடன் சந்தைக்குப் போய்விட்டு வரும்போது நாராயணனைக் கண்டான் குஞ்ஞாதிச்சன். இடுப்பில் தொங்கிக் கிடந்த அரிவாளை உருவிக் கொண்டு வேகமாக நடந்தான். அவனது நடையில் சந்தேகம் தோன்றிய நாராயணனும் வேகமாக நடந்தான். பிறகு ஓட்டம் பிடித்தான். தந்திரமாகத் தப்பித்து எங்காவது போய் ஒளிந்து கொள்ள வேண்டும்.

“டேய், நாராயணா நில்லுடா அங்கே.”

மூச்சுவாங்க நாராயணனும் பல்லைக் கடித்தபடியே குஞ்ஞாதிச்சனும் ஓடிக்கொண்டிருந்தார்கள்.

“பொண்ணு கெடைக்கலன்னா அவ குளிக்கிற தண்ணி யிலே சொறியிலையைக் கலந்துருவியாடா நாயே?”

குதித்து விழுந்த குஞ்ஞாதிச்சனை தட்டி விலக்கினான் நாராயணன்.

“என்னெத் தொட்டே, என்ன நடக்கும்னு தெரியாது.”

“உன்னே . . .”

காலில் அடித்து கீழே விழவைத்த முயற்சி பலனளிக்க வில்லை.

“குஞ்ஞாதிச்சா, என்னடா இது?”

பின்னால் வந்துகொண்டிருந்தவர்கள் ஓடி நெருங்கினார்கள். ஒருவன், குஞ்ஞாதிச்சன் அரிவாள் வைத்திருந்த கையைப் பிடித்துக்கொண்டான்.

“உன்ன இந்த மலையிலே இனிமே நான் பாத்துடப் புடாது. உனக்கும் எனக்கும் சேந்து இங்க எடம் கெடையாது. ஒறவுக்காரனாகிப்போனே, இல்லன்னா, நாயே உன் கறித்துண்டு இப்போ மண்ணு கவ்வியிருக்கும். தெரிஞ்சிக்க.”

“என்னடா இது குஞ்ஞாதிச்சா?”

“நீங்கதான் தடுத்திட்டீங்க, இல்லேன்னா அவன . . .”

ஓடுகிற நாராயணனை எறிவதற்கு அவன் கல்லை எடுத்த போது அதையும் ஒருவன் தடுத்தான்.

அன்றிரவு சாப்பாட்டுக்குப் பிறகு குஞ்ஞாதிச்சன் அப்பா விடம் கேட்டான்:

“அப்பா, குஞ்ஞெண்ணுக்குக் கலியாணம் செய்ஞ்சி வைக்க வேணாமா?”

“அதென்னடா அப்புடிக் கேக்குறே?”

“ஒருத்தன் ஒரு சங்கதி சொன்னான். பையனுக்கு தாயோ தகப்பனோ கெடையாது. பொண்ணு கேட்டு வர்றதுக்கு சொந்தக் காரங்க யாருமில்லே. அப்பிடி யாருமே இல்லைன்னா ..?”

“யாருடா அவன்?”

“அப்பனுக்கும் தெரியும், அந்த வைத்தியன்?”

இட்டியாதி கொஞ்ச நேரம் எதுவும் பேசாமல் அமர்ந்திருந் தான். பிறகு சொன்னான்:

“குஞ்ஞாதிச்சா, நமக்கு வழமுறைன்னு ஒண்ணு இருக்கு. நாமே அதெ மீறலாமா?”

“ஆமா, இப்போ என்ன வழமுறை இருக்கு? அப்பனாலே முடியாதுன்னு சொல்லு ...”

“அதாண்டா. பழைய காலத்துலே எல்லாம் இல்லம் மாறி கலியாணம் கெடையாது. அரயன்மார் மொத்தம் நாலு இல்லக்காரங்க.”

“நாம எந்த இல்லக்காரனுங்க அப்பா?”

“ஒரு குடில்லே ரெண்டு இல்லக்காரங்க உண்டு. அப்பனும் பிள்ளைங்களும். பிள்ளைங்களோட இல்லம், அம்மையோடது. நீயும் குஞ்ஞிண்ணும் வளயில்லக்காரங்க.”

“மற்ற இல்லங்க எதுன்னு அப்பனுக்குத் தெரியுமா?”

“தெரியும். வளயில்லம், பூதானி இல்லம், மொடலக்காட் டில்லம், நெல்லிப்புள்ளியில்லம். இன்னும் ஒரு இல்லம்கூட இருந்ததா பாட்டன் சொல்லிக் கேட்டிருக்கேன். சொக்க யில்லம். வளயும் நெல்லிப்புள்ளியும் சகோதர இல்லங்க. பூதானி யும் மொடலக்காடும்கூட இதுதான். மொடலக்காட்டுக்காரங் களுக்கு வளயில்லத்துலே இருந்தும் நெல்லிப்புள்ளியில்லத்துலே இருந்தும் கலியாணம் செஞ்சிக்கிடலாம். பூதானியும் நெல்லிப் புள்ளியும் வளயும்.”

“ஊட்டுல அப்பனுக்கு எந்த உரிமையும் கெடையாதா?”

“ஊடு எப்பவுமே பொண்களோடதுதான் மவனே... இந்த ஊடு உன் பாப்பியோடது. இது எப்புடி வந்ததுன்னு எனக்குத் தெரியாது.”

“சொக்கயில்லம் என்னவா இருந்தது அப்பு?”

“பெரிய பெரிய குற்றங்களெல்லாம் செய்ஞ்சவனுங்கள சாதியிலே இருந்து நீக்கி வெப்பாங்க. அப்புடி வெளியேத்தப் பட்டவங்கதான் சொக்கயில்லக்காரங்க. இப்ப யாரு இதை யெல்லாம் பாக்குறா?”

“என்ன நடந்தாலும் சரிதான் அப்பு. நாராயணனுக்குப் பெண் கொடுக்கக்கூடாது.”

அப்பனின் பதிலை எதிர்பார்த்து இருட்டில் வாசல் மறைவில் குஞ்ஞிப்பெண்ணு மூச்சையடக்கிப்பிடித்தபடியே நின்றிருந்தாள்.

“உன்னோட மாமாவுக்கு ஆண்மக்கள் கிடையாதே? முறைக்கு நாராயணன் மட்டும்தான் இருக்கான்.”

“குலதெய்வங்களே ... இது நடக்கணும்.” குஞ்ஞிப்பெண்ணு மனமுருகப் பிரார்த்தனை செய்தாள்.

இரண்டு

"இந்த வருசம் செலவுக்கு மிச்சம் வருமாடா மாப்ளே?"

"அதென்னடா அப்புடிக் கேக்குற?"

ஆமாம். எப்போது வேண்டுமானாலும் யானை வரும். பயிரையெல்லாம் அழிக்கும். நெற்கதிர்கள் அரிசி யாக விளைவதற்கேற்ப அரயனின் மனதில் பதற்றமும் அதிகரிக்கும்.

எட்டும் பத்துமாக விரிந்து நிற்கும் நெல். சீக்கிரமே படர்ந்தேறும். காற்று வீசிவிடக்கூடாது. விலங்குகள் அழித்து விடக்கூடாது.

கொச்சுராமன் வேலிக்கட்டின் வலுவை சோதனை செய்துப் பார்த்தான். பழைய கட்டுதான். புதிதாக இருந் தாலும்கூட யானையின் மிதிக்கு தாக்குப்பிடிக்காது.

வெள்ளப்படுமொழியல்*, ஒன்றும் இரண்டும் பொது வானது. தெற்கு வடக்காக மூங்கில் நாட்டி வேறுபடுத்திய ஒரு பகுதி. கொச்சார*னுக்குத்தான் விளைச்சல் அதிகம். இருந்தாலும் அதுதான் நல்ல சோறு.

ஓங்கி வளரும் நெல்லினிடையில் மரவள்ளியும் துவரையும் இடையிடையே சோளமும் கேழ்வரகும் விதைக்கப்பட்டிருந்தன. கல்லிலும் மரக்குற்றியிலுமெல் லாம் பீச்சி*லும் பயறும். அறுவடை முடிந்தால் எல்லாம் சீக்கிரமாகவே வளர்ந்து விடும்.

---

* ஒரு வகை நெல்
* மற்றொரு வகை நெல்
* பயறு வகை

"இந்த வருஷ ஓணத்துக்கு புள்ளைங்க புத்தரிசி சாப்பிடலாமாட்டம் தெரியுது."

"ஓணத்துக்கு முடியாது, சங்கராந்திக்குத்தான். மாப்ளைக்கு என்ன அவ்வளவு அவசரம்?"

கதிர்களினூடே கவனமாக நடந்துபோய் குஞ்ஞாதிச்சன் ஒரு கல்லின் மீதேறி அமர்ந்துகொண்டான். தொப்பியை உருவி மடியில் வைத்து பாக்கையெடுத்து அரிவாளால் சுரண்டினான். புகையிலைத் துண்டைத் தட்டி உதறி முகர்ந்து பார்த்தான். புகையிலை சரியில்லை.

"மாப்ளே கொஞ்சம் போயிலை எனக்கும்."

அப்போது கொச்சுராமனும் வந்து சேர்ந்தான்.

"வெறும் சருகுதான் இருக்கு. இந்தா. வெத்தில நல்லதா இருந்தால் எனக்கும் கொஞ்சம் தா."

வெற்றிலையிட்டு உமிழ்ந்துவிட்டு தொண்டையைக் காறிய குஞ்ஞாதிச்சன் குறை சொல்லத் துவங்கினான்:

"அந்த நானாரு இருக்கானே, மகா கள்ளன். சந்தையில கெடக்குற சருகு போயிலையையும் எங்கியாவது கிடக்குற புழுத்த மத்திச் சாளையையும் அள்ளிக்கட்டிக் கொண்டு வந்துடுவான் . . ."

"ஆமா, அரயங்கிட்ட தீ விலைக்கு வித்துடலாம்லே? இப்ப ரொம்ப நாளா அந்த குஞ்ஞாம்மேத்தனக் காணவே இல்லே. செத்துப்போயிட்டானாட்டம் இருக்கும் . . ."

"இல்ல மாப்ளே, அவன் செத்துப்போனா காட்டுக்கோழி புலகுளிக்கும். இப்ப புளியம்மலையிலதான் யாவாரமாட்டம் தெரியுது."

கொச்சுராமன் எட்டித் துப்பினான். நல்ல சிவப்பு. வெற்றிலைக்கு நல்ல பக்குவம் கிடைத்திருக்கிறது. நுனி நாக்கில் இலேசாக எரிவுமிருந்தது. இடையிடையே தொண்டைக் கமறலும்.

முதல் கிருஷி முடிந்த நிலத்தின் நடுவில் ஒரு மருத மரத்தின் கீழ்தான் கஞ்சிப்புரை. மர உச்சியில் குடில்.

கொச்சுராமன் கஞ்சிப்புரைக்குள் நுழைந்து எரவாணத்தில் தொங்கவிட்டிருந்த மூங்கில் குழாயை எடுத்தான். அதிலிருந்து காய்ந்த பனம்பஞ்சையும் ஒரு துண்டு வார்ப்பு இரும்பையும் எடுத்தான். அடுப்பில் கிடந்த கரிக்கட்டைகளை ஊதிச் சாம்பலை நீக்கிவிட்டு இரண்டையும் சேர்த்து வைத்தான். அருகிலிருந்த உருண்டைக் கருங்கல்லைத் துடைத்தான். கையில் வைத்து

கசக்கிச் சூடுபடுத்திய பனம்பஞ்சை கரிக்கட்டைகளுக்கிடையே வைத்தான். பஞ்சோடு சேர்த்துப்பிடித்த இரும்புத்துண்டை கருங்கல்லில் பலமாக உரசினான். பறந்து விழுந்த தீப்பொறிகள் பஞ்சில் படர்ந்தன. அதை மெதுவாக ஊதி தீப்பிடிக்க வைத்தான். அப்போது இரண்டு மூங்கில் குழாய்கள் நிறைய தண்ணீருடன் வந்த குஞ்ஞாதிச்சன் பழைய மண் கலயத்தில் ஒரு பிடி அரிசியைக் கழுவிப்போட்டு அடுப்பில் வைத்தான்.

மரக்குடிலில் சில்லறை வேலைகள் இன்னும் பாக்கியிருந்தன.

கீறிக் காயவைத்து சுருளாகக் கட்டிய மூங்கில் பிரம்புக் கொடிகளுடன் குஞ்ஞாதிச்சன் வெளியே வந்தான். மரத்தில் சேர்த்துக்கட்டிய கல்மூங்கில் ஏணியின் பிடிகளை கத்தியின் பிடியால் தட்டிப் பார்த்துவிட்டு அவன் ஏறினான். பின்னால் கொச்சுராமனும்.

யானை எவ்வளவுதான் முயற்சி செய்து பார்த்தாலும் எட்டாத உயரம். மருத மரத்தின் கிளைகளை வெட்டியெறிந்து, பலமான மூங்கிலால் கட்டிய தாங்கல்களும் இழைகளும் சிதைத்துக்கீறிய இளம் மூங்கிலால் தட்டும் மறைவும். ஆள் உயரமுள்ள நீண்டு வளர்ந்திருக்கும் போதப்புல்லைக் கீறியெடுத்து சிறு கட்டுகளாகச் சேர்த்தடுக்கிய அடுக்கு. இரண்டு மூன்று பேர்கள் படுத்துக்கொள்ளும் அளவிலான பரண். தடுப்பை யொட்டி ஒரு ஆள் வசதியாக நின்று புழங்குவதற்கான தட்டு. அதன் ஒரு ஓரத்தில் கையில் எடுக்குமளவிலான கற்கள்.

காய்ந்துக் குலைந்த கட்டுகளை மீண்டும் முறுக்கிக் கட்டி னார்கள். சீவிப் பக்குவப்படுத்திய மூங்கில் குச்சால் கவண் செய்த கொச்சுராமன், அதன் வளையத்தை வலது கைக் குழாயில் வைத்தான். நடுவே கல்லை வைத்து மறு தலைப்பை யும் சேர்த்துப்பிடித்து சுழற்றிவிட்டான். பரவாயில்லை. எறி வாங்கும் யானையும் பன்றியும் எலும்பு உடைபடுகிற சுகத்தை அனுபவிக்கமுடியும்.

கூரிருள், மலையை அடக்கிப் பிடித்திருந்தது. அதன் பெருமூச்சுபோல் காற்று வீசியது. முற்றிய கதிர்ப் பரப்பு வேக மாக உலைந்துக்கொண்டிருந்தது. குஞ்ஞிப்பெண்ணின் மனதில் கனல் படர்ந்தெரியத் துவங்கியது. காற்றின் வேகம் அதிகரித்தால் நெற்கதிர்கள் ஒடிந்து விழும். அறுவடையாகும்போது வெறும் பதராகத்தான் இருக்கும். "தொலைஞ்சிப் போ, காற்றே, எதுக்கு இப்பிடி வீசி அழியிறே?" காற்றை அவள் சபித்தாள். காதுகளைக் கூர்மையாக்கி மரக்குடிலின் வாசலில் சாய்ந்து வெளியே இருட்டைப் பார்த்தாள். உலகம் முழுவதும் படர்ந்துகிடக்கும் கூரிருளினூடே காட்டிலிருந்து நெற்பயிரைத் தேடி வருகிற

யானைகளும் பன்றிகளும். கதிர் முற்றி வரும்வேளையில் பகல் முழுவதும் காட்டுக்கோழிகளின், கிளிகளின் தொல்லை. கண் தவறினால் தீர்ந்தது.

துப்பாக்கியை பழுதுபார்ப்பதற்காக கொல்லன் குடிலுக்குப் போன கூடப்பிறந்தவனை இன்னும் காணோம்.

நேராகக் குடிலுக்குப் போயிருப்பானாக இருக்கும். குடிக்கலாம் என்றால் துட்டுக்குப் பஞ்சம். இருட்டைக் கீறி ஏதாவது சூட்டோ தீக்கொள்ளியோ மின்னுகிறதா?

அவளுடைய கண்கள் மேற்குத் தொட்டியில் பதிந்து கிடந்தன.

கவணில் கல் வைத்து தட்டின்மீது குந்தியமர்ந்திருக்கிறான் கொச்சுராமன். அந்தச் சத்தம் எங்கிருந்து வருகிறது? யானையா, பன்றியா? கதிராகி, முற்றாத நெல்லின் ருசியை அறிந்துவிட்ட பிறகு எவ்வளவுதான் எறிபட்டாலும் சரி, யானையும் பன்றியும் அசைந்து கொடுக்காது.

இடையிடையே அவன் கொடியைப் பிடித்திழுத்தான். மேற்புறம் பாதியாகப் பிளந்து வயலின் ஓரத்தில் நாட்டப்பட்ட மூங்கில். அதில் கட்டியிருக்கும் கொடியைப் பிடித்திழுக்க வேண்டும். மூங்கிலின் பிளவுகள் ஒன்றோடொன்று மோதும்போது ஓசையெழும். இதைக் கேட்டதுமே கிளிகளும் சிறு விலங்குகளும் பயந்து ஓடிவிடும். பன்றிகள் தயக்கத்துடன் நின்றுவிட்டாவது திரும்பிப் போய்விடும். யானைகளுக்குத் தெரியும், இது ஆளை ஏமாற்றுகிற ஏற்பாடு என்பது . . .

குஞ்ஞிப்பெண்ணு குளிரில் நடுங்கத் துவங்கி நீண்ட நேரமாகிவிட்டது. கட்டியிருந்த மார்க் கச்சையால் குளிரைத் தடுத்துவிட இயலவில்லை. அகலம் குறைந்த துணி உடல் முழுவதையும் போர்த்திக்கொள்ளப் போதுமானதாக இல்லை. சுண்ணாம்புப் புரட்டிப் பிசைந்து விரலினிடையே வைத்திருந்த புகையிலைக் காம்பை அவள் ஈறுகளினூடே திருகி வைத்துக் கொண்டாள். படுப்பதற்காக பாயை விரித்தாள். ஈற்ற மூங்கிலைக் கீறி அவளாகவே நெய்தெடுத்த பாய் அது. புகைந்துகொண்டிருந்த கொட்டியை அடுப்பில் தள்ளி வைத்துவிட்டு தட்டுக்குள் நுழைந்தாள். காற்று, சோ . . . வென்று வீசிக்கொண்டிருந்தது. என்ன குளிர் . . . பற்கள் கிடுகிடுத்தன. அவள் சத்தமில்லாமல் கொச்சுராமனுடன் சேர்ந்தமர்ந்துகொண்டாள். அவனது உடலிலிருந்து காய்ந்த வேர்வையின் புளித்த வாசமெழுந்தது. துவைக்காத துணியின் வாசமும்.

“ம் . . .” அவன் இலேசாக முனகிக்கொண்டான்.

ஒட்டி அமர்ந்திருந்த குஞ்ஞிப்பெண்ணு வெறுமனே கேட்டு வைத்தாள்:

“கொல்லனத் தேடிப்போன கூடப்பிறந்தான ஏன் இன்னும் காணோம்?”

“ஏனோ, எனக்கென்ன தெரியும்? உன்னோட ஒரு கூடப் பிறந்தான்.”

பதிலில் சிறு கோபம் தொனித்தது. கட்டியவன் சிறு முன்கோபியும் பிடிவாதக்காரனும்தான். ஆகவே அவள் தாழ்ந்த குரலில் சொன்னாள்:

“ஒருவேளை துப்பாக்கிக் கெடைக்கலியோ என்னமோ?”

“ம்...”

குளிக்காத உடலில் வாசத்தை முகர்ந்தபடியே குளிர் தாங்க முடியாமல் அவனது முதுகில் மாரையும் முகத்தையும் அமிழ்த்தியபடி அவள் ஒட்டியமர்ந்துகொண்டாள். அவன் மறுக்கவில்லை. நிமிர்ந்து வசதியாக உட்கார்ந்து கொடுத்தான்.

“தூக்கம் வந்தா படுத்துத் தூங்கு?”

“நீங்க படுக்கலியா?”

“படுத்தா தூங்கிட மாட்டனா? தேவருபாறையிலேருந்து அந்த ஒத்த யானை எறங்கியிருக்கு. இந்தப் பக்கம் எங்கியாவது தான் வந்திருக்கும். உங்கூடப்பிறந்தான் கொல்லத்தியை மோப்பம் பிடிச்சிக் கிடக்கிறானாட்டம் இருக்கும். துப்பாக்கியையும் பிடிச்சிட்டு.”

“ம்... அப்புடியா? அதுக்கு... நல்ல ஒண்ணாந்தரம் அரயத்திப்பெண்ணு ஊட்டுலே இருக்கா.”

இதைச் சொல்லி ஒரு விவாதத்திற்குத் தயாராக இல்லாத கொச்சுராமன் பேசாமலிருந்து விட்டான். எட்டி உமிழ்ந்து விட்டு கொடியைப் பிடித்திழுத்தான். இருட்டில் தாளமிட் டலைந்த மூங்கிலின் ஸ்வரம் மலையோரத்தில் தவழ்ந்தது.

குஞ்ஞிப்பெண்ணின் உடல் மதர்ப்பும் சூடுமேற்ற கொச்சு ராமன் உடைகிறபோது மூங்கிலோ வேலியோ தகரும் சத்தம் கேட்டது. ஒரு நிமிடம் அசையாமல் உட்கார்ந்து கவனித்தான். கதிரைப் பிடுங்கி மண்ணைக் குடைவது யானைதானே? “யாருடா அவன்?” குதித்தெழுந்த கொச்சுராமன் அலறினான். “ஓட்றா.” பதிலுக்கு சில கம்புகள் ஒடிகிற சத்தம் கேட்டது. யானைதான் என்பது உறுதியாகத் தெரிந்துவிட்டது. அடுப்பி லிருந்து கனலுள்ள ஒரு கொள்ளியை இழுத்தெறிந்தான். கவணில்

கல்லைப் பொருத்தி கோபத்துடன் தொடர்ந்து இழுத்து விட்டுக்கொண்டிருந்தான். தொண்டை புடைக்க கெட்ட வார்த்தையுடன்.

குஞ்ஞிப்பெண்ணும் அவளால் முடிந்தவற்றை செய்தாள். மூங்கில் குழாய்களை ஒன்றோடொன்று அடித்து சத்தம் கொடுத்துக்கொண்டிருந்தாள். காறித் துப்பினாள். கூக்குர லிட்டாள்.

கல்லடி பட்டதில் வலித்ததாலோ பெண்ணின் கெட்ட வார்த்தையைக் கேட்டதாலோ தெரியாது, பதிலுக்கு யானையும் பிளிறியது.

தனது வித்தைகள் எதுவுமே பலிக்காமலானதும் கொச்சு ராமன் ஒரு இளம் மூங்கில் சூட்டை இழுத்தெடுத்து தீயில் வைத்தான். அது எதற்காக என்பது குஞ்ஞிப்பெண்ணுக்குத் தெரியும். அவள் பயந்து நடுங்கினாள்.

"இப்ப வேணாம், எனக்குப் பயமா இருக்கு . . ."

"உன்னெ இங்க வரச்சொல்லி எவண்டீ அழுதான், விலகுடீ . . ?"

அவளைத் தள்ளி விலக்கிவிட்டு கொச்சுராமன் ஏணியில் இறங்கினான்.

கொச்சுராமன் தைரியசாலி. முன்பின் பார்க்கமாட்டான். சூட்டுக்கோலுடன் யானையின் முன்னால் பாய்ந்து போய் நின்று விடுவான். கொல்வதானால் கொல்லட்டும். அவளும் இறங்கினாள்.

கையில் கிடைத்ததையெல்லாம் தன்மீது எறிந்தபடியே தீக்கொள்ளியுடன் வருகிற மனிதனைக் கண்டதும் பயந்து போன யானை வேலியைத் தகர்த்துக் காட்டுக்குள் நுழைந்தது.

யானை பிடுங்கிப்போட்ட கதிர்களைப் பார்த்தபடியே நின்றிருந்தான் இட்டியாதி. மகனும் மருமகனும் வேலியை சரிப்படுத்திக் கொண்டிருந்தார்கள்.

குஞ்ஞிப்பெண்ணு தண்ணீர் கொண்டுவருவதற்கான பாளை செய்துகொண்டிருந்தாள். தூக்குக் கட்டி வைத்துவிட்டு அப்பனிடம் அவள் சொன்னாள்:

"ஒத்த யானை போகாது. ராத்திரிக்கு அது திரும்பவும் வரும்."

சற்று நேரம் யோசித்திருந்துவிட்டு இட்டியாதி குஞ்ஞாதிச்சனையும் கொச்சுராமனையும் கஞ்சிப்புரைக்குள்

அழைத்தான். மகளிடம் தண்ணீர் கொண்டுவரச் சொன்னான். கை கால்களையும் முகத்தையும் நனைத்தான். ஏற்கனவே கொண்டு வந்து வைத்திருந்த உலர்ந்த தேங்காயை மந்திரம் ஜெபித்து மகனிடம் கொடுத்து எல்கையில் வேலியில் கொண்டு போய் கட்டி வைக்கச் சொன்னான். மீண்டும் யாரையோ மனதில் தியானித்துவிட்டு நாட்டுத் துப்பாக்கியை எடுத்து மருமகனிடம் நீட்டினான்.

"வம்பு பண்ணா சுட்டுடு."

துப்பாக்கி கிடைத்ததும் கொச்சுராமனின் முகம் பிரகாச மடைந்தது. இட்டியாதியும் சிரித்தான். கிழவனின் காதில் கிடந்த சுற்றுக் கம்பிக் கடுக்கன் பளபளப்பதுபோலிருந்தது.

நெல்லைப் பார்த்துவிட்டால் போதும். அதைத் தின்று முடிக்காமல் யானை போகாது. கொச்சுராமனால் பயிரைக் காப்பாற்றிவிட முடியும். குஞ்ஞாதிச்சனைப்போல் அவன் சோம்பேறியல்ல. வேனிற்காலம் வரும்போது கஞ்சிப்புரையைத் தரை தட்டி வீடு கட்டவேண்டும். சுறுசுறுப்பாக வேலை செய்யும் மகளும் அவளுடைய கணவனும் இங்கே குடியிருக்க வேண்டும். அதிகமாக மரங்களெதுவுமில்லாத மூங்கில் காடு. நல்ல மண்ணும் மேற்கு ஓடையில் வற்றாத தண்ணீரும் கிடைக்கும். காட்டைத் திருத்திய நாட்களில் ஓய்வாக உட்கார்ந்திருக்கும்போது இட்டியாதி சொன்னான்:

"இது எங்குஞ்ஞெண்ணுக்கும் பையனுக்கும்."

குஞ்ஞாதிச்சனுக்கும் பாப்பிக்கும் அந்த முறை விவசாயத் தில் ஆர்வம் இல்லாமல் போனது. ஒத்தை யானையுடனான விளையாட்டில் எச்சரிக்கை வேண்டும். அவன் நாட்டிலிருந்து காட்டுக்கு வந்தவன். குஞ்ஞாதிச்சன் மைத்துனனுக்கு நினைவு படுத்தினான்.

"இங்கே இரண்டு ஒத்த யானையிருக்கு மாப்ளே. நானும் அதுவும், கூட உன்னோட கூடப்பிறந்தாள் இருக்காளே? நான் கீழ இறங்கினா போதும். உடனே ஓடிவந்து என்னைப் பிடிச்சிடுவா."

கொச்சுராமன் தனியாகவே போருக்குத் தயாரானான். ஆனைத்தாரையின் உயரத்தில் காட்டுக்கொடிகள் சுற்றிப் பிணைந்து கிடக்கிற மரக்கிளையொன்றை பலமான ஞதம்புக் கொடியால் இழுத்துக் கட்டிவைத்து சுற்றிக்கிடந்த கொடி களை வெட்டியெறிந்தான். கிளையை வெட்டி சமப்படுத்தினான். இழுத்துக்கட்டிய கொடியை வெட்டிவிட்டால் ஒடிந்துவிழும். ஒரு ஆளால் தூக்க முடிந்த இரண்டு மருத மரத்தடிகளின்

நடுவே மூங்கில் கொடியின் இருமுனைகளையும் கட்டி வைத்தான். இரவாகும்போது தடியின் இரு முனைகளிலும் தீ வைக்கவேண்டும்.

ஒருநாளிரவு, குஞ்ஞிப்பெண்ணு சந்தேகத்துடன் கேட்டாள்:

“இது எதுக்கு?”

“ஆங் . . ? உங்கழுத்துலே மாட்ட.”

“நான் செத்துப் போயிட மாட்டனா?”

“போயேன். எனக்கு வேற பொண்ணா கெடைக்காது?”

"ம் . . . என் இறைச்சிக்கு நல்ல ருசியிருக்கும். நெய் இருக்குமே."

"அப்புடியா ?"

குஞ்ஞிப்பெண்ணு சிரித்தாள். வெறுமனே பேச்சுக்குச் சொன்னதுதான். அந்தக் கள்ளப் பார்வையையும் சிரிப்பையும் பார்த்தாலே தெரியும். அவனுடைய நெஞ்சு பதைபதைப்பது. எவ்வளவு பிரச்சினைகளுக்குப் பிறகு ஆசைப்பட்டது கிடைத் திருக்கிறது. உதாசீனம் செய்துவிட முடியுமா?

"எடியே, கிட்ட நெருங்கி உக்காருடீ. நீ மட்டும் எனக்குக் கெடைக்காம இருந்திருந்தா . . ?"

"இருந்திருந்தா நான் எப்பவோ மண்ணுக்குள்ள போயி ருப்பேன்."

"பேசாம இருக்கமாட்டியா, நீ ?"

இப்படியெல்லாம் பேசுவது அவனுக்குப் பிடிக்காது. தொடர்ந்து பெண்ணின் கொஞ்சல் சிரிப்பும் ஆணின் உற்சாகக் குரலும். இரவுக்கு ஆயுள் குறைந்து போதையேறிக்கொண்டிருந்தது.

"நான் வரலேன்னா, இதெல்லாம் இப்புடி முடியுமா?"

"நான் சும்மா சொன்னேன். வரலேன்னா என்ன? நான் தூக்கிட்டு வந்திருப்பேன்."

"எனக்குத் தெரியும்."

விளைந்துகொண்டிருந்த வயல்களில் எந்நேரமும் கிளி களின் காட்டுக்கோழிகளின் தொல்லைதான். சத்தம் கொடுத்தும் விரட்டியும் குஞ்ஞிப்பெண்ணு தளர்ந்து போனாள். வேறு என்னென்ன வேலைகளெல்லாம் இருக்கின்றன? எல்லாவற்றை யும் செய்து முடித்து முதுகைக் கொஞ்சம் சாய்க்க நினைக்கும் போது கஞ்சி வைக்கிற நேரமாகிவிடும். கலயத்தில் ஒரு பிடி சோறிருந்தால் அதைக் கட்டியவனுக்கு ஊற்றுவாள். ஆனால், அவன் சம்மதிக்க வேண்டுமே?

"உன் தந்திரமெல்லாம் எனக்குத் தெரியும்டீ. கலயத்தைக் கொண்டு வா, பாக்கலாம்."

இருப்பதை ஒன்றாக.

கோடைப் பனியும் சாரல் மழையும். வயலோரம். குளிர்ந்து நடுங்குகிற ராப்பொழுது. முற்றிய கதிர்கள் காற்றில் உலைந்து கொண்டிருந்தன. ஒற்றை யானையொன்று வேலியை மிதித்துத் தகர்த்தது. பாளைக்காதுகள் அசையும் சத்தத்தைக் கேட்டு

கொச்சுராமன் தட்டில் ஏறினான். தொடர்ந்து வந்துகொண் டிருக்கும் கல்லெறியில் யானைக்குக் கோபம் வந்தது. அது மரக்குடிலின்கீழ் வந்து நின்றது. கஞ்சிப்புரையைத் தட்டி எறிந்து விட்டுப் பிளிறியது. "வாடா ..." மரக்குடில் பயங்கரமாகக் குலுங்கியது. குஞ்ஞிப்பெண்ணு பயந்து நடுங்கினாள். அழ ஆரம்பித்த அவளது வாயை இறுகப் பொத்திய கொச்சுராமன் மெதுவாகச் சொன்னான்: "மூச்சு விட்டுடாதே. பலமாகப் பிடிச்சுட்டு உக்காந்துக்கோ. அந்த ஒத்தை யானைதான் ..."

மரத்தை முட்டிச் சாய்த்து விடுவதற்கு யானை முயற்சி செய்துகொண்டிருந்தது. பொருட்கள் கீழே விழுந்தன. இதனிடம் எச்சரிக்கையாகத்தான் மோத வேண்டும். கொச்சுராமன் தீக் கொள்ளிகளை கீழே போட்டான். அந்த வெளிச்சத்தில் யானை அடுப்பு இருந்த பகுதியில் எதையோ தேடுவது நன்றாகத் தெரிந்தது. இரு முனைகளிலும் தீப்பிடித்திருந்த தடிகளை உருட்டி யானையின்மீது போட்டான். மலையோரம் தகரும் படியாக அது அலறியது. தீக்கனல் பட்டதும் அந்த ஒற்றை யானை எதிரில் கண்டதையெல்லாம் தட்டித் தகர்த்தெறிந்தது.

தோட்டாக்கள் நிரப்பிய துப்பாக்கியும் அரிவாளுமாக கொச்சுராமன் மெல்ல இறங்கினான். கோபத்துடன் காட்டுக்குள் நுழையும்போது வெட்டி நிரப்பியிருந்த மரக்கிளையின் கட்டையை யானை முறித்துப்போட்டது. அது ஒடிந்து விழுந்த போது தப்பிக்க முடியாமல் சிக்கிக்கொண்டு மீண்டும் அலறியது. கொச்சுராமன் கூவினான்.

"பொன்னுத் தம்புரானோட ஆள்னு சொல்லி இனியும் வந்தேன்னா உன்ன நாங்கொல்லுவேன்."

குஞ்ஞிப்பெண்ணு பயந்தபடியே சத்தம் கேட்காமல் நின்று நடுங்கிக்கொண்டிருந்தாள். கொச்சுராமன் அவளது தோளில் கை வைத்தான். அவள் அவனைச் சுற்றிப்பிடித்தபடியே தேம்பினாள்.

"இப்ப என்னடி நடந்து போச்சு?"

"நான் பயந்துட்டேன்."

"இனி அவனோட அம்மைட்டதான் அவன் பிண்டம் காட்டணும்."

"ஒத்த யானைக்குச் சூடுபோட்டு விட்டுட்டீங்களே? இனி மேல் கவனமாதான் இருக்கணும்."

"ஆமா, உங்கப்பன்கிட்டே சொல்லி தேங்காயை மந்திரிச்சி இடுப்புலே கட்டிவிடச் சொல்லு."

யானை வராத நேரங்களில் பன்றி. சிலநேரங்களில் கூட்ட மாக வரும். பாறையின்மீதும் மரத்தில் கட்டிய தட்டிலும் தோட்டாக்கள் நிரப்பிய துப்பாக்கியுடன் கொச்சுராமன் காவலிருப்பான். மரக்குடிலினுள் இருட்டையே பார்த்தபடி குஞ்ஞிப்பெண்ணும் அமர்ந்திருப்பாள்.

நிலவு அஸ்தமித்த பிறகுதான் காட்டுப் பன்றிகள் வரும். சில நேரங்களில் தோட்டா பாய்ந்து கீழே விழும்போது சீறிப் பாயும். ஒன்று கிடைத்தால்? குஞ்ஞிப்பெண்ணின் வாயில் நீரூறியது. தன்னுடைய ஆசையை கொச்சுராமனிடம் அவள் பலதடவை சொல்லியுமிருக்கிறாள். ஒன்றைக் கொன்று விட்டுத் தான் அடுத்த வேலை. கொச்சுராமன் மனதில் உறுதி செய்து கொண்டான்.

இரண்டு விரற்கிடை மருந்தையும் ஒரு கருவையும் அதிகமாக வைத்து துப்பாக்கியை நிரப்பிவிட்டு கொச்சுராமன் காத்திருக்கத் துவங்கினான். நாட்கள் பல கடந்தன. குஞ்ஞிப்பெண்ணுக்கும் சலித்தது.

மூடிப்போர்த்திப் படுத்திருந்த குஞ்ஞிப்பெண்ணு திடுக் கிட்டு விழித்தாள். இடி இடித்ததுபோன்ற வெடிச் சத்தம். சிறிது நேரம் கழிந்ததும் காட்டுக்குள்ளிருந்து ஒரு அழைப்பு:

"குஞ்ஞெண்ணே, சூட்டுக்கொண்டு வாடியோவ்."

பன்றி கிடைத்திருக்கிறது. அவள் தனக்குள் சிரித்துக்கொண் டாள். ஈற்றையை வேகமாக எரிய வைத்து ஏணியில் இறங்கி னாள். ஒரு இளம்பன்றி. அப்போதும் அது துடித்துக்கொண் டிருந்தது.

கொச்சுராமன், தீயை மூட்டி, பன்றியைச் சுட்டான். கத்தி யால் தோலைச் சுரண்டி வெட்டிப் பிளந்து துண்டுகளாக்கி னான். மூதாதையர்களுக்கு நேர்ச்சையாக கழுத்தும் ஈரலும். ஒரு பங்கு உறவினர்களுக்கு. நல்ல துண்டுகளாகப் பார்த்து அடுப்பின்மீது மூங்கில்தட்டில் பரப்பி வைத்தான்.

உப்புப் புரட்டிய இறைச்சித் துண்டுகளை ஈற்றயில் கோர்த்துத் தீயிலிட்டான். இறைச்சி கருகுகிற நெய் வாசம். இரண்டு பேருடைய நாசிகளும் விரிந்தன. வாயில் நீரூறியது. ஒரு துண்டை சூட்டுடன் கடித்திழுத்தபடியே மனைவியைப் பார்த்தான். தீ படர்ந்தெரியும் போது அவளது கண்களில் நல்ல பிரகாசம். அபூர்வமாக சில நிமிடங்கள்தான் அது தெரியும்.

உலர்ந்த உப்புக்கண்டத்தை குட்டுப்பாளையிலிட்டு சிரட்டையால் அதன் வாயை மூடிக்கட்டினான். ஆசையாக இருக்கும்போது ஒன்றை எடுத்து அடுப்பிலிட்டு சூடாக்கிக்

கடித்துத் தின்னலாம். விருந்தினர் யாராவது வந்தால் நீரிலிட்டு குளிரவைத்து குழம்பு வைக்கலாம். அறுவடைக்கான அரிவாளைக் காய்ச்சியெடுக்க வேண்டும். கொச்சுராமன் குஞ்ஞாதிச்சனுடன் கொல்லனின் குடிலுக்குப் போனான். குஞ்ஞிப்பெண்ணும் பாப்பியும் புரையையும் திண்ணையையும் சாணியும் கரியும் சேர்த்து மெழுகினார்கள். கூட்டிப் பெருக்கி சுத்தம் செய்தார்கள். புரை நிறைப்பதற்கான ஏற்பாடுகள்.

தன்னை சுத்தம் செய்துகொண்ட இட்டியாதி குளித்து ஈர உடையுடனிருந்தான். கூடவே மகனும் மகளும் மருமகனும். பாப்பி புரை நிறைப்பதற்காகக் காத்திருந்தாள். அவளுடைய புரைதான் நிறையப்போகிறது.

உழத் துவங்கிய நாளில், விதை நெல்லை ஜெபித்து உழுது பக்குவப்படுத்திய விளை நிலத்தில் தகுந்த வித்தைப் பாவியது இட்டியாதிதான். தானிய தேவதை. சூரிய சந்திராதிகளை மனதில் வருத்தி கிழக்குப் பக்கமாகத் பார்த்துத் திரும்பி நின்றபடி ஒருபிடி கதிர்களைப் பிடித்தான். அறுத்தெடுக்கும் குற்றத்தைப் பொறுத்தருளச் சொல்லி பிரார்த்தனையுடன் ஒவ்வொரு பிடியாக அறுத்துக் கற்றையாகக் கட்டினான். மீதியை வாரிசுகளிடம் அறுக்கச் சொல்லிவிட்டு கற்றையைத் தலையில் சுமந்தபடி புரையை நோக்கி நடந்தான்.

புரைக்குள் மருமகன் நுனியிலை வைத்து விளக்குமாக எதிர்பார்த்திருந்தான். நெற்கற்றையை நுனியிலையில் வைத்தான் இட்டியாதி. அரைத்து வைத்திருந்த சந்தனத்தை அதில் பூசி உத்திரத்தில் கட்டித் தூக்கினான். புரை நிறைந்தது.

திண்ணையில் சுருட்டுகள் குவிந்தன. பெண்களுக்கு எலும்பு ஒடியுமளவு வேலைகளிருந்தன. மிதித்து சூடடித்து, புடைத்து, கதிரும் பதரும் நீக்கி, அவித்து, குத்தி, அரிசியாக்க வேண்டும். புத்தரிசியைப் பொங்கிச் சாப்பிடுவதற்கு முன் மணிஅரிசியைக் கூட கொறிக்கக்கூட முடியாது. மனம் நிறைய புத்தரிசிச் சோற்றின் மணம் பரவி நின்றது. அதற்கு இன்னும் எத்தனை நாட்களிருக் கின்றன ?

முற்றத்திலிருந்த அடுப்பில் மண்பானை சுட்டுப் பழுத்தது. கொதிக்க வைத்து ஆறிய நீரை வடித்தெடுத்து விட்டு நெல்லை மூங்கில் நாளியால் அளந்து கலயத்திலிட்ட இட்டியாதி அதை வறுக்கத் துவங்கினான். நெல் படபடவென்று வெடிக்கத் துவங்கியது. குஞ்ஞிப்பெண்ணு அதை ஒரு சிறிய முறத்தில் சாய்த்தெடுத்து உரலில் இட்டாள். குஞ்ஞாதிச்சனும் கொச்சுராம னும் ஓங்கி இடிக்கத் துவங்கினார்கள். வறுத்த நெல் உடைபடுகிற மெல்லிய ஓசையும் புதுவாசமும். இடித்தெடுத்த அவலை

முறத்தில் நடுவிலும் நான்கு மூலைகளிலும் அள்ளி வைத்தார்கள். சூடு ஆறிய பிறகு பிசைந்து கட்டைகளை உடைத்தும் புடைத்தும் உமியையும் தவிடையும் நீக்க வேண்டும்.

புத்தரிசி விருந்திற்கு இட்டியாதியின் உறவிலுள்ள இரண்டு மூன்று பேர்கள் குழந்தைகளுடன் வந்திருந்தார்கள். சாயங் காலம், இட்டியாதி குளித்து விட்டு வந்தான்.

புதுநெல்லரிசியில் வைத்தக் கஞ்சி, சோறு, பூசணிக்காய் எரிசேரி, பயறுத்துவரன். தீக்கனலில் வாட்டிய இலையை முறத்தில் வைத்து அதில் வைத்தார்கள். தேங்காய்த் துருவல், சர்க்கரைத் துருவல், அரைவிளைச்சல் மிளகு, நறுக்கிய வெங்காயம், சீரகம் எல்லாவற்றையும் சேர்த்துக் குழைத்து அதன் ஒருபிடியை நுனியிலையில், விளக்கின் பக்கத்தில் வைத்தார்கள். முன்னோர்களுக்கு.

முற வடிவத்தில் முடைந்தெடுத்த சிறு ஓலைப்பெட்டி ஒவ்வொன்றிலும் கொஞ்சம் அவலை வைத்து ஒவ்வொருவருக் கும் கொடுத்தார்கள். புத்தரிசிக் கஞ்சியைக் கோரிக் குடிப்பதற் காக கூம்புபோல் வளைத்த பலா இலைகள். தொடர்ந்து, சோறும் குழம்பு வகைகளும்.

புத்தரிசி விருந்திற்கு உறவினர்களை அழைக்கவில்லை யென்றாலும்கூட பக்கத்து வீட்டுக்காரர்கள் இருந்தால் அவர் களை அழைத்து விடவேண்டும். புத்தரிசி விருந்தை இரவில் நடத்துவதற்கான விசேஷ காரணங்களெல்லாம் எதுவும் கிடையாது.

அவல் தின்று ஆசை தீராத குஞ்ஞிப்பெண்ணு விரல்களை நக்கினாள். அதைப் பார்த்துகொண்டு நின்றிருந்த பாப்பி வாய்விட்டுச் சிரித்தாள். அதில் சிறு அதிகாரத்துடனான பார்வையும். வீடு பாப்பியுடையதல்லவா? கோபத்தால் குஞ்ஞிப் பெண்ணின் முகம் சிவந்தது. இதைக் கவனிக்காத கொச்சுராமன், ஒரு நுள்ளு அவலை மனைவியின் வாயில் வைத்துக் கொடுத்தான்.

பாப்பியின் மனம் புகையத் துவங்கியது. குஞ்ஞாதிச்சன் அவளை ஒரு தடவைகூட அன்பாகப் பார்த்தது கிடையாது. எடுத்ததற்கெல்லாம் எடியே என்றொரு சத்தம் மட்டும்தான். கொச்சுராமன் சகோதரனுக்கு நாத்தனாரின் வாசம் இல்லை யென்றால் அவ்வளவுதான். அவள் அப்படியெல்லாம் நினைத்துக் கொண்டிருக்கும்போது குஞ்ஞிப்பெண்ணின் சிரிப்புச் சத்தம் கேட்டது.

புத்தரிசி விருந்து முடிந்த மறுநாள். அவல் புடைக்கும் போது கிடைத்த தவிடை குஞ்ஞிப்பெண்ணு திருடித் தின்றாள்.

ஒளிந்து நின்று பார்த்த பாப்பிக்கு அசூயை தோன்றியது. நாத்தனாரின் வயிறு இலேசாக புடைத்திருந்தது. அது தவிடைத் திருடித் தின்றதால் ஏற்பட்டதல்ல. பாப்பி தன்னையுமறியாமல் அடி வயிற்றில் கை வைத்தாள். அது அடைபோல் ஒட்டிக் கிடந்தது.

மூன்று

புரை கட்டவேண்டும். தோட்டம் முழுவதும் மிளகுக்கொடி போட வேண்டும். ஆனால் நிலத்தை இன்னும் பாகம் பிரிக்கவில்லை. கொச்சுராமன் ஆசை களை மனதில் ஒதுக்கி வைத்துக்கொண்டிருந்தான்.

வயற்காட்டில் வெயிலில் நின்று வேலை செய்து தளரும்போது அவன் ஏதாவது மரநிழலில் சாய்ந்தமர்ந்து கொண்டு மனைவியை அழைப்பான். வெற்றிலையை அவள் மடித்துத் தந்தால்தான் அதற்கொரு சுவாரஸ்ய மிருக்கும். அப்படி மடித்துக் கொடுத்துவிட்டு அவனுடன் ஒட்டி உட்கார்ந்துகொள்வது அவளுக்கு மிகவும் பிடிக்கும். சற்றுத் தூரத்தில் தனியாக உட்கார்ந்து இதைக் கவனிக்கும் பாப்பி வருத்தத்துடன் மனதில் நினைத்துக்கொள்ளுவாள்: குஞ்ஞாதிச்சனுக்கு இதெல்லாம் ஒன்றுமே தெரியாது.

“இப்புடி சலிச்சுப்போய் உக்காந்திருந்தா வேலை தீருமா?”

“வெயில்லே கிடந்து நீ கறுக்குறது தெரியுதா?”

“இது நல்ல கூத்து. நான் வெயிலுபடாம வாழ முடியுமா? நமக்கு புரை கட்ட வேணாமா? எவ்வளவு காலம்தான் அப்பன் ஊட்டுல இருக்குறது?”

“ம்...” கொச்சுராமன் முனகி வைத்துவிட்டு ஏதோ சுலோகத்தை முணுமுணுத்தான்.

உழவும் நடவுமெல்லாம் முடிந்தபிறகு ஒருநாள் சாயங்காலம் எல்லோருமே வீட்டிலிருந்தார்கள். இட்டியாதி, கொச்சுராமனை பக்கத்தில் கூப்பிட்டுச் சொன்னான்:

"பையா, தெருக்காடு உங்களுக்குத்தான். ஆனை வரமுடியாத ஒரு எடத்துலே புரை கட்டணும்."

குஞ்ஞாதிச்சன் எதிர்ப்பெதுவும் சொல்லவில்லை. பாப்பிக்கு இதில் எதிர்ப்பிருக்கும் என்பது குஞ்ஞிப்பெண்ணுக்குத் தெரியும். பாப்பிதான் குடும்பத் தலைவி. கொச்சுராமனுக்கென்று ஒரு வீடிருந்தால்தானே தானும் தலைவியாக முடியும்? ஒரு குடில் கட்டுவதற்கான எந்த ஆர்வமும் கொச்சுராமனிடமில்லை. ஆசை வைத்த ஆண் திறமையானவன்தான். அவனே கிடைக்கவும் செய்தான். இருந்தாலும் பிறந்த வீட்டிலேயே இருந்து விடுவதில் குஞ்ஞிப்பெண்ணுக்கு விருப்பமில்லை.

யாரும் எதுவும் பேசவில்லை. குடும்பம் பிரிகிற வருத்தம் யாருடைய மனதிலுமில்லை. இன்றுபோல் நாளைக்கும் இருக்க வேண்டும் என்ற எண்ணத்துடன் குஞ்ஞிப்பெண்ணு தான் நாவை அசைத்தாள்:

"கூடப்பிறந்தானே, எடத்தை நமக்கு ரெண்டாக பாகம் வைக்கலாம்."

"ஆமா, உன்னோட உத்தரவுக்காகத்தான் நான் காத்திருக்கேன். போவியா? வேணும்னா அங்கே கெடந்து வேலை செய்து சாப்பிடு. எனக்கு தெருவுக்காடும் வேணாம், எருமைக்காடும் வேணாம்."

"அதென்ன, நமக்கு எடம் வேணாமா?" பாப்பி இடையில் புகுந்து சொன்னாள்.

"நீ பேசாம போயிடு, அந்தப் பக்கம். வேணாம்னு சொன்னா வேணாம்தான்."

குஞ்ஞாதிச்சன் வெளியே இறங்கினான். பாப்பி உள்ளே போனாள். கொச்சுராமன், இட்டியாதியிடம் சொன்னான்:

"இல்லே, மச்சினனுக்கு எம்மேல ஏதோ கோபமாட்டம் தெரியிது. நான் வேற எங்கியாவது போயிடுறேன். பொண்ணு வீட்டுலே எடம் வாங்குறது சரியில்லே. இவ வர்றதானா வரட்டும். எனக்குப் போகணும்."

"இல்லே, நான் வரமாட்டேன்." குஞ்ஞிப்பெண்ணு தீர்மானமாகச் சொன்னாள்.

இட்டியாதி ரொம்ப நேரம் சிந்தித்தான். எப்போதுமே, மண்ணும் பெண்ணும்தான் கலகங்களுக்குக் காரணமாக இருக்கின்றன. அதற்கான வழியை நாமே உருவாக்கியும் வைத்து விட்டோம். வீடும் குடும்பமுமில்லாத ஒரு தன்னந் தனியனுக்கு மகளைக் கொடுத்துவிட்டோம். மகனின் பிடிவாதத்திற்கு

இணங்கியும் மகளை வேதனைப்படுத்த வேண்டாமென்ற எண்ணத்திலும். அது தவறாகப் போய்விட்டதோ?"

மகனுக்கும் மருமகனுக்கும் மண்ணின் காரணமாக சச்சரவு வந்துவிடக்கூடாது – இட்டியாதி மனதிற்குள் முடிவு செய்தான்.

மறுநாள் இரண்டுபேரையும் அழைத்து விவசாய நிலத்தை இரண்டாகப் பாகம் வைத்தான். கஞ்சிப் புரையும் மரக்குடிலுமுள்ள மேல் பகுதி கொச்சுராமனுக்கு. வேண்டுமென்றால் பக்கத்திலிருக்கும் காட்டை வெட்டித் திருத்திக்கொள்ளலாம்.

கிழக்கில் வெள்ளி முளைக்கும்போது, கஞ்சிப்பாளையும் தீட்டிக் கூர்மைப்படுத்திய கத்தியுமாக குஞ்ஞிப்பெண்ணு முன்னால் நடப்பாள். அவளுக்கு பிடிவாதம் அதிகம். நான்கு கைகளும் அதே அளவில் நாக்குகளுமிருப்பதாகத் தோன்றும்.

கொச்சுராமன் ஒரு சிறு குடில் கட்டுவதற்கான வேலைகளைத் துவங்கினான். காட்டுக் கற்களைக் கொண்டு வந்து தளம் அமைத்தான். வேலை அழகாக அமைவதாகச் சொன்னாள் குஞ்ஞிப்பெண்ணு.

கோணல்களில்லாத, செதுக்கியெடுத்த சிறு தடிகள். கம்புகள் பிணைத்த கல்மூங்கில்களும் இளம் மூங்கில்களும். போதப் புற்களை வெட்டி மூடிக்கட்டி கூரை வேய்வதற்காக அடுக்கி வைத்திருந்தான்.

குஞ்ஞாதிச்சனும் வேறு இரண்டு மூன்றுபேர்களும் வந்து இரண்டு நாட்கள் உதவி செய்தார்கள். முகட்டுத் தடி ஏறியது. கழிக்கோல் விரித்து புல் வேயப்பட்டது. தரையைப் பலப்படுத்தி மெழுகினார்கள். இனி மறைத்துக் கட்டவேண்டும்.

குஞ்ஞிப்பெண்ணின் மனதில் ஒற்றை அறையும் சமையல் கட்டுமுள்ள ஒரு சிறு குடில்தான் இருந்தது. கொச்சுராமன் மீண்டும் மூங்கில்களும் தடிகளும் கொண்டு வந்தான். மூங்கில்களை சிதைத்துக் கீறி காய வைத்திருந்தான். இரண்டு வீடுகளுக்கான மறைவு கட்டும் அளவுக்கு.

"இது எதுக்கு இவ்வளவு கம்பும் மூங்கிலும்?"

"பாத்துட்டே இருடீ, ஊடு போடுறவன், இந்த கொச்சுராமனாக்கும்."

உத்திரத்திலிருந்து நெடுகவும் குறுக்காகவும் கம்புகளையும் மூங்கில்களையும் கட்டி உறுதிப்படுத்தி, சிதைத்துக் கீறிய இல்லித்தைகளை அதில் சேர்த்து நிரப்பினான். இடையிடையே அள்ளிப்போட்டு வேய்ந்த மருகிலைப் பரண். கிழங்கும் நெல்லும் போட்டு வைக்கலாம். அடுப்பின்மீது உயரத்தில் அகலமும்

நீளமுமுள்ள தட்டு. உத்தரத்தின்கீழ், தரையில் நேர்ப் பகுதியாகக் கீறப்பட்ட மூங்கில்கள். இடையிடையே குற்றிகள். வளைவற்ற மூங்கில்கள். அதன்மீது உலர்ந்த மூங்கில் பரண். இருபுறமும் பாத்திபோன்ற மூங்கிலின் உள்ளே செலுத்தி காற்றும் வெளிச்ச மும் வருவதற்கான கதவுகளும் இரண்டு அறைகளும் சமையலறை யும். வேலைகளை முடித்த கொச்சுராமன் அதில் அங்குமிங்கு மாக நடந்து பார்த்தான்.

“குஞ்ஞெண்ணே எப்புடி இருக்குடீ?”

“ஹா ... நல்ல அழகா இருக்கு. உக்காந்து பாத்தா உள்ளும் புறமும் நல்லாத் தெரியும்.”

அறையின் ஒரு பகுதியில் உயரம் குறைந்த பரண். ஏற்கனவே சிதைத்து உலர வைத்து தூசு நீக்கி சுருட்டி வைக்கப்பட்டிருந்த அரயானி* தோலை பரணில் விரித்துப்போட்டான். அதில் படுப்பதற்கான பாயும். சிரித்தபடியே மனைவியைக் கூப்பிட் டான் கொச்சுராமன்:

“சரி, இனி என்னோட அரயத்தி வந்து படுத்துக்கலாம்.”

“ஆமா ... இந்தப் பட்டப் பகல் நேரத்தில.”

“அந்த வாசல மட்டும் அடைச்சுட்டா இதுக்குள்ளே ஆளிருக்குறதா வெளியிலிருக்குற யாருக்குடீ தெரியப்போவுது? கட்டுனவன் இந்தக் கொச்சுராமன்டீ. உங்கூடப்பிறந்தவன் சொன்னானே, கொச்சுராமனுக்கு வேலை செய்யத் தெரியா துன்னு. வந்து பாக்கச் சொல்லுடீ அவனை.”

“இவ்வளவு அழகான ஒரு நல்ல ஊட்டை இந்த மலை யிலே யாரு கட்டியிருக்கா?”

“அடியே, உள்ள நீ துணியில்லாம இருந்தா வெளியே நிக்கிற யாருக்கும் தெரியக்கூடாது.”

“கொச்சுராமன் அண்ணன் ஊடு கட்டியிருக்குறதைப் பாத்தீங்களா? காத்துகூட உள்ள போக முடியாது. படுக்கறதுக் கான தட்டுமிருக்கு.”

“ஆமா, அது எவ்வளவு கஷ்டப்பட்டு கட்டுனது?”

இப்படியாக பலர் பலவிதமாகப் பேசினார்கள். குஞ்ஞிப் பெண்ணுக்குத் திருப்தியேற்படவில்லை. தட்டு முட்டு சாமான் களில் குட்டையையும் பெட்டியையுமெல்லாம் முடைந்து விடலாம். பாத்திரங்கள் வேண்டுமல்லவா? அதை வாங்குவதற்குப்

---

* உறுதியற்ற ஒரு வகை மரம்

பணம் வேண்டும். பணம் எங்கிருந்து கிடைக்கும்? இரவுச் சாப்பாட்டை இலையில் எடுத்து வைத்துவிட்டு கணவனின் பக்கத்தில் வந்தமர்ந்து கொண்டாள் அவள்.

"இப்ப தெள்ளி*க்கும் தேனுக்கும் நல்ல விலை கெடைக்குது போல?"

"கொஞ்சம் கெடைக்குது. ஏன் கேக்குற?"

"அப்பனோட ஊட்டுக்குள்ளே ரெண்டு குட்டப்பாளை நெறைய தெள்ளி இருக்கு. சட்டியோ கலயமோ வாங்கலாமே?"

"நான் விசாரிக்குறேன். யாருக்காவது வேணுமான்னு."

"சும்மா இருக்குற நேரத்துலே காட்டுக்குப் போனா ஏதாவது கொஞ்சம் புளிஞ்சக்கொட்டை* கிடைக்கும். மொளகு காய்க்கிறதுக்கு இன்னும் இரண்டு வருசமாவது ஆகும்."

"எப்புடியாவது வாங்க முடியுமான்னு பாக்குறேன்."

கொச்சுராமன் எங்கே போகிறான் என்று குஞ்ஞிப் பெண்ணுக்குத் தெரியவில்லை. இருட்டிய பிறகு திரும்பி வருவான். ஒன்றிரண்டாக சில மண் பாத்திரங்களுடன் வருவான். குஞ்ஞிப்பெண்ணு அதைக் குடிலுக்குக் கொண்டு வந்து சேர்ப்பாள்.

மகளின் உற்சாகம் அதிகரிப்பதற்கேற்ப இட்டியாதி பேச்சைக் குறைத்துக்கொண்டான். மகள் சீக்கிரமாகவே தனது வீட்டிற்குப் போய் விடுவாள். அவள் கைகளால் பரிமாறித் தந்தால்தான் சாப்பாடு ருசிக்கும். ஆனால் தனது குடும்பத்தின் தலைவி மருமகள்தான். பாப்பிக்குக் குசும்பும் குஞ்ஞிப்பெண்ணுக்கு வீம்பும் ரொம்பவும் அதிகம். சிறுத்தைகள் இரண்டும் மோதிக் கொள்ளாமல் இவ்வளவு காலமும் எப்படியோ கழிந்துவிட்டது.

"நீ அங்கியே போயிட்டா எப்புடி குஞ்ஞெண்ணே? ஆணாகப்பட்டவன் எப்பவுமே இருட்டுற நேரத்துலே ஊட்டு லேயே இருந்துட முடியுமா? போதாததுக்கு வைத்தியனும்கூட. யாராவது வந்து கூப்பிடுவானுங்க."

"எனக்கொண்ணும் பயமில்லே அப்பா..."

"குளி மாறிப் போயிட்ட பொண்ணுக்கு ஒரு தொணை வேணாமா?"

---

* ஒரு வகை பிசின்
* ஒரு வகை உணவு

நாராயண் 🌀 55 🌀

குஞ்ஞிப்பெண்ணுக்கு இந்த விஷயம் நினைவுக்கு வர வில்லை. ஏதாவது நடக்கக்கூடாதது நடந்து விட்டால்...? கணவனும் சின்ன வயது. இல்லாவிட்டாலும் இதுபோன்ற பெண்களின் விஷயங்களில் ஆணாகப்பட்டவன் என்ன செய்து விட முடியும்?

சின்ன அரயத்தி

தான் சொன்னதை மகள் கவனத்தில் எடுத்துக்கொண்டதைக் கண்டதும் இட்டியாதி தொடர்ந்து சொன்னான்:

"இனி பேறும் பெறப்புமெல்லாம் முடிஞ்சிப் போனா போதும். ஒண்ணு கிடக்க ஒண்ணு ஆகறதுக்கு எவ்வளவு நேரமாகும்?"

பாப்பி வாசலில் சாய்ந்து ஓரக்கண்களால் பார்த்தபடியே நின்றிருப்பதை குஞ்ஞிப்பெண்ணும் கவனித்தாள். நாத்தனாருக்கு அசூயை. கல்யாணம் முடிந்து நான்கு வருடங்களாகின்றன. இருந்தும் அவளது வயிறு இன்னமும் பெரிதாகவில்லை. நாத்தனாருக்கு அந்த சூத்திரம் தெரியாமல் இல்லை. முடியவில்லையாக இருக்கும். நினைத்தபோது சிரிப்பு வந்தது.

கூடப்பிறந்தாளுக்கு வெட்கம் என்பதே கிடையாது என்று பாப்பி பலதடவை குஞ்ஞாதிச்சனிடன் சொன்னதுண்டு.

"பாத்தீங்கதானே? அரயனை ஒட்டியிருந்துதான் சிரிப்பும் பேச்சுமெல்லாம். வெத்திலையைச் சுருட்டி வாயில வெச்சு குடுக்குறா..."

"ஆமா... உனக்கு வெக்கம் கொஞ்சம் அதிகமாத்தான் போயிட்டுது."

"மூங்கில் கொட்டாயிலே கிடந்தா அவளுக்குத் தூக்கமே வரமாட்டேங்குது. எப்ப பாருங்க, மொடலக்காட்டுமேலதான் நோட்டம் பூராவும். அதனாலதான் எந்நேரமும் முற்றத்துலே போய் குத்த வெச்சுக்குறா. நச்சத்திரம் தெரியுது என்றா?"

குடிலின் பக்கத்தில்தான் மூங்கில் கொட்டாய். ஒரு அறை மட்டும்தான். பிரசவமும் தீண்டாமலிருப்பும் இந்த அறைக்குள் தான். தீண்டாரிப் பெண் ஏழு நாட்கள் இந்த அறைக்குள்தான் இருக்க வேண்டும். அடுப்படிக்குள் நுழையவோ, குடிலின் முன் வரவோ, மற்றவர்களைத் தொடவோ கூடாது. அதிலும், வெளிச்சப்பாட்டின் வீட்டிலுள்ள பெண்கள்.

தீண்டாரிப் பெண்ணுக்கான உணவை இலையில் வைத்துக் கொண்டுபோய்க் கொடுக்கவேண்டும். அவள் உடுத்திருக்கும் வேட்டியின்மீது மற்றொரு துண்டைச் சுற்றிக்கொள்வாள், கையில் அரிவாளுமிருக்கும். வழிநடக்கும்போது ஆண்களையோ, ஆண் குழந்தைகளையோ தீண்டி விடக்கூடாது. நான்காம் நாள் அவளது உடைகள் படுக்கைபோன்ற பொருட்களை வெள்ளாவியில் வேகவைத்துத் துவைக்க வேண்டும். ஓடைக் கரையில் அதற்கான தனியிடமிருக்கிறது.

கொச்சுராமனால் சில நேரங்களில் விவசாய காரியங்களைக் கவனிக்க முடியவில்லை. ஏதாவதொரு வேலையைத் துவங்கும்

போதுதான் யாராவது பதற்றத்துடன் ஓடி வருவார்கள். காய்ச்சல், வயிற்றுப்போக்கு, கால் பிசகிவிட்டது ... என்றெல்லாம். கொச்சுராமனுக்கு சொல்லி வைத்ததுபோல் பலிக்கும் நிறைய கை மருந்துகள் தெரியும் எனும் விஷயத்தை மலையடிவாரக் கிராமத்திலுள்ளவர்கள் அனைவரும் நன்றாகத் தெரிந்து வைத்திருந்தார்கள். அது மட்டுமல்ல, பிரதிபலனாக எது கொடுத்தாலும் வாங்க மாட்டான்.

கல்லுவாதுக்கல் சாண்டியின் மகன், நாடன் பன்றி இறைச்சி தின்றிருக்கிறான். அது ஜீரணமாகாமல் வாந்தியும் பேதியும் வந்தது. சாண்டி, கொச்சுராமனைத் தேடியலைந்தான்.

ஒரு கோப்பை நயம் கள்ளு வேண்டுமென்பதில் கொச்சு ராமனுக்கு நிர்ப்பந்தமிருந்தது. கள்ளுக்கடைக்குப் போகமாட் டான். பணமில்லையென்பதால்தான். கள்ளு கிடைப்பதற்கான ஒரு வழியை அவன் கண்டுபிடித்திருந்தான். கள்ளு இறக்கும் குஞ்ஞிக்குஞ்ஞை அவன் கூட்டுப் பிடித்துக்கொண்டான். அவனுக்கு உதவியாக இரண்டோ மூன்றோ பனைகளில் ஏறியிறங்குவான். குலைகட்டவும் பாளை சீவவும் என்று. அவனுடன் நடந்து இதையும் கற்றுக்கொண்டான். பனங்குலை யின் குருத்துகள் ஒவ்வொன்றையும் கவனமாகப் பிடித்துத் திருப்பி இரண்டு கைகளையும் சேர்த்துப் பிசைந்துகொண் டிருக்கும்போது சாண்டி வந்தான்.

“குஞ்ஞிஞ்ஞே, உங்கூட்டாளிகிட்டே கொஞ்சம் எறங்கி வரச்சொல்லு . . .”

“எதுக்கு ?”

“ஒ௫ அவசியமிருக்குதுடா கூவே, எறங்கி வரச்சொல்லு.”

கீழே இறங்கி வந்த கொச்சுராமன் சாண்டியின் முகத்தைப் பார்த்தான்.

“கொச்சுராமா, எம்மவன் அவுசேபச்சன் வாந்தியும் வயித்துப்போக்குமா தளந்துபோய்க் கெடக்கான். என்ன மருந்து கொடுக்கலாம்னு உனக்குத் தெரியும்லே . . ?”

வைத்தியன் சிறிது யோசனை செய்தான். நோய் ஆரம்பித்த நேரம், அதற்கு முன் சாப்பிட்ட ஆகாரம், நோயின் கூறுகள் போன்ற எல்லாவற்றையும் கேட்டுத் தெரிந்துகொண்டான்.

“சரி, நானாரு போ, நான் பின்னால இப்ப வந்துர்றேன்.”

சாண்டி வீட்டிற்குப்போனான்; கொச்சுராமன் மருந்து களைத் தேடிப்போனான்.

“இதை கண்ணன்வாழையிலையில பொதிஞ்சு அடுப்புக் குள்ள கனல்சாம்பல்லே மூடி வைக்கணும். கொஞ்ச நேரத்துலே எலை வாடிடும். அதை எடுத்து எலையிலிருக்குற தண்ணீரோட சேத்து, மருந்த அரைச்சு, இந்துப்பு கலந்து நாக்குலே தேச்சுக் குடு. மாறிடும். தாகம் அதிகமா இருந்தா சூடான கஞ்சித்தண்ணி கொஞ்சம் குடுக்கலாம். நான் சாயங்காலம் திரும்பவும் வந்து பாக்குறேன்.”

சாயங்காலம் வைத்தியன் வரும்போது நோயாளி எழுந்து உட்கார்ந்திருக்கிறான். சாண்டி வைத்தியனை உள்ளே அழைத் தான். குழைய வேகவைத்த மரச்சீனிக் கிழங்கு. உலரவைத்த இறைச்சி. ஒரு குப்பியில் சாராயம். கொச்சுராமன் சந்தேகமாகக் கேட்டான்:

“இது என்னது இறைச்சியா நானாரே?”

“மாடு. நல்ல ஒண்ணாம் நம்பர் சாதனம்.”

கொச்சுராமனுக்குக் குடல் வெளியே வந்துவிடும்போல் குமட்டியது.

“வந்து . . . நான் கன்னுகாலியோட இறைச்சியெல்லாம் சாப்பிடமாட்டேன்.”

“அப்புடியா . . ? எனக்குத் தெரியாது வைத்தியா. சரி, இந்தக் கெழங்கையாவது சாப்புடலாமில்லியா? கொஞ்சமாவது.”

“எனக்கு ஒண்ணுமே வேணாம்.”

வேகமாக அவன் வெளியே இறங்கினான். கோமாமிசம் மலை அரயனுக்குக் கூடாது. இதை சமைக்கும் வீட்டிலிருந்து தண்ணீர்கூட அவர்கள் குடிக்கக்கூடாது. பாரம்பரியம் அப்படித் தான்.

மறுநாள், அதுவரை வாழத் துவங்கியிருக்காத புதிய குடிலின் திண்ணையில் அமர்ந்திருந்த கொச்சுராமன் மாட்டிறைச்சி விஷயத்தை மனைவியிடம் சொன்னான். குஞ்ஞிப்பெண்ணுக்கு வயிற்றைப் புரட்டியது. நாக்கு அரிப்பதுபோலிருந்தது.

“ஒருவேளை சாப்புடுவீங்களாக இருக்குமோ என்னமோ . . . எங்க அப்பன் வெளிச்சப்பாடாக்கும். மூத்தவங்க கோபப்பட்டா தெரியும்லே?”

திரும்பவும் அவள் எதையெல்லாமோ சொன்னாள். இந்த அளவுக்கு ஆகுமென்று அவன் எதிர்பார்க்கவே இல்லை. பெண்ணுக்குக் கொஞ்சம் கூடித்தான் போகிறது என்று தோன்றி யதும் அவன் திருப்பிச் சொன்னான்:

"அப்படீன்னா உனக்கு வயித்துல தந்தது நான்தானே? யாராவது கோபப்பட்டுட்டாங்களா?" குஞ்ஞிப்பெண்ணால் பதில் சொல்ல முடியவில்லை. அவள் முகத்தைக் கறுவியபடியே கண்ணீர் விடத் துவங்கினாள்.

"இந்த வயித்தையும் வெச்சிட்டு எதுக்குடீ நீ இவ்வளவு கஷ்டப்படணும்?"

"நான் பெறகு என்ன செய்யிறது? யாராவது கொண்டு வந்தா தருவாங்க?"

"அப்புடின்னா நான் செய்யிறது எதுவும் உனக்குப் பிடிக்கலே அப்புடித்தானே?"

இப்படியான பிணக்கு அவ்வப்போது ஏற்படுவதுண்டு.

குஞ்ஞிப்பெண்ணு ஏழுமாத கர்ப்பமாக இருந்தாள். ஏழாவது மாதத்தில் சில சடங்குகள் உண்டு. கணவனின் வீட்டிலிருந்தால் யாரும் மாமி நாத்தனாரும் ஒரு கூடை பலகாரங்களுடன் போய் அழைத்துக்கொண்டு வர வேண்டும். கொச்சுராமனுக்கு சொந்த வீடில்லை. அப்பனோ அம்மையோ கிடையாது. மனைவியின் வீட்டில் தங்கியிருக்கிறான். ஆகவே, அப்படியான சடங்குகளில் ஒன்று நடக்கவில்லை.

இட்டியாதிக்கு ஒரு முறையில் சகோதரியும் முண்டனின் மனைவியுமான சக்கி, குத்தரிசி பொங்கிய சாதத்தை, வாட்டிய இலையில் நன்றாகப் பொதிந்துக் கட்டினாள். ஒரு சிறு இரும்புத் துண்டையும் அதே அளவில் எடையுள்ள ஒரு கல்லையும் வெவ்வேறாக மடித்துக் கட்டினாள். எடையையோ அளவையோ பார்த்து எந்தப் பொதியில் என்ன இருக்கிறது என்பதைத் தெரிந்துகொள்ள இயலாது.

சக்கியும் மகளுமாக குஞ்ஞிப்பெண்ணைப் பார்க்க பொதியுடன் வந்தார்கள். கர்ப்பிணிப்பெண் பொதிச் சோற்றை பிரிக்க வேண்டும். இலட்சணம் அறிவதற்காக அனைவரும் சுற்றி அமர்ந்திருப்பார்கள். இலையைப் பிரிக்கும்போது கட்டுச் சோறு பிளவுபட்டிருக்கும் என்றால் சகுனம் சரியில்லை. சக்கி, தட்டிப் பொதிந்து வைத்திருந்த கட்டுச்சோறு உடைபட்டிருக்கவில்லை. ஆறுதலாக இருந்தது. இனி, பிறக்கப்போகும் குழந்தை ஆணா பெண்ணா என்பதைப் பார்க்க வேண்டும். சிறு பொதிகளில் ஒன்றைத் தொட்டுவிட்டு பொதியைப் பிரித்துப் பார்த்தாள். இரும்பு. குழந்தை, ஆணாக இருப்பதற்கான அறிகுறி தெரிந்தது. கல்லாக இருந்தால் பெண் குழந்தை பிறக்கும்.

தலைப்பிரசவத்தின் எல்லாப் பொறுப்புகளும் பெண் வீட்டாருக்குத்தான். அப்பன் சொன்னபடி குஞ்ஞாதிச்சன்

மூங்கில் கொட்டாயின் பழுதுகளைத் தீர்த்தான். பாப்பி, தரையில் சாணியிட்டு மெழுகினாள்.

நினைத்திருக்காத நேரத்தில் குஞ்ஞிப்பெண்ணுக்குப் பிரசவ வலி ஏற்பட்டது. பாப்பி அவளை மூங்கில் கொட்டாய்க்கு மாற்றினாள். குஞ்ஞாதிச்சன் பேறுபார்க்கும் முண்டியைக் கூப்பிடுவதற்காகவும் கொச்சுராமன் ஏற்கனவே முடிவு செய்த பச்சிலை மருந்தைப் பறிப்பதற்காகவும் சென்றார்கள்.

கை கால்களையும் முகத்தையும் கழுவிவிட்டு வந்த இட்டியாதி, குலதெய்வங்களைத் தியானிப்பதில் மூழ்கினான். தாய்க்கும் குழந்தைக்கும் எந்தக் கெடுதியும் செய்துவிடக் கூடாதே என்று பிரார்த்தனை செய்தான். ஜெபித்த ஒரு நுள்ளு நெல்லும் அரிசியும் துணித்துண்டில் மடித்து கூரைக் கம்பில் கட்டினான். நின்று மீண்டும் எதையோ நினைவுப் படுத்திவிட்டு முற்றத்தில் இறங்கினான். இரண்டு மூன்று பெண்கள் அந்தப் பக்கமாக வருவதைக் கண்டபோது மனதுக்கு ஆறுதலாக இருந்தது.

"பெண்ணே . . ."

மகனின் மனைவியை – தன்னுடைய மருமகளை இட்டியாதி இப்படித்தான் கூப்பிடுவான்.

"அப்பா கூப்புட்டீயளா?"

"ம் . . . வலியிருக்குதா?"

"இருக்குது அப்பா."

"நான் இப்ப வந்துர்றேன். முண்டி சின்னம்மாவெல்லாம் அதோ வந்துட்டு இருக்கா."

"அப்புடின்னா அப்பன் போயிட்டு சீக்கிரமா வந்துடுங்க."

மாமா திரும்பிச் செல்லும் பாதை குஞ்ஞிக்கேளு சித்தப்ப னின் குடிலுக்கு என்பதை பாப்பி கவனித்தாள். இந்த நேரத்தில் கள்ளு கிடைக்குமா? பிரசவம் பார்க்கும் அன்று பேறுகாரி முண்டிப்பாட்டி எதுவுமே சாப்பிட மாட்டாள். ஒரு பாத்திரம் கள்ளு கிடைத்தால் போதும்.

கொச்சுராமன் மருந்தை வேகவேகமாக அரைத்துக் குழம்பாக்கினான். இலேசாகச் சூடுள்ள எண்ணெயில் அதைக் கரைத்தான். இதை கர்ப்பிணியின் உடம்பு முழுவதும் நிறைய பூசி விட வேண்டும்.

"மருந்த எங்கிட்டே தந்துடு மவனே, தெய்வத்தை நல்லா மனசுலே இருத்திக்கோ."

சொல்லியபடியே எண்ணெயை வாங்கிக்கொண்ட முண்டி யாரையோ தியானித்தாள்.

“இந்தா, பாட்டிக்கு இடிச்ச வெத்தில . . .”

வெற்றிலையையும் வாங்கி விட்டு மூங்கில் குடிலுக்குள் நுழைந்தால் பிறகு, பிரசவம் நடக்காமல் முண்டிப்பாட்டி வெளியே வரமாட்டாள்.

“தலச்சன் பிரசவமில்லியா, வலி கொஞ்சம் அதிகமாத்தான் இருக்கும் . . .” என்றபடியே முண்டிப்பாட்டி குஞ்ஞிப்பெண்ணின் உடல் முழுவதும் எண்ணெயைப் புரட்டி மெல்ல நீவி விட்டாள். சத்தமாக அழக்கூடாது. பயப்படுறதுக்கு ஒன்றுமில்லையென்று ஆறுதல் சொன்னாள்.

“அவன் சின்ன வயசுப் பையன்தான். இருந்தாலும் நல்ல மருந்தெல்லாம் அவனுக்குத் தெரியும்.”

பிறப்பின் அறிகுறிகளைக் கண்டதும் முண்டிப்பாட்டியின் முகம் மலர்ந்தது. இடித்த ஒரு நுள்ளு வெற்றிலையையும் பாக்கையும் வாய்க்குள் திணித்தாள். தாயும் பிள்ளையும் வெவ் வேறாகப் பிரியும்வரைக்கும் பதற்றம்தான்.

கொச்சுராமன் மூச்சையடக்கியபடியே அங்குமிங்குமாக நடந்துகொண்டிருந்தான். கண்களும் காதுகளும் மூங்கில் புரைக்குள்ளிருந்தன. குழந்தையின் முதல் அழுகுரலைக் கேட்க இத்தனை தாமதம் ஏன்? மருந்து வேலை செய்வதற்கான மந்திரத்தை பலதடவை சொல்லிப் பார்த்துக்கொண்டான். இல்லை, பிழையெதுவுமில்லை. குஞ்ஞிப்பெண்ணின் வேதனை யான முக்கலும் பரிதாபமான முனகலும் . . . ஹோ . . . எவ்வளவு வேதனையை அவள் சகித்துக்கொள்ள வேண்டியதிருக்கிறது. போய்ப் பார்த்தால் என்ன?

இட்டியாதி தியானத்திலிருந்தான். குஞ்ஞாதிச்சன் எங்கிருந்தோ ஒரு நீளமான பாளையுடன் வந்தான். குழந்தை ஆணாக இருந்தால் பேடி அடிக்கவேண்டும். பாளையைக் கவிழ்த்து முற்றத்தில் அடிக்கும்போது பெண்கள் குரவை யிடுவார்கள்.

குஞ்ஞிப்பெண்ணு குழந்தை பெற்றாள். ஒரு அழகான ஆண்குழந்தை. தொப்புள் கொடியையும் நீக்கிவிட்டு அவள் குளிக்கச் சென்றாள். குஞ்ஞாதிச்சன் எடுத்து வைத்திருந்த பொதியை அவிழ்த்தான். ஒரு கண்ணிப் புகையிலை, வெற்றிலை, பாக்கு, பேறுகாரிக்கான பணம். ஏழாம்நாள் குளித்து விட்டுக் கரையேறும்போது வயிறு நிறைய சாப்பாடு. சிலநேரங்களில்

வேட்டியும் கொடுப்பதுண்டு. பிறகு சோறு ஊட்டும்போது அவளுக்கு ஏதாவது கொடுத்தால் போதும்.

இட்டியாதியும் குஞ்ஞாதிச்சனும் வாலாய்மைக்காரர்கள் ஆனார்கள். கொச்சுராமனுக்கு மாதா பிதாக்களும் சகோதரர்களு மிருந்தால் அவர்களும் வாலாய்மைக்காரர்கள்தான். எண்ணெய் தேய்த்துக் குளிப்பது; மது, மாமிச வகைகளை உண்பது; தெய்வ வழிபாடுகள்; பூஜைகள் இவை எதுவுமே வாலாய்மைக் காலத்தில் – பிரசவம் நடந்த அன்று முதல் ஏழுநாட்கள் கூடாது.

கொச்சுராமனுக்கு மூச்சடைத்ததுபோல் இருந்தது. கைகளி லும் கால்களிலும் விலங்கு மாட்டியதுபோல். மூங்கில் கொட்டா யின் ஆறடித் தொலைவில் போய் நின்று அவன் மெதுவாகக் கூப்பிடுவான்: "குஞ்ஞெண்ணே ..." அவள் மகனைத் தூக்கிக் காண்பிப்பாள். சிரிப்பாள். தன்னையுமறியாமல் அவனது கைகள் நீளும். மகனின் அழுகையைக் கேட்கும்போது மனதினுள் ஒரு தாளமெழும். அங்கே போய் குழந்தையை எடுப்பதற்குக் கொள்ளை ஆசை. அவள் கூடாது என்று தடுக்கும்போது திரும்பி விடுவான்.

அவன், தனக்குத் தெரிந்த அரிய மூலிகை மருந்துகளையும் கடை மருந்துகளையும் கொண்டு வந்தான். மிகுந்த கவனத்துடன் அவற்றைச் சூரணமாக்கி வைத்தான். கஞ்சி வைப்பதற்கானவை; வெந்நீர் காய்ச்சுவதற்கானவையென்று தனித்தனியாகப் பிரித்து வைத்தான். சிலவற்றை அரைத்து மாத்திரைகளாக உருட்டி வைத்தான்.

கோதையும் பாப்பியும் சேர்ந்து வேது* வெந்த நீரில் குஞ்ஞிப்பெண்ணைக் குளிப்பாட்டுவார்கள். நன்றாகத் துவட்டி, அகலம் குறைவான, நீளமாக மடித்தத் துணியால் வயிற்றை ஒடுக்கிச் சுற்றிக் கட்டி வைப்பார்கள். வயிறு ஒடுங்குவதுடன் இடுப்புக்குப் பலமும் வர வேண்டும். ஐம்பத்தாறு முடியும்போது உச்சாணியில் ஏற வேண்டும். குறைந்தபட்சம் ஏணியில் ஏறி மரக் குடிலுக்காவது வரவேண்டுமல்லவா?

அரைத்தும் வற்றவைத்தும் எடுத்த மருந்துகளுக்கு பத்திய முண்டு. நாட்களை அவன் எண்ணிக்கொண்டிருந்தான். குளித்து முடித்து தலை முடியை விரித்துப்போட்டுக்கொண்டு நிற்கும் மனைவியை அவன் ஒளிந்திருந்து பார்த்தான். கண்ணிமைகளின் கறுப்பும் பளபளப்பும் அதிகரித்திருந்தன. கன்னங்களும் உதடு களும் அதிகமாகத் தடித்திருந்தன. மார்பகங்கள் திமிர்த்துப் புடைத்திருந்தன. பிரசவத்திற்குமுன் இவள் இவ்வளவு அழகாக

* மூலிகைகள் கலந்த

இருந்தாளா? உடல்முழுவதும் சூடு பரவும்போது கட்டுப்படுத்த முடியாமல் போய் விடுமோ எனும் பயத்தில் அவன் திரும்பி நடப்பான். எதுவுமே கூடாது. ஐம்பத்தாறு நாட்கள் முடிவதற்கு இன்னும் எத்தனை நாட்கள் பாக்கியிருக்கின்றன? மனதில் கணக்குப் போட்டுக்கொண்டு நடக்கும்போது பின்னாலிருந்து ஒரு சத்தம் வந்தது:

"சகோதரா, இந்த அந்திப்பொழுதுலே எங்க போறிய?"

பாப்பிதான். அவன் ஒரு இளித்தச் சிரிப்புடன் நின்றுவிட்டு சொன்னான்:

"தண்டையிலே ஊட்டுக்குத்தான் சகோதரி."

"சரி, கொஞ்சம் கஞ்சி குடிச்சிட்டுப் போங்க..."

படர்ந்து நிறைந்து கிடக்கும் இருளை கொச்சுராமன் தன்னுடைய குடிலின் திண்ணையில் அமர்ந்து கூர்ந்து பார்த்துக் கொண்டிருந்தான். மரங்களினிடையே பொட்டுபோல் ஒரு வெளிச்சக் கீற்று பதிகிறது. அது குஞ்ஞிப்பெண்ணின் கொட்டாய் மறைவிலிருந்து வந்துகொண்டிருந்தது. அந்த வெளிச்சத்திற்கு, வெந்த மரோட்டிக் காயின் வாசமிருக்கிறதா? விளக்கைப் பார்த்து மகன் கைகால்களை அசைக்கிறானா? பால் குடித்து விட்டுத் தூங்குகிறானா? தாலாட்டு ஒன்று தேய்ந்து தேய்ந்து காதில் வந்து விழுந்தபோது கொச்சுராமன் நீண்டதொரு பெரு மூச்சை உதிர்த்தான்...

நான்கு

மலை முகடுகளின்மேல் பரந்து கிடக்கும் கருநீல வானம். மழைக்கான மேகத் துணுக்குகள் எங்காவது தென்படுகிறதா?

குஞ்ஞிப்பெண்ணு வெறுமனே பார்த்துக்கொண்டு நின்றிருந்தாள்.

வாழைகளின் தண்டுகள் உலர்ந்து கிடந்தன. இலைகள் வாடித் தளர்ந்து ஒடிந்து கிடந்தன. முதலில் நட்டு வைத்த முள்முருங்கைக் கால்களில் அதிகமும் காய்ந்து கருகிக் கிடந்தன. மிச்சமிருப்பதும் இனி கருகிப் போய்விடும்.

முற்றத்தைத் தொட்டபடி நிற்கும் மரத்தின் பக்கத்தில் அவள் சென்றாள். சென்ற வருடம் திருவாதிரை நடவின்போது நட்டுவைத்து வேனல் ஆரம்பிக்கும்போது ஈற்றத் தளைகளால் மறைத்துக் கட்டப்பட்ட மிளகுக் கொடிகள். குஞ்ஞிப்பெண்ணு தழைகளைப் பிரித்துப் பார்த்தாள். கொடியின் உச்சியில் தளிர்விட்டிருந்த நான்கைந்து இலைகள். மூங்கில் தளைகளுடன் சேர்ந்து இலைகளும் காய்ந்துபோய்க் கிடந்தன.

வெப்பம், மலை முகத்தை மட்டுமல்ல, மனதையும் சுட்டெரிக்கிறது.

"ஹோ! ஹோ! என் அப்பனே..."

வேர்த்தொழுகும் உடலை வெட்டுக்கத்தியால் சொறிந்தபடியே கொச்சுராமன் திண்ணையில் வந்தமர்ந்தான்.

"தரையில கால் வைக்கவே முடியல. என்ன சூடு. இந்த நெலைமையிலே உழுது என்ன ஆகப்போவுது?"

அவன் முணுமுணுப்பது குஞ்ஞிப்பெண்ணின் காதுகளில் விழுந்தது. தலைமுடியை அவிழ்த்துக் குடைந்து திரும்பவும் அள்ளியெடுத்து உப்புக்குன்றுபோல் இடதுபுறமாகச் சாய்த்துக் கட்டிவிட்டுச் சொன்னாள்:

"வித்து காய்ஞ்சாலும் அப்படியே கெடக்கும். அதுக்காக கெளைக்காம இருந்தா முடியுமா? நாம வேலைய முடிச்சாத் தானே கண்டன் சித்தப்பனுக்கு கெளைக்க முடியும்?"

"உனக்கு இதைவிட்டா வேற ஞாபகமே கிடையாதே."

"ஆமா ... இனி நான் சொன்னதுனாலதான்னு வேண்டாம். பூண்டங்க*ளைக் கெளைக்கணும்னு சொன்னது யாரோ? நாலு கம்பை நாட்டினதுமே சலிப்பு வந்தாச்சு."

"அது, மழை வரும்னு நெனச்சு நான் சொன்னதுடீ."

"பெறகு? இனி பெய்யவே செய்யாதுன்னு யாராவது வந்து சொன்னாங்களாமா?"

"அதுலே கஞ்சித் தண்ணி இருக்கும், இங்க எடு."

"கொஞ்சந்தான் இருக்கு."

இருந்ததை ஊற்றிக் குடித்துவிட்டு கீழே சரிவிலிருக்கும் வயற்காட்டையே பார்த்துக்கொண்டிருந்தான். வரிசையாக நின்று உழுவதற்கு இயலாத இடங்கள் பிரிக்கப்பட்டிருந்தன. ஒரு பதினைந்து பேர் இருந்தால் ஒரே நாளில் உழுது முடித்து விடலாம்.

பெண்கள் இரண்டுபேரும் சமையல் வேலையில் இருந்தார்கள். முற்றத்தில் கூட்டிய கல் அடுப்புகளில் அரிசியும் துவரையும் கொதித்துக் கொண்டிருந்தன.

குஞ்ஞிப்பெண்ணின் மகன் குஞ்ஞிக்குட்டன் தத்தித் தடுமாறும் கால்களைத் தூக்கி வைத்து சற்று தூரத்தில் நடை பழகிக் கொண்டிருந்தான். அவனுக்குக் கூட்டாக கொலும்பன் எனும் நாயும். அவன் ஒரு கல்லைப் பற்றிப் பிடித்து ஏற முயற்சி செய்கிறான். நாய் தடுக்கிறது. குஞ்ஞிப்பெண்ணின் ஒரு கண் எப்போதுமே மகன்மீதுதான். இடையிடையே சொல்லவும் செய்தாள்:

"பொன்னு மவனே, விழுந்துடாதே. கொலும்பா, பிள்ளையைப் பாத்துக்கடா ..."

---

* பொது விவசாயம்

துவரைக்கு அரை வேக்காடுகூட பதம் வரவில்லை. தீயை நன்றாகப் பெருக்கிவிட்டு அவள் திரும்பிப் பார்த்தாள். பாப்பி, தண்ணீரிலிட்டு குதிர்த்த, உலர்ந்த இறைச்சியைக் கழுவி பாத்திரத்திலிடுகிறாள். கொஞ்சம் நிமிர்ந்து கொள்வதற்கான நேரம் கிடைத்தது. அவள் ஓடி வந்து குழந்தையை எடுத்தாள். அவனது உடம்பு முழுவதும் புழுதியும் அழுக்கும். இடுப்பில், தாத்தா புதிதாகச் செய்து கட்டிவிட்ட வெள்ளி அரைஞாண். உடுத்திவிட்ட பழந்துணியிலான கோமணத்தின் முன்பகுதி அவிழ்ந்து வால்போல் பின்புறம் தொங்கிக் கிடந்தது. மார்பை மறைத்திருந்த துணியால் குஞ்ஞிப்பெண்ணு குழந்தையின் முகத்தையும் உடலையும் துடைத்துவிட்டு மடியிலிருத்தி பால் கொடுத்தபடியே சாய்ந்து உட்கார்ந்துகொண்டாள்.

கீழே, பூண்டடன் உழவுக்குத் தயாராக நிற்கும் பத்துப் பதினாறு ஆண்களும் பெண்களும். எல்லோருடைய தலை களிலும் வட்டத்தலைப்பாகை. பாளைத்தொப்பி. பெண்கள், வால்கொண்டையிட்ட தலையில் துணியும் கட்டி, கையில் மண்வெட்டியுடன் தயாராக நின்றிருந்தார்கள். கிழக்கே கொம்பில், அப்பனும் மேற்கில், சித்தப்பனும் விதைத்துக் கொண்டிருந்தார்கள்.

போதாது என்றால் பிறகு பார்த்துக்கொள்ளலாம் என்ற எண்ணத்துடன் இட்டியாதி திரும்பிப் பார்த்தான்:

“முண்டா, போதும் நிறுத்துடா. சரி, தொடங்குங்க. உர்ரரர் ரோம் . . .”

இரண்டு அணியாக நின்றிருந்தவர்கள் அனைவரும் புது வீரியத்துடன் முன்னேறி உழத் துவங்கினார்கள். விதையை மூடுமளவுக்கு மட்டும்தான் மண் கிளைக்க வேண்டும். மண் வெட்டி ஒரே தாளகதியிலும் ஒரே அகலத்திலுமாகவே பதிய வேண்டும். சிறு கற்களில் தும்பை படுகிற சிலிம் . . . சிலிம் . . . எனும் ஓசைக்கேற்பத் தாளமும் பாட்டும்.

மாயம்கோபாலனும் வெள்ளெலிக் குஞ்ஞுப்பனும்தான் பாடகர்கள். குட்டி, குஞ்ஞன், சக்கி, சிருதா, கோதா, கேள போன்றவர்கள் தாளத்துக்கேற்ப அசைகிறார்கள். குஞ்ஞுப்பனும் கோபாலனும் இளைஞர்கள். அவர்களுக்குள் போட்டியுமிருந்தது.

மலையோரம், சப்தக் கோலாகலங்களும் புழுதிப்படலமு மாக மாறியது. யார் முதலில் முடிப்பார்கள்? கிழக்கே கொம்பு முன்னணியில் இருக்கிறதோ? மேற்கிலுள்ளவர்கள் தோற்று விடுவார்களோ? சற்று நேரம் பார்த்துக்கொண்டு நின்றிருந்த இட்டியாதி முற்றத்தில் ஏறினான்.

“வாடா, குட்டிப்புள்ள, கல்லெறிஞ்சு என் பொன்னு மவன் சோந்துபோயிட்டானே, ஆங் . . .”

குழந்தையை எடுத்துக்கொண்டு இட்டியாதி ஒரு கல்லின்மீது உட்கார்ந்தான். தலையிலிருந்த தொப்பியை உருவி வெற்றிலையை எடுத்துத் தடவி மடித்து குழந்தையின் கையில் கொடுத்தான்.

“தாத்தா வாயிலே ஆ. . . . தா . . .”

குஞ்ஞிக்குட்டன், தாத்தாவின் வாயில் வெற்றிலையை திணித்துவிட்டுச் சிரித்தான். மண் புழுதி பறந்து கண்களிலும் மூக்கிலும் ஏறுகிறது. பேரக்குழந்தை இப்போது ஒரு புழுதிக் குழந்தையைப் போலிருக்கிறான்.

இரண்டு தோள்களிலும் கள்ளு நிரப்பிய பாளைகளைத் தொங்கவிட்டபடி குஞ்ஞிக்கேளு வந்தான். நுரைக்கிற பனங் கள்ளின் வாசம். பாளைகள் இரண்டையும் ஒரு கல்லில் சாய்த்து வைத்தான்.

“ஆங் . . . அது சரி, போய்க் கெளைக்கிறத விட்டுப்புட்டு நீ தாத்தாவோட மடியிலயா உக்காந்திட்டிருக்கே . .?” குஞ்ஞிக் குட்டனைக் கிள்ளி, சிறு மகனைப் பார்த்துச் சிரித்துவிட்டு இட்டியாதி கேட்டான்.

“இது எங்க உள்ளதுடா கேள பையா . .?”

“ஒண்ணு, செறுவிலே உள்ளது. இன்னொண்ணு, அங்க மேக்கால உள்ளது. இன்னும் ஒரு நாலு இருக்கும்.”

குஞ்ஞிக்கேள திரும்பி பாப்பியிடம் கேட்டான்:

“என்ன தொட்டுக்கொள்ள இருக்கு சகோதரி?”

“ஆங் . . . கேள சகோதரன் இவ்வளவு சீக்கிரமா வந்துட்டியா? இறைச்சிக் கருவாடு இருக்கு.”

“என்ன இறைச்சி, கூரனா*, ஆடா?”

“ரெண்டுமே இல்லை. அன்னைக்குள்ள மிளா..? இந்தா கலத்துலே இடிச்சிப்போட்டு வெச்சிருக்கு. நேரமிருக்கும்னா கொஞ்சம் பொடிச்சுத் தா, அடுப்புல வெச்சிர்றேன்.”

“அதுக்கென்ன சகோதரி, அந்த முறத்திலே அள்ளி வை. அந்தக் கோப்பைய இங்க எடு.”

ஒரு கோப்பைக் கள்ளு இட்டியாதிக்கு.

---

* மான் இனத்திலுள்ள ஒரு வகை மிருகம்

“இன்னும் கொஞ்சம் மூத்திருக்கணும், அப்பு.”

“என்ன வெயிலடிக்குது கேள பையா, உள்ள கெடந்து மூக்கும்.”

வலது கையின் ஆட்காட்டி விரலை கள்ளில் அமிழ்த்தி மூன்று தடவை கலக்கிய இட்டியாதி, கசடுகளை ஊதி அப்புறப் படுத்திவிட்டு இழுத்துக் குடித்தான்.

“இந்தாடா மவனே, ஒரு மடக்குக் குடி.”

குஞ்ஞிக்குட்டன் கோப்பையின் விளிம்பில் லேசாக வாயை வைத்து இழுத்து விட்டு புர்ர்ரென்று துப்பினான்.

“நீ பனையேறுவியாடா? குலைக் கட்டவும் உனக்குத் தெரியும், இல்லியா?” என்று கேட்டபடியே வந்து உட்கார்ந்தான் முண்டன். அவனுக்கும் ஒரு கோப்பை கள் கொடுத்தான். புழுதியும் அழுக்கும் வேர்வையுடன் கலந்து பற்றிக்கொண்ட போது மனிதர்கள் மண்ணின் நிறத்திற்கு மாறியிருந்தார்கள். உழுது முடித்தவர்கள், புழுதியைத் தட்டியும் ஓடை நீரில் கழுவியும் முகத்தைத் துடைத்து விட்டுமெல்லாம் வந்து வரிசையாக உட்கார்ந்தார்கள். பெரிய தேக்கிலையில் சோறும் குழம்புகளும். நீட்டிய பாத்திரங்களில் எல்லாம் குஞ்ஞிக்கேள கள்ளூற்றினான்.

‘நாத்தூனே, அஞ்சாறு சோறு கூட? சித்தப்பனுக்கு இன்னும் கொஞ்சம் கறி? ஏன் சின்னம்மா சோறு அப்புடியே இருக்கு? பெரியப்பாவுக்கு துவரங்காய்க் கூட்டு? அப்பன் சாப்புடலியா?’ என்றெல்லாம் கேட்டும் விசாரித்தும் பாப்பியும் குஞ்ஞிப்பெண்ணும் பரிமாறிக்கொண்டிருந்தார்கள்.

கள்ளூ நுரைக்கத் துவங்கியது. ஏப்பம் விடுகிற சத்தம் அதிகரித்துக்கொண்டிருந்தது. சிலர் முதுகைச் சாய்க்க நிழல் தேடியலைந்தார்கள். மற்ற சிலர் கோள் பேசவும் வெற்றிலை போடவும் தயாரானார்கள். கிழக்குப் பக்கமாகச் சாய்ந்த மர நிழலில் அவர்கள் இலைகளை விரித்தும் துணியை விரித்தும் வட்டம் கூடினார்கள்.

கோபாலனின் பக்கத்தில்தான் குஞ்ஞப்பன் உட்கார்ந்திருந் தான். நாராயணி சிருதாவைப் பார்த்து கண்ணைச் சிமிட்டி விட்டுக் கேட்டாள்:

“கோபாலன் அண்ணன் ஏன் மேல பாக்குறான்?”

ஆங்காங்கே சிரிப்பு படரத் துவங்கியது.

“ஒரு வெள்ளெலி அந்தப் பக்கமா...”

குஞ்ஞுப்பனுக்குக் கோபம் வருவதற்காகவே கோபாலன் அப்படிச் சொன்னான்.

"நானும் பாத்தேன். திடீர்னு மறைஞ்சிடிச்சி. நாராயணீ, உன்னெ அவன் கட்டிக்கிட வரும்போது நீயும் அப்புடிச் சொல்லிடாதே. அந்தப் புன்ன மரத்தடியிலே இருந்து மறைஞ்சது போல. கொஞ்சம் ஒளிஞ்சிருந்து பாத்தா எத்தனை வெள்ளெலி மோட்டுல. பெறகு பாக்கும்போது இருக்காது."

"மறைஞ்சிடும், இல்லியா?"

"ஆமா, ஆமா. துணியக் கிழிக்காதே முள்ளே நீ..."

நிலங்காரி இருமலுக்கு மருந்தாக குடிலிலுள்ள வெள்ளெலியைக் கொன்று தோலை உரித்து உப்போ, மிளகோ சேர்க்காமல் சுட்டுத் தின்னும்படி சொன்னான் வைத்தியன். குஞ்ஞுப்பனும் செய்தான். அப்படியாகக் கிடைத்த பெயர்தான், வெள்ளெலிக் குஞ்ஞுப்பன்.

கோபாலனிடம் யார் எதைச் சொன்னாலும் உடனே பதில் வந்துவிடும். ஆனால், சொல்லி முடிப்பதற்குள் ஆளைக் காணாது.

குஞ்ஞுப்பனுக்கும் கோபாலனுக்குமிடையே சச்சரவு வராமலிருக்க கண்டா, நடுவில் புகுந்தான்.

"ரொம்ப நாளா யாருமே வேட்டைக்குப் போகலியேடா, புள்ளைங்களே?"

"கண்டா சித்தப்பனுக்கு எப்பவும் இறைச்சி ஞாபகம்தான். கழிஞ்ச வாரம் ஒரு முள்ளன்பண்ணி கிடைச்சது."

"அடடா, மலயிலே இருக்குற அரயனுங்க வேட்டைக்குப் போவாம இருந்தா காட்டுல இருக்குற பண்ணியும் கோழியுமெல்லாம் எப்புடி சாவுறது? அதுங்க நாண்டுக்கிட்டா சாவ முடியும்..?"

"நான் சும்மா சொன்னண்டா கோவாலா. முண்டன் அப்பனோட கெளை முடிஞ்சதும் எல்லா வேலையும் தீந்துடும் தானே. மழை வர்றதுக்கு முன்னாலெ கெழக்கே மேட்டுக்குப் போகணும். மருந்தடிக்கணும். கைவன்கோல்* எல்லாம் குஞ்ஞாதிச்சன் காய வெச்சிருக்கான். அடுப்புப் பரண்லே."

"அல்லது, தண்ணியிலெ போட்டுருக்கா, மறைஞ்சி போகாம."

அங்கே கூட்டச் சிரிப்பு முழங்கியது. இடையே குஞ்ஞாதிச்சனின் குரல்:

---

* ஒரு வகை மரப்புதர்

"மருந்து இடிக்க திறமையானவங்க இருந்தா வாங்க, இப்பவே வேணும்னாலும் இடிக்கலாம்."

எல்லாருடைய உழவும் முடிந்தது. அதற்காக ஓய்வெடுக்கவும் சிலர் விரும்பமில்லை. வேட்டையாடுவதில் திறமையான கண்டாவும் ஈச்சரனும் ஒவ்வொரு கும்பா கள்ளுடன் குஞ்ஞிக்கேளயின் முற்றத்தில் அமர்ந்திருந்தார்கள். வெயில் ஆறியபோது இட்டியாதியும் வேறு இரண்டு பேருமாக வந்தார்கள். வெடி மருந்து இடித்துத் தயார் செய்ய வேண்டும் – அதைப்பற்றிய பேச்சு வார்த்தைதான் இப்போது.

நாராயண்

தோலை நீக்கி நிழலில் உலரவைத்த கைவன்கோல் எரித்த கரி, கெட்டியாகக் கலக்கிய வெடி உப்பிலிட்டு வற்றவைத்து நெடும்பாளையில் வைக்கப்பட்டிருந்தது. சுண்ணாம்பு கலந்த நீரும் எட்டுக்கால் பூச்சி படமும். மர உரலும் பூணில்லாத உலக்கைகளும். உடல் வலுவுள்ள இரண்டுபேர் இடிப்பதற்குத் தயாராகி இடுப்பில் வட்டக் கச்சைகளுடன் களமிறங்கினார்கள்.

இட்டியாதி, குலதெய்வங்களைத் தியானித்து கரியை அள்ளி உரலில் இட்டான். கிழக்குப்புறமாக திரும்பி நின்று உலக்கையை வாங்கி இரண்டு மூன்று தடவை இடித்தான். தொடர்ந்து, கச்சைக் கட்டியவர்கள் இடிக்கத் துவங்கினார்கள். கண்டா, இடையிடையே சுண்ணாம்பு நீரைத் தெளித்து இளக்கி விட்டுக் கொண்டிருந்தான். கரி சூடு மாறிவிடாமல் தொடர்ந்து இடிக்க வேண்டும். கடைசியில் எட்டுக்காலிப் படத்தைச் சேர்த்து இடித்து கட்டையும் பரலுமாக ஆக்கினார்கள். வீரியத்தைப் பரிசோதிப்பதற்காக கட்டையை எரித்தார்கள்.நாட்டுத் துப்பாக்கி யில் பரல்களை நிறைத்து கருவிட்டு ஏதாவது மரத்தைப் பார்த்து சுட்டுப் பார்த்தார்கள். மரத்தில் எந்த அளவுக்கு அது ஆழமாகப் பாய்ந்திருக்கிறது என்பதைப் பரிசோதிக்க வேண்டும்.

ஒரு வாரமாவது காட்டிலும் மேட்டிலும் திரிய வேண்டும். அதற்கான ஏற்பாடுகள் செய்யப்பட்டன. அரிசி, பாத்திரம், உப்பு, வற்றல்மிளகு, கத்தி போன்றவற்றை மூட்டையாக வைத்து ஒதுக்கிக் கட்டிய அக்குள் மாராப்புகள். புறப்படும் நேரத்தில் அனைவரும் மாராப்பைத் தோளில் தூக்கிக்கொண்டு வரிக்க மாக்கலுக்கு வந்தார்கள்.

துப்பாக்கியைக் கையாள்வதில் குஞ்ஞாதிச்சன் மிகவும் திறமையானவன். மட்டுமல்ல, வாரிசுரிமையும் அவனுக்குத் தானே? இட்டியாதி தட்டிலிருந்து நிரப்பிய துப்பாக்கியை எடுத்து மந்திரம் சொல்லி காஞ்சியில் ஊதினான். பிறகு மகனிடம் கொடுத்துவிட்டுச் சொன்னான்:

“இரைவர்ற வழியில கவனமா இருந்துக்கணும். காவல் தெய்வங்க, வேட்டையைக் கொண்டு வரும்போது தோள்பட்டை யைக் குறிவச்சி அடிக்கணும்.”

ஏழரைச் சாண் குழலுடனான துப்பாக்கி, குஞ்ஞாதிச்சனின் உயரத்திலிருந்தது. கொச்சுராமனுக்கு கொஞ்சம் சிறியது. கைக்கு அடக்கமாக இருந்தது. மற்றவர்களின் துப்பாக்கிகளையும் மந்திரம் சொல்லி கொடுத்துவிட்டு ஒவ்வொருவருக்கும் அறிவுரை கள் சொன்னான்.

மாராப்பு. தலையில் பாளைத் தொப்பி. இடுப்பில் கச்சை. தோளில் துப்பாக்கி. சின்னன், சங்கு எனும் வேட்டை நாய்களும் உதவியாளர்களும்.

"சரி, போயிட்டு வாங்க."

குழுவினர் நீரோடையைக் கடந்து குன்றில் ஏறுவதை குஞ்ஞிப்பெண்ணும் பாப்பியும் உட்பட அனைவரும் பார்த்துக் கொண்டு நின்றிருந்தார்கள்.

"இறைச்சிக்குப் போனவன் விறைச்சிச் செத்தான்; ஊட்டுல இருந்தவ கொதிச்சுச் செத்தாள். தெரியுமாடா குட்டிப்புள்ளே, உங்கப்பன் பண்ணியைக் கொன்னு தோள்லே தூக்கிட்டு வருவான். அந்த நேரத்திலே நீ முழிச்சிருப்பியா...?"

ஒரு பாட்டி குஞ்ஞிக்குட்டனிடம் வேடிக்கையாகக் கேட்டாள்.

மறைவிடம் கட்டி காவலிருந்தும் நாய்களுடன் சென்று காட்டைக் கலைத்தும் தளர்ந்து போனதுதான் மிச்சம். விசேஷ மாக எதுவுமே கிடைக்கவில்லை. அவர்கள் ஒரு காட்டாற்றின் கரையில் அங்குமிங்குமாக ஒளிந்திருந்தார்கள்.

நாய்கள் வழிமறித்து அடித்துக்கொன்ற கூரனின் இறைச்சியை உப்பும் வற்றல்மிளகும் சேர்த்து பச்சை மூங்கிலில் திணித்து, வாய்ப்பகுதியில் இலைகளைக் குத்தி நிறைத்து எரியும் தீயில் புதைத்து வைத்தார்கள். மூங்கில் கருக வேண்டும். நீரின் அம்சம் வற்றினால் பக்குவமான இறைச்சி... அதன் சுவையை அறிந்தவர்களின் நாவில் நீரூறியது.

வேட்டையும் பத்தாம் உதயமும் கழிந்தது. வயற்காட்டில் களை பிடுங்கும் நாள் வரும்வரைக்கும் இடைவேளை. பந்தலும் மாடமும் உள்ளவர்கள் அவற்றைப் புதுப்பித்தார்கள். கொஞ்சம் பேர் வடக்கன் ஆற்றின் கைவழிகளைத் தடுத்துக் கட்டினார்கள். பேஈஞ்சையை வெட்டி நஞ்சு கலக்கி மீன் பிடிக்கப் போனார்கள்.

கொச்சுராமன் தினமும் சந்தைக்கடைக்குப் போவான். உலக விஷயங்களைத் தெரிந்துகொள்ளலாம். கூடவே, ஒரு மொந்தைக் கள்ளும். அதற்கான வழியை எப்படியாவது உருவாக்கிக்கொள்வான்.

குஞ்ஞிக்கேள நீரோடையின் பக்கத்தில் நிற்கும் ஆழமர*த்தில் ஏணியை சாய்த்து வைத்து மேலே ஏறுவதற்கு முயற்சி செய்து கொண்டிருந்தான். கொச்சுராமனும் கூடமாட நின்றான். தடை களை வெட்டி நீக்கிய அவன் உச்சாணியில் ஏறினான். ஏணியை

---

* ஒரு வகை பனை மரம்

நாராயண் ☙ 73 ☙

ஆழமரத்தில் உறுதியாகக் கட்டி வைத்தான். தும்பிக்கை தடிமனில் கீழே வளைந்து உடையவிருக்கும் குலையைச் சுற்றி ஆழமரத்தின் கன்னப் பகுதியில் சிறு தடிகளால் ஒரு முக்கோணம். ஒரு கட்டு.

குஞ்ஞிக்கேள கத்தியால் குலையின் பாளையை வெட்டினான். பனங்குலைபோல் வெளுத்து நீண்ட கதிர்ப்புகள். நிமிர்ந்து போகாமலிருக்க மேலேயும் நடுவிலும் கொடிகளால் சுற்றிக் கட்டினான். நன்றாகக் கிடைத்தால் இரண்டு நேரமும் ஒவ்வொரு கும்பா கள்ளு வருடம் முழுவதும் கிடைக்கும்.

உலர்ந்து முளைத்த நெல்விதைகள் வாடின. மரவள்ளியும் சேம்பைக் கிழங்கும் முளைக்காமலேயே கிடந்தன. காற்று, புழுதியை அள்ளித் தூற்றிக்கொண்டே மலையோரத்தில் அலைந்து திரிந்தது. இயற்கையே புழுதிமயமானது. அரயன்களின் மனது புகைந்தது. மழை பெய்யாதா?

கொஞ்ச நாட்களாக கொச்சுராமன் குடிக்கப்போகவில்லை. குஞ்ஞிப்பெண்ணுக்கும் அது தெரியும். எப்போது பார்த்தாலும் ஒரே யோசனை. கேட்டால் ஒன்றுமில்லையென்று சொல்லி விடுவான். சாயங்காலமானால் குன்றுகளிலிருந்து சாவிளியான் நீட்டிக் கூவத்துவங்கும். அதைக் கேட்கும்போதே பயமாக இருக்கும். அடுத்து நிகழப்போவது மரணமாகத்தானிருக்கும்...

❂ ❂ ❂

எப்படியென்றே தெரியாது. மலையோரம் பீதியில் ஆட்பட்டது. ஆளரவம் கிடையாது. முதலிலெல்லாம் ஒவ்வொருவரும் கூவுகிற கோழிகளைக் கொன்று தின்றார்கள். குழம்பு வைப்பதற்கு மஞ்சள் அரைக்கக் கூடாது; கடுகு வறுக்கக் கூடாது; சத்தமாகப் பேசக்கூடாது; எல்லோரும் தங்களுக்குள் கிசுகிசுத்துக் கொண்டனர். அதைத் தெரிந்துகொள்வதில் முதலில் ஆர்வமிருந்தாலும் தெரிந்த பிறகு திடுக்கிட்டுப் போனார்கள்.

அடிவாரக் கிராமத்தில் காலன்வைசூரி படர்ந்து பிடித்திருக்கிறது. அது மலையேறி அரயனின் குடில்களுக்கும் வந்துவிடுமோ? பயம்! அழுகிற குழந்தைகளின் வாய்களைத் தாய்மார்கள் பொத்திப் பிடித்தார்கள். தெய்வமே! தங்களை அறியாமலேயே அவர்கள் தேம்பினார்கள். காலன், வைசூரியாக தொட்டுப் பின்னால் வந்து நிற்பதுபோல் தோன்றியது.

ஒவ்வொரு நாளும், கிராமத்தில் நடந்துகொண்டிருக்கும் மரணங்களும் எரித்தழித்த குடில்களின் எண்ணிக்கைகளும் தான் செய்திகளாக வந்தன.

கோயிலின் பக்கத்தில் வசிப்பவர்கள் ஏதோ தெய்வ குற்றம் செய்து விட்டார்கள். அம்மா கோபப்பட்டு கை நிறைய வைசூரி வித்துகளை வாரி விதைத்துவிட்டாள். கரிஞ்சப்பட்டை எனும் கொடூர வகை. பழுத்து, உடைந்து, கீறிப்பிளந்து, சீழ் வடிய, மக்கள் கூட்டம் கூட்டமாகச் செத்து மடிகிறார்கள்.

கொச்சுராமன் காலையிலேயே எங்கோ போய் விட்டான். குஞ்ஞிப்பெண்ணு திண்ணையில் உட்கார்ந்து ஈற்ற நாரைச் சீவி பக்குவப்படுத்திக் கொண்டிருந்தாள். பக்கத்தில் முடைய ஆரம்பித்த பரம்பு கிடந்தது. குஞ்ஞிக்குட்டனும் கத்தியை எடுத்து நார் சீவுவதற்கு முயற்சி செய்துகொண்டிருந்தான். கத்தி விரலில் பட்டது.

"ம்ம்மா . . . கை . . . ஆ . . ."

அவன் அழத் துவங்கினான்.

"உங்கிட்டே நான் கத்திய எடுக்காதேன்னு சொன்னனில்லியா? சைத்தானே . . ."

மகனின் தொடையில் சுள்ளென்று ஒன்று வைத்துவிட்டுப் பிடித்து மடியில் இருத்திக்கொண்டாள். அவளது கண்கள் அப்போதும் மேற்கே நடைவழியில்தானிருந்தன. பிள்ளையின் தகப்பன் வருகிறாரா?

ஊரில் தீனம் படர்ந்தபிறகு மலையிலிருக்கும் அரயன்கள் எப்போதாவது ஒருதடவை, மிக அபூர்வமாகவே குடிலுக்கு வருவார்கள். அதுவும் கொச்சுராமனும் குஞ்ஞிக்கேளாவும் மட்டும் தான். முன்பு எத்தனைபேர்கள் வருவார்கள்? இப்போது வழியே அடைபட்டுப்போனதுபோல். பார்வையிலும்கூட பயந்த தோற்றம் தான்.

கிராமத்திலுள்ள பெரும்பாலான மனிதர்கள் இருந்ததையெல்லாம் உதறித் தள்ளிவிட்டு எங்கேயோ போய் விட்டார்கள். பயமுறுத்துவதுபோன்ற சுற்றுச் சூழல். கள்ளுக்கடையின் மூலையில் குடம் நிறைய கள்ளு நுரைத்துப் பதைத்திருக்கும். ஆளில்லை. வெறுமனே பாதையைப் பார்த்துக்கொண்டு நின்றான் கடைக்காரன். அவன் யாரையெல்லாமோ எதிர்பார்த்துக்கொண்டு நிற்கிறான்.

வாழையிலைத் துண்டில் வேகவைத்த மரவள்ளிக்கிழங்கையும் துவையலையும் கொண்டு வந்து வைத்துவிட்டு இரும்புக் கோப்பையில் கள்ளை ஊற்றினான் வியாபாரி. கொச்சுராமனும் குஞ்ஞிக்கேளாவும் ஆளுக்கொன்றை எடுத்துக்கொண்டார்கள்.

"எல்லாமே கிட்டத்தட்ட காலியாயிடுச்சி இல்லியா?"

"அதிகமா ஒண்ணும் மிச்சமில்லே, ராமா. நான் என் வாழ்க்கையிலே இப்புடியான ஒண்ணைப் பாத்ததே கெடை யாது. கேள்விப்பட்டதுமில்லே. சாயங்காலமான பெறகு பறயனுங் களோட கூத்துதான். ஏழெட்டுபேர் வர்றானுங்க. இருக்குற கள்ளயெல்லாம் குடிக்கிறானுங்க. பந்தமும் கொளுத்திட்டு ஊடூடா ஏறி எறங்குறானுங்க. செத்ததுகளையும் சாவாததுகளை யும் குழிதோண்டிப் பொதைக்கிறானுங்க. ஊட்டுலே இருக்குறத எல்லாம் அள்ளிக் கட்டுறானுங்க. யாரு கேட்க முடியும்?"

கொச்சுராமன் குஞ்ஞிக்கேளாவின் முகத்தைப் பார்த்தான். அவன் மிரண்டு போயிருந்தான். அவனது முகத்தில் வந்திருக்கவே வேண்டாமோ என்கிற பாவம்.

உடல்களை அடக்கம் செய்வதற்கும்கூட ஆளில்லாமலான பிறகு யாரோ பறையர்களைக் கொண்டு வந்திருக்கிறார்கள். அவர்கள் அக்கிரமத்தைத் துவங்கியிருக்கிறார்கள்.

"இல்லத்துலே நம்பூதிரியும் அம்மாவும் எறந்துபோயிட் டாங்க. இல்லத்தை முந்தா நாள் தீ வைத்து எரிச்சிட்டாங்க. ஊட்டுலே நெறைய தங்க நகைங்க இருந்ததாக் கேள்வி. எல்லாத்தையும் அவுங்க கொண்டு போயிருப்பாங்க. யாராவது போய்ப் பாக்கவா போறாங்க? பயம். இருட்டினா சொடல பிசாசுகளோட வெளயாட்டு. இப்பிடியாப்பட்ட பல விஷ யங்கள் . . ."

கொச்சுராமன், தனக்கு நன்கு பரிச்சயமுள்ள ஒருவரது வீட்டு வாசலின்முன் தயக்கத்துடன் நின்றிருந்தான். யாரையுமே காணவில்லை. எந்த அசைவுகளுமில்லை. திரும்பி நடக்கும்போது தான் அவனைப் பார்த்தான். குஞ்ஞி என்று சொல்லப்படுகிற குஞ்ஞன்பிள்ளை. உடல் முழுவதும் குழிகளும் தழும்புகளுமாக! கண் பார்வை தெரியாமல், அந்தக் கோரமான உருவம் பாதையில் தட்டுத் தடுமாறிக்கொண்டிருக்கிறது. காலடி சத்தம் கேட்டு கவனித்திருக்கலாம்.

"அது யாரு? என் கண்ணு போயிட்டுது, புள்ளே . . . யாரது?"

"கொச்சுராமன்தான் . . ."

"நே . . . நீயா? வைத்தியனா?"

"ஆமா."

"கூட்டங் கூட்டமா போயிட்டுதுடா, ராமா. தெய்வத்தோட வெளையாட்டு. மடியிலே வெத்தில வெச்சிருக்கிறியா? என்னைத் தவிர எல்லாத்தையும் கொண்டு போயிட்டுதுடா, ராமா . . ."

"இந்தா வெத்தில, பாக்கு பச்சைதானிருக்கு."

"போதும். ஏதாவது இருக்கட்டும். இட்டியாதி வந்தா என்னப் பாக்காம போகவே மாட்டான். நாங்க எந்த அளவுக்குக் கூட்டாளிங்க தெரியுமா? அவன் மவளக் கெட்டுனவன் நீதானே?"

"ஆமா . . . இப்ப நீ எங்கே போற?"

"கூப்பிட்டா யாருமே திரும்பிப் பாக்கமாட்டேங்குறானுங்க. பயப்படுறானுங்க. தெய்வமே! இப்பிடிக் கிடந்து நரக வேதனைப் படுறதுக்கு நான் ஒரு மகாபாவமும் செய்யலியே? எல்லாமே விதி. அதைத் தவிர வேறென்ன சொல்றதுக்கு?"

குஞ்ஞன்பிள்ளை வேதனைகளைச் சொல்லி அழுதான். கொச்சுராமன், பாதையில் குந்தியமர்ந்து வெற்றிலையில் சுண்ணாம்புத் தடவி பாக்கையும் துண்டாக்கிக் கொடுத்தான்.

"ராமா, உனக்கு விசயம் தெரியுமா? நீலாண்டம்பிள்ளையைக் கொன்னுட்டாங்க."

"யாரு கொன்னது?"

கொச்சுராமன் பயந்துபோய் குரல் தாழ்த்திக் கேட்டான்.

"தீனம் அதிகமாகிக் கெடந்து உருண்டான். பழுத்து உடைஞ்சிட்டே இருந்தது. தாங்க முடியாத வேதனை. மருமக்கள்லே யாரோ இளநீரை வெட்டி கால்ல ஊத்திட்டான். பாதம் அழுகிடுச்சி. அயோக்கியனுங்க." நீலாண்டம்பிள்ளையும் ஓரளவு பெரிய அயோக்கியன்தான். கொச்சுராமன் நினைத்துக் கொண்டிருக்கும்போது குஞ்ஞன்பிள்ளை திரும்பவும் கேட்டான்:

"நீ இப்ப எங்க போற? அங்கயும் இங்கயுமா திரிய வேணாம். இந்த சைத்தானுக்குக் கண்ணு கெடையாது. மூக்கும் காதும் மட்டும்தான் இருக்குனு சொல்றாங்க."

கொச்சுராமன் பதிலெதுவும் சொல்லாமல் எழுந்தான். குஞ்ஞிக்கேள பக்கத்தில் வந்ததும் அவனது காதுகளில் சொன்னான்:

"இதெல்லாம் சும்மா சொல்றதுதான். நீ வா . . ."

கொஞ்ச தூரம் நடந்துபோய் திரும்பிப் பார்த்து விட்டுப் பிறகு சொன்னான்:

"தீனம் வந்துக் கெடக்கிறதை எல்லாம் நான் பாத்திருக்கேன். மொகமெல்லாம் பாணப்பழமாட்டம் பொடைச்சித் தெரியும். சிலது கறுத்து வெடிச்சிருக்கும். அதுதான் கருஞ்சட்டை. காதும் மூக்கும் இருந்தா அது அங்கயேதான் இருக்கும். நாம போனதாகவோ வந்ததாகவோ அதுக்குத் தெரியப் போறதில்லை."

ஒரு பழைய வீட்டின் பக்கத்தில் சென்றதும் கொச்சுராமன் உள்ளே எட்டிப் பார்த்தான். குஞ்ஞிக்கேளாவிடம் நிற்கச் சொல்லிவிட்டு முற்றத்தில் ஏறினான். வராந்தாவில் நின்றிருந்த ஒரு நாய் உறுமிவிட்டு எழுந்து போனது.

"தம்புரான்புள்ளே ... தம்புரான்புள்ளே ..."

இரண்டு மூன்று தடவை கூப்பிட்டுப் பார்த்தான். அசைவே இல்லை. வாசல் கதவு திறந்து கிடந்தது. கோலப்பன்பிள்ளை எங்கே போய் விட்டார்? இவரது மனைவியும் இரண்டு பிள்ளை களும் கொஞ்ச நாட்களுக்கு முன் இறந்து போய் விட்டார்கள். ஆட்களுக்கு உதவி செய்வதில் ரொம்பவும் ஆர்வமுள்ள ஒரு நல்ல மனிதர். இந்த எண்ணத்தில்தான் கொச்சுராமன் வராந்தா வில் ஏறினான். திறந்துகிடக்கும் கதவைப் பிடித்துக்கொண்டு உள்ளே எட்டிப் பார்த்தான். ஙே..! ஒரு ஆள் பாயில் மூடிப் புதைந்து கிடக்கிறார். கோலப்பனங்கார் அல்லவா?

"தம்புரான்புள்ளே ... நான் கொச்சுராமன் வந்திருக்கேன்..."

இலேசாக அசைந்தாரா..? சிறு சந்தேகம். வேகமாக அருகில்போன கொச்சுராமன் முகத்திலிருந்த துணியை விலக்கிப் பார்த்தான். ஹோ ... நடுங்கிப் போய்விட்டான். புண்ணிலிருந்து வடிந்த சீழில் துணி ஆங்காங்கே ஒட்டிப் பிடித்திருந்தது. புண்கள் பிளவுபட்டு சீழ் படிந்த முகம். கோலப்பன்பிள்ளை தான். வைசூரிதேவியின் கால்சலங்கை அந்த இடத்தில் எங்கோ சலசலப்பதுபோல் அவனுக்குத் தோன்றியது. அவன் வெளியே ஓடினான்.

"என்ன மாப்ளே..?"

"சீக்கிரம் வந்துடு ..."

அவர்கள் ஓடினார்கள்.

மூச்சுவாங்க கமுகு மரத்தில் சாய்ந்து நிற்கும்போது கொச்சுராமன் மனம் பதறினான். வைசூரிக்குக் கண்ணில்லை. காதும் மூக்குமிருந்தால்..? அவன் கீழே விழுந்துவிடாமலிருக்க மரத்தைச் சுற்றிப் பிடித்துக்கொண்டான்.

ஐந்து

குஞ்ஞிக்குட்டனுடன் விளையாடித் திரிந்த கொலும்பன், வெயிலில் கிடந்து அவதிப்பட்டது. நாக்கை நீட்டி, உடலை ஒடுக்கியபடி அது திண்ணையில் வந்து படுத்துக்கொண்டது. குஞ்ஞிப்பெண்ணு தூணில் சாய்ந்து வெறுமனே மேற்குத் திசையைப் பார்த்தபடி உட்கார்ந்திருந்தாள். அவளது கண்கள் தொலைவிலிருந்த கொல்லன் குன்றின் உச்சியையும் மார்பையும் தேடியலைந்துகொண்டிருந்தன. உச்சியில் புகை வருகிறதா? அப்படியென்றால் உடனே மழை பெய்யும்.

வறண்ட மலையோர உதடுகளில், ஏங்கும் இதயங்களில் ஒரு மழைத்துளி அடர்ந்து விழுமா? கார்மேகக் கீற்றுகளில் ஒளிந்துகிடந்த சூரியக் கிரணங்கள் குன்றின் மார்பகம்போன்ற கரும்பாறையில் பட்டுப் பிரதிபலித்தன. குஞ்ஞிப்பெண்ணு திரும்பவும் கூர்ந்து பார்த்தாள். அந்த வாசல்... ஒரேயடியாக மூடப்பட்ட அந்தக் கதவு தெரிகிறதா? கொல்லனும் குடும்பமும் வேறு எங்காவது போயிருக்கலாம்.

மனிதர்களுக்கு சத்தியமும் தெய்வ விசுவாசமும் முதலீடாக இருந்த ஏதோ ஒரு காலம் அது. மலை அரயன்களுக்கு கத்திகளும் அரிவாள்களும் செய்தும் சரிப்படுத்தியும் கொடுக்கும் கொல்லன், குன்றுக்கு வருவான். பாறையில், மூடப்பட்ட வாசலின் வெளியில், ஒரு மரத்தடியில் ஆயுதங்களுடன் கண்மூடி நின்று தெய்வமாகிய பெருங்கொல்லனை தியானிப்பான் அரயன். கண்களைத் திறக்கும்போது ஆயுதங்கள் எதுவும் வைத்த இடத்தில் இருக்காது. பெரிய கொல்லனை மீண்டும் தியானித்து அரயன் கண்மூடி நிற்கும்போது ஒரு சிறு ஓசை. உலையில் வைத்துக் காய்த்து மினுக்கிய

ஆயுதங்கள் புத்தம்புதியதாக. பிரதி பலன், மனம் நிறைந்த நன்றி மட்டும். எத்தனை உன்னதமான காலமது.

தங்களின் பெரும்பாக்கியங்களை மனிதர்கள் தாங்களாகவே உதாசீனப்படுத்தி விடுகிறார்கள். நம்பிக்கையின்மையின், பேராசையின் தளிர் முதலில் கிளை விடுவது பெண் மனதில் தான். அரயனின் பணிக்கருவிகளை பிரதிபலன் கருதாமல் செய்தும் சரிப்படுத்தியும் கொடுக்கும் பெரிய கொல்லனைப் பார்க்க ஒரு அரயத்திப் பெண்ணுக்கு ஆசை. அவள் மரத்தின் பின்னால் ஒளிந்து நின்றாள். அரயன் ஆயுதங்களுடன் கண்களை மூடித் தியானத்திலிருக்கவே அரயத்தி தீண்டாரியானாள். அதை அவள் பொருட்டாக எடுத்துக்கொள்ளவில்லை. பாறையின் வாசலைத் திறந்து தங்க நிறத்திலுள்ள ஒரு ஆணும் பெண்ணும் அவர்களது மகனும் வெளியே வந்தார்கள். அந்த அழகான உருவங்கள் முழு நிர்வாணத்துடனிருந்தன. அவர்கள் அரயனின் ஆயுதங்களை எடுத்தார்கள். "அய்யய்யே." அரயத்திப் பெண் கைகொட்டிச் சிரித்தாள். அடுத்த கணம் ஆயுதங்கள் சிதறி விழுந்தன. பாறையின் வாசல் கதவு பயங்கரமான சத்தத்துடன் அடைந்துகொண்டது. பிறகு, ஒருபோதுமே அது திறக்கவுமில்லை. வெறும் கல்லாகவே மாறிவிட்டது.

கொல்லன் குன்றில் பல இடங்களிலும் துரும்பின் துணுக்குகள் குவிந்து கிடந்தன. இப்போதாவது, அல்லது இனி எப்போதாவது அந்த வாசல் திறக்குமா?

ஊரிலுள்ள கொல்லன்கள் பெரிய கொல்லனின் மரபுகளுக்கு உரிமை கொண்டாடுவார்கள். ஆனால், உருக்கித் தீட்டிய கத்தியின் வாய்ப்பகுதி முள்முருங்கையை வெட்டும் போதே மழுங்கிப்போகும். அரயன்குடியில் வேறு கொல்லன்களுமில்லை. கொச்சுராமன், கிட்டனின் குடிலுக்குத்தான் போயிருக்கிறான்.

கருகி உலர்ந்த மலையோரத்தைத் தழுவியபடியே வந்த காற்று, வலியை ஏற்படுத்துவதுபோல் சூடாக இருந்தது. கறுத்திருண்டு கெட்டியாகிக் கிடந்த கொல்லன் குன்றின் தெற்குச் சரிவினூடே ஆபரணம்போல் ஒரு பனிப்புகை. அதுவரையிலும் இருந்த புழுக்கத்தைத் தகர்க்கும்படி எங்கோ ஒரு இடி மின்னல். திடுக்கிட்ட குஞ்ஞிப்பெண்ணின் முகத்தில் கனத்த மழைத்துளிகள் சிதறி விழுந்தன. நினைத்திருக்காத நேரத்தில் வேனல் மழை. புழுதி நனைகிற மண் வாசனை. மழை, சூடாக எழும் ஆவியை அமிழ்த்தியபடியே வலுக்கத் துவங்கியது.

குஞ்ஞிப்பெண்ணு நனைந்தாள். உடம்பிலுள்ள வேர்வையையும் அழுக்கையும் தேய்த்தபடியே அவள் வாய்விட்டுச் சிரித்தாள்: "ஹா ... என்ன குளிர்! இன்னும், இன்னும் பெய்யேன் மழையே ..."

மறுநாள், உருகும் வெயிலில் வீட்டின் கிழக்குப்புறத்தில் இலவ மரத்தின்கீழ் நீர்ச்சாலின் அருகில் எதையோ தேடுகிறாள் ஒரு பாட்டி. கூர்ந்து பார்த்தபோதுதான் தெரிந்தது, பேறுகாரி முண்டியத்தை. முதுகு வளைந்து, தலையசைந்துகொண்டிருக்கும் முதியவள். உடலை மறைக்கும் துணியைக் கூட்டிப்பிடித்து கம்பையும் ஊன்றியபடியே அவள் நிமிர்ந்தாள். சுற்றி வந்து எதையோ தேடுகிறாள்.

"மாமீ."

குஞ்ஞிப்பெண்ணு ஓடிச் சென்றாள். அவளுடைய கையைப் பிடிக்க முனைந்தாள்.

"தொட்டுடாதே, மவளே. கொஞ்சந் தண்ணி குடிக்கலாம்னு வந்தேன். காய்ஞ்சுபோய்க் கெடக்கு . . ."

"அது நேத்து பெய்ஞ்ச மழைத் தண்ணி மாமி. ஊட்டுக்கு வாங்க. அடிக்கிற இந்த வெயில்லே எங்கே போறிங்க."

"பிளாக்கலே சீதனோட பொஞ்சாதி பெத்தா. பொண் கொழந்தை. குளிக்காம எப்படி ஊட்டுக்குள்ள ஏற முடியும்? இந்த வருசக் காய்வு இருக்கே . . ?"

"கொஞ்சம் தண்ணி மேக்கு ஓடையிலே கிடக்கு மாமி."

"எனக்கு நடந்து போக முடியலே மவளே. காலு ஆடுது. கண்ணும் தெரியல. வந்து கூப்பிடும்போது வரமாட்டன்னு எப்புடிச் சொல்ல முடியும்? பேறு காரியமில்லியா? இப்புடியே கெடந்து இழுக்காம போய்ச் சேர முடிஞ்சா . . ."

முண்டிப்பாட்டி கொஞ்சம் அதிகமாகவே தண்ணீர் குடித்தாள்.

"கொஞ்ச நேரம் படுக்குறன் மவளே, உம் புள்ள என்ன செய்யிறான்."

"அந்தப் பக்கம் புல்லுக் கட்டுக்குக் கீழே உக்காந்திருக்கான். அவனும் கொலும்பனும்."

"வயித்துலே ரெண்டாவதும் உண்டாயிருக்கா ஒனக்கு?"

"இல்ல மாமி . . ."

முண்டி, துணியை விரித்துப் படுத்துக்கொண்டாள். சுருக்கம் விழுந்த உடல், கண் புருவங்களும்கூட நரைத்துப்போயிருந்தன. வெள்ளிபோலிருந்தாலும் ஒரு கூடை முடியிருந்தது. வில்போல் வளைந்த முதுகும்.

"சோறு தாம்மா, பசிக்குது."

வேர்வையில் குளித்து உடம்பு முழுவதும் மண்ணும் அழுக்குமாக குஞ்ஞிக்குட்டன். குஞ்ஞிப்பெண்ணு மகனையும் கொண்டு அடுப்படிக்குச் சென்றாள். கலயத்திலிருந்த பருக்கை களை அள்ளினாள்.

"எனக்கு இது வேணாம்." குழந்தை சிணுங்க ஆரம்பித்தான். "என் புள்ளெ இதைத் தின்னு. அப்பன் அரிசி வாங்கிட்டு வரும். எஞ்செல்ல மவனுக்கு வயிறு நிறைய சோறு தருவேன். என்ன ?"

"தா . . ."

"இப்ப இல்ல, சாயங்காலம்."

"ம்ஹூம், எனக்கு வேணாம்."

"அப்புடின்னா உன்னை தாத்தாவோட ஊட்டுக்குக் கூட்டிட்டுப் போக மாட்டேன்."

இதைச் சொன்னதும் குழந்தையின் அழுகை அதிகரித்தது.

"வேணும்னா மண்ணைக் குத்தி அமுக்கு. உனக்கு சித்தாந்தம் கொஞ்சம் அதிகமாத்தான் போயிட்டுது."

மகனின் தொடையில் இரண்டு அடி வைத்து விட்டுத் திண்ணையில் வந்தமர்ந்தாள். அழுதபடியே மகனும் வந்தமர்ந் தான். அவனது கண்கள் நிறைந்தொழுகுவதைப் பார்க்கும் போது வருத்தமாக இருந்தது. கஞ்சிக்கோ கூட்டுக்கோ எதுவு மில்லாமலாகி எத்தனை நாட்களாகின்றன. மகனுக்கு ஒரு பிடி சோறு கொடுப்பதற்கு என்னவெல்லாம் பாடுபட வேண்டிய திருக்கிறது? குழந்தையை மடியில் சாய்த்துக் கிடத்தி முலைக் காம்புகளைத் துடைத்துவிட்டு குனிந்து உட்கார்ந்தாள்.

"ஆ . . . கடிக்காதடா, பிசாசே . . ."

அவன் முனகிவிட்டுச் சிரித்தான்.

இரண்டு வயதான பிறகும் இன்னும் பால்குடி மாறவில்லை. "அம்மா, பாப்பி" என்று இடையிடையே ஓடி வருவான். தவிர்க்கத் தோன்றாது. இளம் தொடையில் தாளமிட்டு உட்கார்ந்து விடுகிற நிமிடங்களில் அனுபவிக்கும் ஆனந்தம். அது, வாழ்க்கை போராளியை அன்பளிப்பாகத் தந்த, ஆனந்தமா? அல்லது ஒரு யாசகனை சிருஷ்டித்த, குற்றவுணர்ச்சியா?

சூரியன், கொல்லன்குன்றின்மீதிருந்து கிழக்கே பார்த்துச் சிரித்தான். குடிக்கப் போய்விட்டு வந்த கொச்சுராமன் ஒரு சேவலை முற்றத்திலும் சில்லறைப் பொதிகளை திண்ணை யிலும் வைத்தான்.

“அப்பா, காக்காப்பி.”

குஞ்ஞிக்குட்டன் ஓடிவந்து கோழியைத் தொட்டுப் பார்த்தான். ‘இது எங்கே இருந்து’ என்று கேட்டபடியே குஞ்ஞிப் பெண்ணும் பின்னால் வந்து நின்றாள்.

“காக்காப்பி இங்கியே நிக்கட்டும்.”

“அது புளியாம்புள்ளிக்கு நேந்ததில்லையா?”

“ம் . . .”

“அப்ப கொடுக்க வேணாமா?”

அவன் பதிலெதுவும் சொல்லவில்லை. திகட்டிக்கொண் டிருக்கும் கள்ளின் புளித்த வாசம். ஏதாவது சொல்லப்போய் திட்டு வாங்க வேண்டாமென்று குஞ்ஞிப்பெண்ணு நினைத்துக் கொண்டாள். அதிலும் ஒரு நல்ல காரியத்திற்குப் போகும் வேளையில்.

நேரம் இருட்டப்போவதை கூவி அறிவித்த காக்காப்பி யெனும் சேவல்கோழியுடன் இரண்டு பெட்டைக் கோழிகளும் வந்தன. “யாருடீ நீ?” புதிய ஆளைக் கண்டதும் காக்காப்பி சிறகுகளை படபடத்தது. தலையை சாய்த்துப் பார்த்தது. கூவி சண்டைக்கு வட்டம் பிடித்தது. “அப்புடியா, பாத்துருவமா?” எனும் பாவத்துடன் கால் கட்டை விடுவிக்க முயற்சி செய்தபடி புதிதாக வந்ததும் கூவியது. குஞ்ஞிப்பெண்ணு மனதால் கோழி களை எடைபோட்டுப் பார்த்தாள். காக்காப்பிதான் பெரியது.

“சீக்கிரமாப் புறப்படப் பாருங்க.”

கணவன் சொன்னது காதுகளில் விழுந்தாலும் குஞ்ஞிப் பெண்ணுக்கு உற்சாகம் வரவில்லை. எதுவோ சரியாக இல்லையே என்பதுபோல் தோன்றியது. கோழிகளை அவள் கூண்டிலடைத் தாள். கொலும்பனுக்கு வேகவைத்த கிழங்கும் கஞ்சித்தண்ணீரும். ஏற்கனவே பொதிந்து வைத்திருந்த மாராப்பையும் எடுத்துவிட்டு அவள் வாசலை அடைத்தாள்.

“அப்பா, காக்காப்பியை நீ கொல்லுவியா?”

“இல்லடா மவனே, அதைத்தான் கொல்லணும்.”

அது தவறு. நேர்ந்த கோழியைத்தான் கொண்டுபோக வேண்டுமென்று குஞ்ஞிப்பெண்ணு சொல்லியிருக்கிறாள். கொச்சுராமன் ஒப்புக்கொள்ளவில்லை. கோழிக்குப் பதிலாக இன்னொரு கோழி அவ்வளவுதான்.

சாயங்காலத்திற்கு முன் அவர்கள் இட்டியாதியின் குடிலின் கிழக்குத் திசையிலுள்ள பெரிய ஓடைக் கரைக்கு வந்து சேர்ந்தார்கள். அந்த இடத்திற்கு வரும்போதெல்லாம் குஞ்ஞிப்பெண்ணின் மனது படபடக்கும். கொச்சுராமனை முதன்முதலில் பார்த்த இடம் அதுதான். அவள் அதை நினைவுபடுத்தத் துவங்கினாள். "திர்டி ... திர்டி ... ரீரீரீ ..." சிலம்பியபடியே ஒரு தீண்டாரிப் பறவை அவளை வட்டமிட்டுப் பறந்தது. ஓடையின் அருகில் தாணி மரத்தில் சென்றமர்ந்து திரும்பவும் சிலம்பியது.

"உங்கம்மையோட பதினாறு அடியந்திரம் நடக்கு, சீ ... போ."

குஞ்ஞிப்பெண்ணு கோபத்துடன் சத்தமிட்டுச் சொன்னாள். இவள் ஏன் இப்படிக் கோபப்படுகிறாள் என்று திரும்பிப் பார்த்த கொச்சுராமன் சொன்னான்:

"நாம சீக்கிரம் குளிச்சிட்டுப் போயிடலாம்டா மவனே, அம்மைக்குக் கிறுக்குப் பிடிச்சிட்டு"

மகனைக் குளிப்பாட்டிவிட்டு மிச்சமிருந்த தண்ணீரில் அவனும் உடலை நனைத்தான். திரும்பிப் பார்க்கும்பொது மனைவியைக் காணவில்லை. இவள் எங்கே போய் விட்டாள்?

"குஞ்ஞெண்ணே ... எடியே ..."

"சரி ... அப்பனும் மகனும் போங்க. நான் வரல்லே. நேரங்கெட்ட நேரத்துலே வந்திருக்கேன்."

ஒரு கல்லின் பின்னாலிருந்து அவள் பேசினாள்.

"ம் ... வேட்டை, கிட்ட வரும்போதுதான் நாய்க்கு ஒண்ணுக்குப் போக வரும். இல்லேன்னாலும் நல்ல முகூர்த்தம் வரும்போதெல்லாம் ஒனக்கு இதுதானே வழக்கம்."

அவன் என்னவெல்லாமோ சொன்னான். திரும்பவும் நினைத்துக் கொண்டான்: "கோபப்படுறதுலே அர்த்தமில்லே. வேணும்னு செய்றது ஒண்ணுமில்லையே?" மாராப்பையும் மகனையும் கோழியையும் எடுத்துக்கொண்டு அவன் நடந்தான். தீண்டா தூரத்தில் குஞ்ஞிப்பெண்ணும். பாதை பிரியுமிடத்தில் வைத்து அவள் சொன்னாள்:

"நான் கொச்சின்றப்பன் வீட்டுக்குப் போயிடுறேன்."

"தனியா போயிடுவியா? இந்தா கத்தியை வெச்சுக்கோ." இடுப்பிலிருந்தது, ஓலை கீறுகிற கத்தி. தீண்டாரிப் பெண்ணிடம் எப்போதுமே ஒரு இரும்புத் துண்டு இருக்க வேண்டும். கத்தியையும்கொண்டு குஞ்ஞிப்பெண்ணு வேகமாக நடந்தாள். கோபத்துடன் பார்த்துக்கொண்டே நின்று விட்டு கொச்சு ராமனும் நடந்தான்.

இட்டியாதியின் வீட்டுத் திண்ணயில் சில காரணவர்கள் பழைய வீரப்பிரதாபங்களைச் சொல்லி சிரித்துக் கொண்டிருந் தார்கள். கிழக்குப்புறப் பந்தலில் குத்தி நிறுத்திய தீப்பந்தம். அதன் வெளிச்சத்தில் கோபாலனும் மற்ற சிலரும் ஏற்பாடுகளை பூர்த்தி செய்திருந்தார்கள்.

"குட்டிப்புள்ள வந்துடு. என்ன சகோதரா இப்புடி நனைஞ்சு போய் வந்திருக்கிய?" பாப்பி வாசலில் வந்தாள்.

"குளிச்சிட்டு வர்றேன் சகோதரி."

"என்னடா மவனே உங்க அம்மை என்ன செய்யிறா?"

"அவளும் வந்தா. பாதி வழியிலே வெச்சி தூரமாயிட்டா."

"இல்லன்னாலும் என் நாத்தூன் அப்புடித்தான். எப்பவும் ஒரு நல்ல நாளு வரும்போதெல்லாம் அவளுக்கு வெலக்குதான்."

நனைந்த உடுப்புகளை மாற்றிவிட்டு கொச்சுராமனும் பந்தலில்போய் அமர்ந்துகொண்டான். இட்டியாதி மகளைப் பற்றி விசாரித்தான். அவள் புரையில் தனியாக இல்லை என்று அறிந்ததும் ஆறுதலாக இருந்தது.

உலர்ந்த ஈற்றத் துண்டுகளைக் கீறி ஒரு முனையைக் கூர்மையாக்கி மற்றொரு முனையில் பழந்துணியைச் சுற்றிய கோல்திரி கைத்திரி தீப்பந்தம். செய்ய வேண்டியது இன்னும் ஏதாவது மிச்சமிருக்கிறதா என்று பார்த்தான் சடங்குகளைச் செய்யும் ஈச்சரன். கோபாலன் ஒவ்வொரு மூர்த்திகளுக்கும் தனியாகத் தண்டுகளை மினுக்கினான். கரும்பச்சை நிறமான எழுகின்* கம்பை ஒரு முழம் நீளத்தில் முறித்து இரண்டு முனைகளிலும் தோல் சீவி கரியும் மஞ்சளும் புரட்டினான். நீச மூர்த்தியாகிய மறுதாவுக்கு. நடுவே தோல் களைந்து மஞ்சள் பூசியது, சாத்தனுக்கு. ஏழிலம்பாலையின் உச்சியிலும் நடுவிலும் இரண்டு முனைகளிலும் மஞ்சளும் சுண்ணாம்பும் கலந்து பூசி சிவப்பாக்கியது, புளியாம்புள்ளி தம்புரானுக்கு. பிரம்பு, கண்டாகர்ணனுக்கு.

பச்சரிசியை தவிட்டுடன் குழைத்து நீளமாக உருட்டி இலையில் பொதிந்துச் சுட்டெடுத்த பதார்த்தங்கள், அப்பம், அவல், பொரி, வரகுப்பொடி, பழம், நுனியிலை, வெட்டிய இலை – இப்படியாக பல பொருட்கள்.

சடங்குகளை நிறைவேற்றும் இட்டியாதியும் உதவியாளன் ஈச்சரனும் குளித்துவிட்டு புறப்பட தயாராக வந்தார்கள். தோட்டத்திலுள்ள சில மரங்களின் கீழ்தான் எல்லா மூர்த்திகளும் இருந்தார்கள். கர்மி, புத்தாடையை தார் பாய்ச்சி ஏத்தாப்பு கட்டி வெற்றுடலை மறைத்துவிட்டுப் பிரம்பை கையிலெடுத்தான்.

முதல் சடங்கு மறுதாவுக்கு. ஒரு ஆஞ்சிலி மரத்தினடியில் இருந்தாள் அவள். துடைத்து சுத்தப்படுத்தி, எழுகின் கம்புகளும் ஏழிலம்பாலைக் கம்புகளும் நாட்டிய சிறு பந்தலில் குருத்தோலை, செம்பருத்திப்பூ போன்ற அலங்காரங்கள். கர்மி, பணிவுடன்

---

* ஒரு வகை எருக்கு

விளக்கேற்றினான். ஏழிலம்தண்டை ஆஞ்சிலியில் சாய்த்து வைத்தான். தீப்பந்தங்கள் வரிசையாக எரிந்துகொண்டிருந்தன. நுனியிலையில் அப்பம், பதார்த்தம், வரகுப்பொடி, பொரி, கைத்திரி, கோல்திரி, இலைக் குமிழில் கள்ளும் சாராயமும். வெற்றிலை பாக்கு. நைவேத்தியங்கள் வைக்கப்பட்டன. தர்ப்பைப் புல்லால் புனித நீர் தெளிக்கப்பட்டது.

பல நிமிடம் நீண்ட தியானம். முட்டையிடாத கன்னிக் கோழியின் அலகுகளையும் கால்களையும் நனைத்த ஒருவன் அதை கர்மியின் கையில் கொடுத்தான். கோழியின் வாயில் அவன் நெல்லையும் அரிசியையும் திணித்தான். சிறகுகளையும் கால்களையும் சேர்த்துப் பிடித்தபடியே அவன் முன்னால் நகர்ந்தான். துணைக் கர்மி கோழியின் தலையை அறுத்து இலையில் வைத்தான். சூடு இரத்தம் நைவேத்தியங்களிலும் விளக்குகளிலும் சிதறி விழுந்தது. கோழியை வடக்குப்பக்கம் போட்டான்.

கர்மி மீண்டும் குளித்தான். தம்புரான்களுக்கு பூஜை செய்வதற்காக. மறுதா பயங்கரி மட்டுமல்ல, பெண் விரோதியும் கூட. அவளுக்கு நைவேத்தியம் செய்த எதையும் வீட்டுக்கும் கொண்டுபோகவோ பெண்கள் தொடவோ கூடாது.

முண்டனும் கோபாலனும் காட்டுக் கற்களால் அடுப்புக் கூட்டினார்கள். பச்சரிசியை வேக வைத்தார்கள். கோழியை சுத்தம் செய்து வேக வைப்பதற்கான வேலையைத் துவங்கினார்கள்.

புளியாம்புள்ளிக்கு அவலும் பழமும் சர்க்கரையுமெல்லாம் வேண்டும். கூடவே கணபதியாருக்கும் வைக்க வேண்டும். புளியாம்புள்ளி தம்புரானுக்கு சேவல் கோழியின் இரத்தம் போதும். இறைச்சி வேண்டாம். குடும்பக்காரர்களும் உறவினர்களு மெல்லாம் வழிபாடாக நேர்ந்த கோழிகள் தலையற்றுக் கிடந்து துடித்தன. கோழியின் உடல் பகுதி அவரவர்களுக்கு. பெண்கள் பக்கத்தில் வந்தமர்வதிலுலோ நைவேத்தியத்தை உண்பதிலோ தம்புரானுக்கு விரோதமில்லை.

சாத்தனுக்கு கள்ளு, பட்டைச்சாராயம், வரகுப்பொடி, வெற்றிலை பாக்கு, இரத்தமும் இறைச்சியும் பெரியவருக்குத் தேவையில்லை. நைவேத்தியம் முழுவதுமே அங்கே கூடி யிருப்பவர்களுக்கு.

கண்டாகர்ணனுக்கு ஒரு கோழி மட்டும் போதும். சாராய மும் பற்றியெரியும் தீப்பந்தத்தில் தெள்ளிப் பொடி எறிந்த வெளிச்சமும்.

திரும்பவும் மறுதாவின்முன். கோழி இறைச்சியும் பச்சரிசிச் சோறும் கூடவே கள்ளும் சாராயமும். ஆண்கள் அனைவரும்

பங்குபோட்டுத் தின்றார்கள். எல்லாம் முடிந்த பிறகு உதவி கர்மி, முக்கண் தேங்காயை உடைத்து இளநீரை இரண்டாகப் பகிர்ந்து வைத்தான். கர்மி, துளசியிலையைக் கிள்ளிப்போட்டு நல்ல நேரத்தைத் தெரிந்துகொள்வதற்காக ராசி பார்த்தான்.

இதெல்லாம் சமயச் சடங்குகள் இல்லை. சிலர் செய்து கொண்டிருப்பவை மட்டும்தான். எல்லாவற்றையும் பார்த்தும் பங்கு வகித்தும் சோர்ந்துபோன கொச்சுராமன் விலகி நின்று கொண்டிருக்கும் குஞ்ஞாதிச்சனிடம் ரகசியமாகக் கேட்டான்:

“இதிலிருந்து உனக்கு ஏதாவது தெரியுதா மாப்ளே?”

“அப்பன் மட்டும் மண்டையைப் போடட்டும். நான் எல்லாத்தையும் அள்ளியெடுத்து சாக்கடையிலே வீசிடுறேன்.”

பத்தாம் உதயத்தின்போது ‘நீரருந்தல்’ எனும் பெயரில் வந்து சேரும் உறவினர்களுக்கெல்லாம் சாப்பிடவும் குடிக்கவும் படுக்கவும் இடம் கொடுக்க வேண்டும். அவர்கள் தாராளமாக உண்டு, உறங்கி, மகிழ்ச்சியுடன் திரும்பிப் போவார்கள். குடிலில் உள்ளவர்களுக்கு மூர்த்திகளின் அனுக்கிரகம். அடுத்த வருடமும் இதுபோலவே நடக்கவேண்டுமென்று எல்லோரும் சொல்வார்கள். இப்படியாக எத்தனை வருடங்கள் ..?

கொலும்பன் கொஞ்ச நேரமாகவே ஊளையிட்டுக் கொண்டிருக்கிறது. பரிதாபமான குரலில். வழக்கத்திற்கு மாறாக புரையின் வடக்கு மூலையிலிருந்து ஒரு நாய் திரும்பத் திரும்ப குரைக்கிறது. “இது ஏன் இப்பிடிக் குரைக்குது?” குளிரும் காய்ச்சலும் தலைச்சுற்றுமாக இருந்த குஞ்ஞிப்பெண்ணு நடுங்கி னாள். சிரமத்துடன் அவள் முற்றத்தில் இறங்கினாள். காதுகளைக் கூர்மையாக்கிக்கொண்டு சுற்றிலும் பார்த்தாள். சுற்றுப்புற மெங்கும் புகையும் வாசமும். போதாக்குறைக்கு சுடுவதுபோன்ற வெப்பமும். முற்றத்தின் ஒரு ஓரமாக கூரை வேய்வதற்காக அடுக்கி வைத்திருக்கும் போதப்புல்லின் அருகிலிருந்துதான் கொலும்பன் ஊளையிடுகிறது. அந்த ஓலக்குரலைக் கேட்டு அவள் முகம் திருப்பியபோது மீண்டும் திடுக்கிட்டாள். தெற்கு புறத்தில் புல்மேட்டில் தீப்பிடித்திருக்கிறது. புல்லின் கணுக்கள் டப் ... டப்பென்று வெடித்துக்கொண்டிருக்கின்றன. காற்று பலமாக வீசிக்கொண்டிருக்கிறது. காட்டைத் தகர்த்தபடியே ஒரு கல் உருண்டுவந்து பெரிய ஓடையில் விழுகிறது. எங் கெல்லாமோ கூக்குரலும் அலறமும் ...

புல்மேடு உலர்ந்தால் ஊரிலுள்ள ஏதாவது போக்கிரிகள் தீ வைத்து விடுவார்கள். விளைவு என்னவென்று யோசிக்காமல்.

குஞ்ஞிப்பெண்ணுக்குப் பதற்றமாகிவிட்டது. தலைசுற்றியது. கண்களில் இருட்டு ஏறியது. சத்தமில்லை. கூக்குரலும் அலறலும் தன்னுடைய மக்களிடமிருந்துதான் வருகிறது என்பது தெரிந்தது. தீயிலிருந்து குடிலையும் குழந்தைகளையும் காப்பதற்காக மரண அவஸ்தையுடன் போராடுகிற அரயன்களின் ஊராளிகளின் அவலக்குரல் . . .

"தீ வெச்சவனோட்ட குடும்பம் அழிஞ்சிபோயிடணும்."

குஞ்ஞிப்பெண்ணு மனவேதனையுடன் சாபமிட்டாள்.

கல்லும் மண்ணும் மரவாழைப் பட்டைகளும் தீக்கட்டைகளாக சிதறித் தெறித்தன. எழுந்து நின்று சத்தமாகக் கூவ முயற்சி செய்தாள் குஞ்ஞிப்பெண்ணு. இயலவில்லை. கீழே விழுந்துவிடாமலிருக்க அவள் தூணைப் பிடித்துக்கொண்டாள். அக்னியின் ஒரு கோளம் கல்லில் தட்டி சிதறுவதை அவள் பார்த்தாள்.

"அழிச்சிடாதே, தெய்வமே . . ."

நெஞ்சிலறைந்து கை கூப்பினாள். முற்றத்தின் அருகிலிருந்த போதப்புற்குவியல் படர்ந்து பிடித்தது. டப் . . . டப்பென்று வெடிக்கிற சத்தத்துடன். காற்றின் பிடிவாதம் வலுத்தது. படர்ந்தெரியும் புல் தண்டுகளை காற்று குடிலின்மீது சுழற்றி எறிந்தது. எல்லாமே பற்றியெரிந்துகொண்டிருந்தன. நின்றுகொண்டிருக்கும் பூமி வெடித்துச் சிதறுவதுபோல் தோன்றியது. இதயமே வெடித்து விடுமளவுக்கு அவள் அலறினாள்:

"எம்பொன்னு மவனே."

சத்தம் வெளியே கேட்கவில்லை.

"குஞ்ஞெண்ணே, குஞ்ஞெண்ணே, கொழந்தை எங்கடீ? அய்யோ, ஊடு தீப்பிடிச்சிடுச்சே, ஓடி வாங்களேன் . . ."

கொச்சுராமன் எங்கிருந்தோ ஓடி வருகிறான். அலறியபடியே வானத்தை நோக்கிப் படர்ந்தெரியும் அக்னி நாளத்தினிடையில் சிதைந்துபோன ஒரு வாழையுடன் அவன் பாய்ந்தேறினான். எல்லா சக்தியையும் திரட்டியெடுத்த அவன் வாழையால் ஓங்கியோங்கி அடிக்க ஆரம்பித்தான். என்ன செய்கிறோம் என்ற நினைவில்லாமலேயே. "குஞ்ஞெண்ணே, குஞ்ஞிமோனே . . ." தீயின் வேகத்தில் குரலும் தேய்ந்துகொண்டிருந்தது. குடிலின் தாங்குத்தடிகளும் முகடுகளுமுமெல்லாம் எரியும் தீக்கம்புகளாக விழுந்துகொண்டிருந்தன.

"மாப்ளே . . . குஞ்ஞெண்ணே . . ."

சிதைந்த வாழைகளுடன் வேறு சிலரும் ஓடி வந்தனர். அடிக்கும்போது வானம் முட்ட உயர்ந்து படருகிறது தீ. மனிதர்களின் ஈனஸ்வரம் காற்றின் இரைச்சலில் அமுங்கிப் போனது.

தீ அணைந்ததும் குடிலிருந்த இடத்திலிருந்து புகை வந்து கொண்டிருந்தது. கண் தெரியவில்லையென்றாலும் குஞ்ஞிக்கேளாவும் கடுத்தையாவும் தீயை விலக்கிவிட்டு முன்னால் நடந்தார்கள்.

மயக்கம்போட்டு அரைகுறையான உடுப்புகளுடன் மண்ணில் குப்புறக் கவிழ்ந்து கிடந்தாள் குஞ்ஞிப் பெண்ணு. கொஞ்ச தூரத்தில் கரிபுரண்டு, சிதைந்து கறுத்த நார்போலான வாழையுடன் நிர்வாணமாக கொச்சுராமன்.

“பாஸ்கரா, கொழந்தையைப் பாருடா.”

குஞ்ஞிக்கேளா கொச்சுராமனையும் குஞ்ஞிப்பெண்ணையும் திருப்பிப் படுக்க வைத்தான். உயிர் இருக்கிறது. ஆனால், பிழைக்க முடியாது. தண்ணீரின் அம்சம் துளிகூட இல்லை. முகத்தைத் துடைத்து இழுத்து நீக்கிப்போட்டான்.

“சித்தப்பு, சதிச்சுட்டியே தெய்வமே . . . சதிச்சுட்டியே . . .”

பாஸ்கரன் அலறியழுகிற இடத்திற்கு கடுத்தையா ஓடிச் சென்றான். புற்கட்டுகள் எரிந்தடங்கிய இடத்தின் அருகில் சுட்டுக் கரிந்த குஞ்ஞிக்குட்டனின் உயிரற்ற உடல். பக்கத்தில் செத்து மல்லாந்து நான்கு கால்களையும் நீட்டியபடியே கொலும்பனும்.

நான்கு மூலையிலும் மரக்கால்கள் நாட்டி மூங்கிலை குறுக்காக வைத்திருந்த தட்டில்தான் புல் அடுக்கப்பட்டிருந்தது. மழை பெய்து நனைந்த பிறகுதான் புரை வேய வேண்டும். குஞ்ஞிக்குட்டனும் கொலும்பனும் விளையாடுவதற்கு வசதியாக அந்த இடத்தைதான் தேர்வு செய்திருந்தார்கள். புல் தட்டின் கீழ்.

உடுதுணிகளையும்கூட இழந்து போனவர்கள் பரஸ்பரம் பார்த்து கதறியழுதுகொண்டிருந்தார்கள். இட்டியாதிக்கும் குஞ்ஞாதிச்சனுக்கும் தங்களது குடிலைப் பாதுகாத்துக் கொண்டதில் ஆறுதல். அப்போதுதான் அந்த துக்கமான செய்தி வருகிறது. எல்லாவற்றையும் எறிந்து விட்டு அங்கே ஓடினார்கள்.

“எம்பொன்னு மவனே . . . தாத்தாவை விட்டுட்டுப் போயிட்டியாடா நீ . . .”

அந்த முதியவர் குஞ்ஞிக்குட்டனின் உடலின் அருகில் உட்கார்ந்து அழுதுகொண்டிருந்தார்.

எரிந்தடங்கி சாம்பல் புரண்டு கிடந்தது மலையோரம். எல்லா இடங்களிலும் தோல் கருகிய, இலை கரிந்த மரங்கள். அடிவாரக் கிராமத்திலிருந்து எதையோ தேடி வந்த காற்று, சாம்பலை அள்ளி வீசியவாறே சுற்றித் திரிந்துகொண்டிருந்தது. மயான பூமியைப்போல், கதியிழந்த யாரோ ஒருவரின் தனிப் பட்ட ஈனஸ்வரம் அங்கே கேட்கலாம்.

ஆறு

பல மாதங்களாக புடைத்து, மூச்சடைக்க நின்றிருந்த வானத்தின் கண்கள் வெடித்தொழுகத் துவங்கியது. மலைமுகட்டினூடே தகிதிகியென மின்னிப் பாய்ந்து நெஞ்சடைக்க வைக்கும் இடி மின்னல். குடம் நீரை அள்ளிச் சொரியும் மழைத்துளிகளைச் சிதறடிக்கும் காற்று. அரைகுறையாக எரிந்தும் காய்ந்தும் நின்றிருந்த மரங்கள் முறிந்து விழுந்தன. புல் மேடு கரிந்த மண்ணையும் சாம்பலையும் கலக்கிப்புரண்டொழுகும் மலை வெள்ளத்தின் பாய்ச்சல், சம நிலங்களை வளப்படுத்துவதற்காக.

மழையின் துவக்கத்தில் மலை குடித்த நீர் உள்ளே மட்டுமே நின்று விடவில்லை. சில இடங்களில் அது நிலச்சரிவை ஏற்படுத்தியது. அரயன்களின் விளை நிலங்களில் பெரிய பெரிய பாறைகள் தென்பட்டன.

மழை மீண்டும் பெய்துகொண்டே இருந்தது. வெளியே தலைகாட்ட இயலாத ஆண்களும் பெண்களும் குழந்தைகளும் அடுப்பின் பக்கத்தில் கூனிக்குறுகி அமர்ந்திருந்தார்கள். பட்டினியைப் பயமுறுத்துவதற்காக சிலர் பஞ்சப்பாட்டு பாடினார்கள். சிலர் பொய்க்கதைகள் சொல்லவும் புறம் பேசவும் செய்து கொண்டிருந்தார்கள் ...

அரயன்களின் குடிலில் அடுப்புப் புகையாத நாட்கள் அவை.

குஞ்ஞாதிச்சன் கிழிந்த போர்வையால் உடல்மூடி கிழக்கு மேட்டின் முகட்டையே பார்த்துக் கொண்டிருந்தான். எலும்பையுருக்கும் குளிர் காற்று வீசும்போது அப்பனின் இருமல் சத்தம் கேட்டது, கூடப்பிறந்தவளின் துயரம் ... சில நேரங்களில் மைத்துனனின் கோபம். வெற்றிலை மெல்லுவதற்கும்கூட எதுவுமில்லை.

கைவன்தோல் மரத்தைச் சுரண்டி, சுண்ணாம்பு புரட்டி மெல்லும் வெற்றிலை சுத்தமாகவே சரி இல்லை. புகையிலையும் பாக்குமில்லாமல் என்ன தாம்பூலமிருக்கிறது?

வயிற்றிலிருந்து ஒரு சத்தம். பசித்து ஓய்ந்த வயிறு முனகுகிற ஓசை. மீண்டும் மீண்டும் அப்பனின் இருமல். அப்பன் கிடப்பிலாகி எத்தனை நாட்களாகின்றன. அப்பனுக்கு ஒருவாய்க் கஞ்சி கொடுக்கவும்கூட வழியில்லை...

கால்களை நீட்டியமர்ந்து முற்றத்தில் எட்டித் துப்பிய பாப்பி கணவனைப் பார்த்தாள்.

"அப்பன் இருமுறது கேக்குதா? கொஞ்சம் மருந்துக்கு என்ன வழி..?"

"எதைக் கொடுத்து மருந்து வாங்குறது."

பாப்பி குரல் தாழ்த்திச் சொன்னாள்:

"அந்த குஞ்ஞா முதலாளிக்கிட்டே கொஞ்சம் பணம் கேக்கக்கூடாதா? மொளகு பறிக்கும்போது குடுத்துடலாம். நாத்தனாருக்கு ஒரு துணி வாங்கணும்."

"ம்..." குஞ்ஞாதிச்சன் முனகினான். அவனுக்குத் தெரியும். எல்லா வழிகளும் அடைந்துபோனதால்தான் பாப்பி அழிவிற்கான வழியைச் சொல்கிறாள். அவன் உள்ளே போய் மூங்கில் கழியில் கிடந்த துணியை எடுத்தான். அவ்வளவு வெள்ளையாக ஒன்றுமில்லை. ஒன்றிரண்டு கிழிசல்கள் இருந்தன. வேறு துணி யில்லை. அழுக்காக இருந்தாலும் அதை தோளில் போட்டுக் கொண்டு அவன் புறப்பட்டான்.

கள்ளிறக்கும் கோந்தியுடன் கொச்சுராமன் இருப்பதைக் கண்டான். பனையில் ஏணியைக் கட்டிக்கொண்டிருந்தான். கொஞ்சநேரம் பார்த்துக்கொண்டு நின்றுவிட்டு சத்தமிட்டு அழைத்தான். வந்ததுமே கேட்டான்:

"எங்க போற மாப்ளே?"

"குடிக்க. வர்றியா நீ?"

"வர்றேன். ஆனா..."

... ...

"கொஞ்சம் அரிசி வாங்கணும். அந்த குஞ்ஞா மொதலாளிக் கிட்டே கொஞ்சம் பணம் கேக்கணும். மொளகு கொடுத்துடலாம்."

கொச்சுராமனால் சரி என்ற பாவனையுடன் முனகி வைக்க மட்டும்தான் முடிந்தது.

❂ ❂ ❂

குஞ்ஞிமோன் எனும் மீதியன், குஞ்ஞாதிச்சனின் குறைகளைக் கேட்டுவிட்டு கடைசியில் சொன்னான்:

"குஞ்ஞாதிச்சா, அரிசி சாமான்களையெல்லாம் அசனோட கடையிலிருந்து வாங்கிக்க. நான் சொல்றேன். மகர*த்தில் நான் மொளகு பறிக்க வர்றேன்."

"மொளகை காயவெச்சிக் கொண்டு வந்து தந்துடறேன், முதலாளி . . ."

"அடேய், நம்மளெல்லாம் ஒண்ணுக்குள்ளே ஒண்ணுடா. எதுவானாலும் நான் குஞ்ஞுமுண்டனோட மொளகைப் பறிக்க எப்பிடியும் அங்கே வரவேண்டியதிருக்கு. அப்பனுக்கு மருந்து வாங்க பணமில்லேன்னு சொன்னேல்லே, இந்தா இருபத்தஞ்சு ரூபா இருக்கு. வெச்சிக்க."

குஞ்ஞாதிச்சனுக்கு மகிழ்ச்சியாக இருந்தது. குஞ்ஞா முதலாளி ஏமாற்றுக்காரன் ஒன்றுமில்லை. எல்லோரும் தேவையில்லாமல் அப்படிச் சொல்கிறார்கள்.

ஐந்து இடங்கழி* அரிசி, புகையிலை, பிற அத்தியாவசிய பொருட்கள், எல்லாவற்றையும் சேர்த்து அவன் தோள்சீலையில் கட்டினான்.

"உன்னோட பேரும் ஊட்டுப் பேரும் சொல்லு . . ."

"வரிக்கமாக்கல் இட்டியாதி குஞ்ஞாதிச்சன் பற்று . . ." ஹஸன் கணக்கெழுதினான்.

வைத்தியசாலையிலிருந்து இறங்கும்போது ஒரு நண்பனும் கூடவே வந்தான். நிறைய நாளாகிறதல்லவா, ஒரு கோப்பைக் கள்ளு குடிக்கலாம். குடித்துக்கொண்டிருக்கும்போது அவன் சொன்னான்:

"ஊட்டுல ஒரு மணி அரிசிகூட இல்லே. எந்த வருமானமும் கெடையாது. ஒரு இடங்கழி அரிசி தந்துட்டுப் போயேன்." குஞ்ஞாதிச்சன் எதையோ யோசித்தான். இதுவரையிலும் இரப்பவனுக்கு கொடுக்காமல் இருந்ததில்லை. தனக்கும் ஒரு கதிகேடு வந்த சமயத்தில் உதவுவதற்கு ஆளிருந்தது.

"எப்புடி கொண்டு போகப்போறே?"

"பாத்திரமெல்லாம் வேணாம். மடியிலே போட்டா போதும்."

அவன் திரும்பி நின்று உடுத்திருந்த வேட்டியை மடித்துக் காட்டினான். குஞ்ஞாதிச்சன் ஒரு இடங்கழி அளவுக்கு அரிசியை அள்ளி அதில் போட்டான். பிறகு அவசரமாக மலையேறினான்.

---

* தை மாதம்

* ஏறத்தாழ ¾ கிலோ

"இதெல்லாம் எங்கிருந்து?"

"உங்க அம்மை வீட்டுலே இருந்து..."

பாப்பி பிறகெதுவும் பேசவில்லை. கணவனுக்கு யார்மீதோ கோபமிருப்பதாக மட்டும் தெரிந்தது. கொச்சுராமன் கஞ்சி வேண்டாமென்று சொல்லி விட்டான். அப்போதும் குஞ்ஞிராம னுக்குக் கோபம் வந்தது.

"ஓ... நீ என்னோட கஞ்சியைக் குடிக்க மாட்டியாக இருக்கும்..."

குஞ்ஞாதிச்சன் அவ்வப்போது ஹஸனின் கடைக்குச் செல்வான். ஆட்கள் போகும்வரை அங்கேயே சுற்றிக்கொண் டிருப்பான். பிறகு மெல்ல கேட்பான்:

"மொதலாளி, கொஞ்சம் அரிசியும் சாதனங்களும் வேணுமே..."

"அடேய் குஞ்ஞாதிச்சா, யாபாரமெல்லாம் ரொம்பவும் மோசம்டா. அரயனுங்க நெறைய பேரு பணம் தரவேண்டிய திருக்கு. யாரும் கடனத் தீக்குறதே இல்லை. மொளகை எல்லாம் திருட்டுத்தனமா வித்துடுவானுங்க. திருட்டுப்பசங்க... நீ ஒரு அஞ்சிடங்கழி வாங்கிக்க."

நான்கைந்து ஈற்றப்பரம்பு*களிலாக மிளகு உலர்ந்தது. மூன்று பேர்களாக சுமந்துகொண்டுபோய் ஹஸனின் கடையில் எடை போட்டார்கள்.

ஒரு சுமடு மிளகில் கடனெல்லாம் தீர்ந்துபோய் விடுமென்று நினைத்திருந்தான், குஞ்ஞாதிச்சன். மிளகு மோசமாக இருக்கிறது; சாவியும் பொடியுமாக இருக்கிறது; சரியாக உலரவில்லை; கனம் குறைவாக இருக்கிறது. தராசின் ஒரு தட்டில் ஒரு கல்லிருந்தது. மற்றொன்றில் மிளகு நிரப்பப்பட்ட சேளாகம்*.

ஹஸன் கணக்குப் பார்த்துவிட்டுச் சொன்னான்:

"கணக்கு தீரலியே குஞ்ஞாதிச்சா. முன்னூத்தி எழுபத்தைஞ்சு ரூவா பற்றியிருக்குதே. மொளகுக்கு முன்னூத்திப் பதினாலு. பாக்கி அறுபத்தொரு ரூவா நீ தரணும். எப்ப தர்றே?"

குஞ்ஞாதிச்சனின் மனம் வெதும்பியது.

"என்னடா பேசாம நிக்கிறே? மொளகை உன் கண்ணு முன்னாலதானே எடை போட்டேன்? பற்று, நீ அரிசி சாமா னெல்லாம் வாங்குனதுதானே?"

---
* ஒரு வகை மூங்கில்
* துணித்தட்டு

"ஆமா . . ."

"அடேய், அரயனுங்ககிட்டே இருந்து நம்ம ஒரு கால் பணம்கூட ஏமாத்தி வாங்குறது கிடையாது. அந்த ஆண்டவன் மேல சத்தியமா."

"எங்கிட்டே வேற மொளகு இல்ல மொதலாளி . . ."

"அப்போ, கணக்கை எப்புடித் தீக்கப்போறே? மழையும் பெய்ஞ்சு பஞ்சமும் வரும்போது யாராவது இனாமா தருவாங்களா?"

"இல்ல, இனி ஒண்ணுமே இல்ல, எனக்குக் கொஞ்சம் ரூவா அதிகமா தாங்க முதலாளி."

"எவ்வளவு வேணும்?"

"அம்பது ரூவா. கொஞ்சம் துணி வாங்குறதுக்கு . . ."

"கள்ளுக் கடைக்குப் பாக்கிக் குடுக்கணுமாடா?"

"இல்ல."

"இந்தா ஐம்பது. இப்போ கடன் எவ்வளவுன்னு தெரியுமில்லியா? மொத்தம் நூத்தி இருபத்தொண்ணு."

"சரிங்க."

இறங்கி நடக்கும்போது தன்மீதே கோபமாக வந்தது. மேத்தன் ஏமாற்றி விட்டானோ? மிளகை எடை போட்டதை பார்த்துக்கொண்டுதானே நின்றிருந்தோம். அரிசியும் பிற சாமான்களும் பணமும் வாங்கியதுதான். அதிலொன்றும் ஏமாற்றில்லை. மிளகின் விலையை எங்கு வேண்டுமானாலும் கேட்டுப்பார் என்று சொல்கிறானே? ஏமாற்றுவதாக இருந்தால் இப்படிச் சொல்வானா? முன்னால் கொண்டு வந்து வைத்த கள்ளை ஒரே மூச்சில் காலியாக்கினான். பக்கத்திலிருந்த ஒரு கல்லுப் பையும் காந்தாரி மிளகையும் எடுத்து வாயிலிட்டான்.

பாப்பி ஒரு ஆண்குழந்தையைப் பிரசவித்தாள். கன்னி* மாதத்தில். நாள், உத்திரட்டாதி என்பதாக கோருக்கணியார் சொன்னார். ஜாதகம் மிகவும் அற்புதமானது. ஆனால் சின்ன வயதிலேயே அம்மையைத் தின்று விடுவான். எல்லாவற்றிற்கும் ஆசைப்படுபவன். யாரையுமே பொருட்படுத்த மாட்டான். எதையுமே அடைய முடியாத ஒரு சனியன்.

"கேட்டீங்களா, கொழந்தைக்கு ரண்டு கால்களுக்கும் வளையல் போடணும். வெள்ளி வளையல்."

---

* புரட்டாசி மாதம்

பாப்பி ஆசையைச் சொன்னாள். கொஞ்ச நேரம் எதுவும் பேசாமலிருந்து விட்டு குஞ்ஞாதிச்சன் சொன்னான்:

"மொளகு எவ்வளவு கெடைக்குதுன்னு பாப்போம். அரிசி வாங்குற கடைக்குப் பாக்கியைக் குடுத்தா ஏதாவது மிச்சம் வரும்."

தீப்பட்டத் தழும்புகளுள்ள விரல்களைத் தடவியபடி, அழுக்கடைந்த துணியை மூடிப் புதைத்துக்கொண்டு குஞ்ஞிப் பெண்ணு கால்களை நீட்டி உட்கார்ந்திருந்தாள். காதுவரை வளர்ந்த எண்ணெய் புரளாத தலைமுடி. கண்களின்கீழ் துருத்திக் கொண்டு நிற்கும் எலும்புகள். புஜங்கள் சுருங்கி, நெஞ்சுக்கூடு உந்தி, மார்பகங்கள் சுருங்கிய ஒரு கோர உருவம். அவளது கண்கள் கிழக்கே மலைச்சரிவுகளைப் பார்த்தபடி இருந்தன. தன்னுடைய குடிலிருந்த பகுதியை. எப்போது பார்த்தாலும் அவள் இப்படியே அமர்ந்திருப்பாள். எந்த நினைவுகளுமில்லாமல். சில நேரங்களில் பாப்பி சொல்வாள்:

"நாத்தனாரே, இந்தக் கஞ்சியைக் குடி . . . என்ன இருப்பு இது?"

எந்தச் சலனமுமிருக்காது.

"இந்த மழை எப்ப விடப்போகுதோ? ஆறு, மறுகால் பாய்ஞ்சி ஊடுகள்லே எல்லாம் தண்ணி பூந்திடுச்சி." பாப்பி யிடம் யாரோ சொன்னபோது குஞ்ஞிப்பெண்ணிடமிருந்து திடீரென்று பதில் வந்தது.

"அழியட்டும். தண்ணி பூந்து எல்லாரும் முங்கிச் சாவட்டும். ஒண்ணுமே மிச்சமிருக்க வேணாம். என் கொழந்தையைச் சுட்டுத் தின்னீங்கல்லியா? எல்லாமே அழிஞ்சிபோகட்டும் . . ."

பாப்பிக்கு மிகவும் வருத்தமாக இருந்தது. நாத்தனாருக்கு என்னவோ பிரச்சினையாகி விட்டது.

மழையில் நனைந்து குளிர்ந்து மாதங்கள் கடந்தன. பனியில் மூடிய மலைமுகடுகளினூடே சூரியன் எட்டிப் பார்க்க ஆரம்பித் தான். அரயன் பையன்கள் ஒட்டிய வயிறுகளுமாக ஆங்காங்கே நடமாடத் துவங்கினார்கள். குஞ்ஞிப்பெண்ணு அப்போதும் கீழ்த் திசையையே பார்த்துக்கொண்டிருந்தாள்.

"இப்புடியே உக்காந்திட்டிருந்தா எப்புடி? எழுந்திரு. தெய்வம் விதிக்கலேனு நெனைச்சிக்க."

கொச்சுராமன் பலதடவை அவளை ஆறுதல்படுத்த முயற்சி செய்திருக்கிறான். அப்போதெல்லாம் அவளிடமிருந்து ஒரு ஏக்கம்தான் வெளிப்படும். வாய் திறந்து ஏதாவது சொல்லிவிட

மாட்டாளா . . . திட்டவோ, கெட்ட வார்த்தைப் பேசவோ ஏதாவது. அப்படியென்றால் அவள் உயிருடன்தான் இருக்கிறாள் என்று நம்பி விடலாம் . . .

வெற்றிலை போடுவதற்காக தேடியலைந்த கொச்சுராமனுக்கு பச்சைப்பாக்கு கிடைத்தது. கைவன்தோல் செதுக்கி எடுத்ததில் சுண்ணாம்பைச் சேர்த்து சிதைத்து எடுத்தான். கொஞ்சம் புகையிலையும் இருந்தால்? பாளையில் ஒரு துண்டு புகையிலைக் காம்புகூட இல்லை. கைவன்தோல் சிதைத்ததில் ஒரு நுள்ளை வாயிலிட்டுவிட்டு இட்டியாதி சொன்னான்: "பழைய காலத்து வெத்திலை இதுதான். கைவன்தோல் வெத்திலை பல்லுக்கு உறுதி . . ."

பகல்பொழுது, அஸ்தமிக்கவும் இருட்டு, விடியவும் சோம்பல் காட்டும் நாட்கள். பசியை எப்படி அடக்கிக்கொள்வது? எல்லோருடைய சிந்தனையும் இதுவாகவே இருந்தது . . .

கிழக்கன்மேட்டில் ஈந்தங்காய் பழுத்துக் கிடப்பதாக யாரோ சொன்னார்கள்.

"போகலாமா மாப்ளே?"

"ஓ . . . போகலாமே . . ."

மூன்றுபேரும் சேர்ந்து ஒரே வழியில் போகவேண்டாம். வயதாகிவிட்ட பிறகும்கூட நானும் வருகிறேன் என்று சொல்லி விட்டு முண்டனும் கூடவே இறங்கினான். இட்டியாதி வெறுமனே பார்த்துக்கொண்டு உட்கார்ந்திருந்தான்.

பகல் முழுவதும் ஈந்தங்காய் தேடியலைந்தார்கள். ஓரிடத்தில் ஈந்தங்காய்கள் ஏராளமாகக் காய்த்துக் கிடந்தன. இரண்டு மூன்று கிளைகளாகப் பிரிந்து கிடந்த ஈந்தமரத்தின் கழுத்து நிறைய, பழுத்த மஞ்சள் நிறத்தில் காய்கள். இனி வசதியான ஒரு இடம் கிடைக்கவேண்டும். ஒரு பெரிய பாறையின்கீழ் நனையாத ஒரு குகைப்பகுதி. மூங்கிலை நாட்டி ஆளைவிட நீளமுள்ள மலைவாழையிலையால் மறைக்கப்பட்டது. மூங்கிலைக்கீறி தட்டு கட்டினார்கள். தரையைச் சமப்படுத்தி இருக்கவும் படுக்கவும் வசதி செய்து கொண்டார்கள்.

மரத் துண்டில் வைத்து ஈந்தங்காயை வெட்டிப் பிளந்து, தோடை நீக்கி தட்டில் நிரப்பினார்கள். கீழே முட்டித்தட்டிகள் வைத்து தீ வைத்தார்கள். உலர்ந்து கிடைக்க இரண்டு மூன்று நாட்களாகும்.

அரிசி மருந்திற்குத்தான் போதுமானது. பசியைப் போக்குவதற்கு காட்டைதான் நாடவேண்டிய திருக்கிறது. காட்டு மரவள்ளியோ வேறு ஏதாவது கிழங்கோ கிடைக்குமா? தேடி

நடந்த முண்டன், மரத்தில் கிழங்கு சுற்றிப் படர்ந்திருப்பதைக் கண்டான். பெரிய மூடு. கீறிய மூங்கிலை பாறையில் தீட்டிக் கூர்மைப்படுத்தி மண்ணைக் கிளறினான். அதிர்ஷ்டம்தான். அடிப்பகுதியில் தடித்தக் கிழங்கு. முறித்துப் பார்த்தபோது வெள்ளை நிறம். அரிசிநூரான். சிறு துண்டுகளாக்கி தோல் செதுக்கி வேக வைத்தால் காச்சில்கிழங்குபோல். சுட்டெடுத்தால் மிகவும் சுவையாக இருக்கும்.

ஆழமரத்தின் கிளை வெட்டி ஓலைக் காதுகளை வெட்டி யெடுத்தான். கூடவே நெய்து உலர்ந்த ஈந்தங்காயை அள்ளிக் கட்டினான். துணியில் கட்டி நான்கைந்து நாட்கள் ஓடும் நீரில் போட்டு வைத்தால் கட்டு இறங்கிவிடும். இடித்து வேக வைத்துத் தின்னலாம். பொடித்து அரிசி மாவுடன் கலந்து அப்பம் சுடலாம். எடன இலையைச் சுருட்டி அடையாக வேகவைத்தால் நல்ல மணமும் சுவையுமிருக்கும்.

நாராயண்

குஞ்ஞா முதலாளி தேடுகிறார் என்று சொன்னதும்தான் குஞ்ஞாதிச்சன் குடிலுக்குப் போனான்.

"குஞ்ஞாதிச்சா, தாயும் புள்ளயும் சொகம்தானாடா?"

"ஆங் . . ."

"இட்டியாதி அரயனை இந்தப் பக்கம் காணவே கெடைக்கலே?"

"சந்தைக்கு வந்தா, பெறகு மலயேற முடியலே, மூச்சு வாங்குது."

"நான் ஒரு விசயம் சொல்லத்தான் உன்னக் கூப்பிட்டேன்."

"என்னவோ?"

"அசன் கடையிலே கொஞ்சம் பாக்கியிருக்குது. இல்லியா? இப்ப செலவுக்கு என்ன செய்யிறே?"

"என்ன செய்யிறது? சாகலைங்குறதுனாலே உசுரு கெடக்குது."

"அட மடயா, நான் ஒரு விசயம் சொல்றேன். வா, ஆளுக்கொரு மொந்தைக் கள்ளுக் குடிக்கலாம்."

அவர்கள் நடந்தார்கள். கடைக்கு அல்ல, ஒரு வீட்டுக்கு. வேகவைத்த மரவள்ளிக் கிழங்கும் மத்திச்சாளைக்குப் பதில் சுட்ட, தலைவீங்கி அயிலையும். இரும்புக்கோப்பை இரண்டாவது முறையாக நிரம்பியது.

"அடேய், குஞ்ஞாதிச்சா, அரயனுக்கும் ஊராளிக்கும் எந்தக் காட்டை வேணும்னாலும் வெட்டித் திருத்தியெடுத்துக்கலாம் இல்லியா? யாருக்கும் எதுவும் கொடுக்க வேணாம். நீங்கள்லாம் எவ்வளவு அதிர்ஷ்டம் செய்தவங்க தெரியுமா? இருந்தும் பட்டினி கெடக்குறீங்க . . ."

குஞ்ஞாதிச்சன் சிரித்தான். குஞ்ஞா சொன்ன எதுவுமே அவனுக்குப் புரியவில்லை.

"ஏதாவது பதில் சொல்லண்டா, கூவே . . . உன் ஊட்டுக்குக் கீழே இருக்குற எடத்திலே எந்தப் பலனுமில்லாம கெடக்குற பூமி உன் கைவசம்தானே இருக்கு?"

"ஆமா, மூணாம் நடவு. அதுல போட்டதெல்லாம் காய்ஞ்சி போய்க் கிடக்கு."

"போனது போகட்டும்டா. அது ஒரு இரண்டேக்கர் இருக்கும். அத எனக்குத் தந்துடு. அஞ்சாறு மரச்சீனி போடணும்.

அசன் கடையிலே உள்ள கடனை நான் அடச்சிடுறேன். இந்தா, நூறு ரூபாயும் வெச்சிக்கோ. பத்து இடங்கழி அரிசியும் ஒரு கண்ணிப் போயிலையும் கருவாடுமெல்லாம் இப்பவே வாங்கிக்கோ. இந்தக் கடுதாசியிலே ஒரு விரல் அடையாளம் மட்டும் நீ வெச்சா போதும்."

விரல் அடையாளம் வைப்பது அவ்வளவு பெரிய விஷய மாகத் தோன்றவில்லை. கடனிலிருந்து தப்பித்த ஆறுதல் மட்டும் தானிருந்தது. மகிழ்ச்சியுடன் விரல் அடையாளத்தைப் பதித்தான்.

மழை நின்றது. வானம் தெளிந்தது. காரணம் எதுவாக இருந்தாலுமே மனைவியின் வீட்டில் குந்தியமர்ந்திருப்பது சரியில்லாத விஷயம். கொச்சுராமன் கத்தியைத் தீட்டியெடுத்து விட்டு வெளியே இறங்குவான்.

சோகத்துடன் உட்கார்ந்திருந்தால் நாட்கள்தான் போகும் என்பதை உணர்ந்த குஞ்ஞிப்பெண்ணும் இறங்கினாள். வேலை செய்ய அவளால் இயலாது. இருந்தாலும் . . .

எரிந்துபோன குடிலின் பக்கத்தில் வேறொரு சற்று பெரிய குடிலுக்கான வேலைகள் பாதியளவுக்கு நடந்து முடிந்திருந்தன. அவளது கணவனின் குணம் அதுதான். எவ்வளவு நாட்களாகி இருக்கும் இந்த வேலையை ஆரம்பித்து? தீப்பிடித்த குடில்தான் அழகாக இருந்தது.

"இதயெல்லாம் எவ்வளவு நாளாக செய்யிறீங்க? எங்கிட்டே சொன்னா நானும் கூடமாட நின்னிருப்பேனே?"

"நீ போடீ இங்கிருந்து."

"ஆமா . . . நான் இனி சொகப்படமாட்டனா இருக்கும். அந்த அளவுக்குக் காயம்பட்டுட்டனே . . ."

"ஹஹ்ஹா . . . அடியே குஞ்ஞெண்ணே, வேணும்னா எனக்கு வேற பொண்ணு கெடைக்கும்டீ. அது எனக்குத் தேவையில்லே. நீ செத்துப்போயிடுவியோன்னுதான் நான் பயந்து போனேன் . . ."

அரிவாளின் முனையைக் கடித்தபடியே அவள் சிரித்தாள். கொச்சுராமன் நல்ல மனத்திடமுள்ளவன். தன்னை நக்கித் துடைத்தெடுக்கும் அளவில் அவனுக்கு மனம் நிறைந்த அன்பு மிருக்கிறது. கட்டிப்பிடித்து மூச்சடைக்க வைக்கும்போது எவ்வளவு ஆனந்தமாக இருக்கிறது. சில நேரங்களில் அவன் நடந்துகொள்ளும் விதம் வருத்தமாகத்தான் இருக்கும். கழுத்தில் சரடு கட்டியவனிடமிருந்து திட்டு வாங்காத, அடி வாங்காத பெண்கள் இருக்கவா செய்கிறார்கள்? இப்படி நினைத்து அவள் மீண்டும் கேட்பாள்:

"பாருங்க... நான் இப்ப கொஞ்சம் நல்லாயிட்டேன் இல்லியா?"

"ஆமா... ஆனையாட்டம் இருக்குறே. இனி அம்பாரிக்குப் போயிட வேண்டியதுதான்."

"எவ்வளவு நல்லானாலும் உங்களுக்கு கண்ணு நெறையாது. நான் வேற என்ன செய்ய முடியும்?"

அப்போதும் அவன் சிரித்தான்.

குடில் கட்டும் வேலை பூர்த்தியாகவில்லை என்றறிந்து குஞ்ஞாதிச்சனும் வந்தான். சுற்றிவர மண் குழைத்து கல் கட்டி வேலை நடந்தது. அதைப் பார்த்துக்கொண்டே நின்றிருந்த குஞ்ஞாதிச்சன் குஞ்ஞிப்பெண்ணிடம் சொன்னான்:

"எங்கூட என்னவோ கோபம்னு நெனக்கிறேன். இல்லேன்னா சிரமப்படும்போதுகூட எங்கிட்டே சொல்லாம இருப்பானா?"

"எனக்கென்ன மாப்ளே கோபம்? கஞ்சிக்கு வழியில்லாதது னாலே யார்கிட்டயும் சொல்லல்லே. மெதுவாக நடந்தாலும் சீக்கிரமா வேலை முடிஞ்சிடும்."

"இந்த மலையிலே இப்போ யாரிருக்கா?"

ஒவ்வொன்றும் தன்னுடைய விருப்பம்போல் நடந்தேற வேண்டுமென்ற எண்ணம்தான் கொச்சுராமனுக்கு. உலர்ந்த புல் கொஞ்சமாவது நனையவில்லையென்றால் வேய இயலாது. ஓடையிலிருந்து தண்ணீர் எடுத்து வருவோம் என்று நினைத்து குஞ்ஞிப்பெண்ணு இரண்டு பாளைகளைக் குத்தியெடுத்தாள். அன்றிரவு அவளை ஆச்சரியப்படுத்துவதுபோல் மழை பெய்தது.

"ம்... கொஞ்சம் முன்னாடியே பெய்ஞ்சிருக்கக் கூடாதா? மத்தவங்க செத்து மடியட்டும்னுதான்..."

மனைவி முணுமுணுப்பதைக் கேட்டதும் கொச்சுராமன் சிரித்தான். மழை யாரிடமும் சொல்லி விட்டுப் பெய்யாது. அனேகமாக அது பெய்வது நல்ல நேரத்திலாகவே இருக்கவும் செய்யும். கும்பத்தில்* மழை பெய்தால் குப்பையிலும் மாணிக்கம் என்றல்லவா பழமொழி இருக்கிறது.

ஆரோக்கியம் சரியில்லையென்றாலும் குஞ்ஞிப்பெண் ணுக்கு முன்போல் பதற்றம் தொற்றிக்கொண்டது. காச்சில், சேனை, சேம்பு போன்ற எந்த விதைகளுமில்லை. ஒரு அரயக் குடிலிலும் கிடைக்கவும் செய்யாது. கிடைத்த ஒன்றிரண்டை நட்டு வைத்தாள். மரவள்ளித் தண்டையும் நட்டு வைத்தாள்.

---

* மாசி மாதம்

இனி கொஞ்சம் விதைக் கிளைக்க வேண்டும்.

“அஞ்சாறு விதைதானே வேணும். எதுக்கு ரொம்பவெல்லாம் கௌறணும்?”

“வெறுமனே கல்லைப்போட்டு சொரண்டி என்ன கெடைக்கப்போகுது? பணமிருந்தா போதும். அரிசியைக் கடையிலே இருந்து வாங்கிக்கலாம். பணம் கெடைக்கிறதா பாத்து எதையாவது நட்டு வைக்கணும். அதுக்குக் கொடி போடணும். தென்னையும் கமுகும் காப்பியுமெல்லாம் போட்டா தான் நல்லது.”

“மொளகு போட்டா நாலு வருஷம் ஆக வேணாமா? அதுவரை ...”

“ஆங். அஞ்சாறு இடங்கழி விதை தரலாம்னு ஒருத்தன் சொல்லியிருக்கான்.”

கிடைத்ததில் ஒரு பங்கை குஞ்ஞாதிச்சனுக்குக் கொடுத்தான்.

கிளைத்து முடிந்த பிறகும் மழை பெய்தது. முருங்கைக் கால்கள் துளிர்த்தன. தோட்டம் நிறைய கொடியிட்டு உயர்த்த வேண்டுமென்றான் கொச்சுராமன். ஐந்தாறு கையாலைகள்* கட்ட வேண்டும். இல்லையென்றால் செய்த வேலைகளுக்குப் பலனிருக்காது.

“இன்னும் கொய்யாமலிருக்குறது எதுக்கு? விதையெல்லாம் மொளைச்சாச்சி.”

“விதைச்சது இந்த கொச்சுராமனாக்கும், தெரியும்லே?”

“காடு மொளைக்கிறதைப் பாத்தீங்கள்லே, அதை யாரு விதைச்சா?”

இலேசாகத் தூறிக்கொண்டிருந்த மழை வலுத்தது. நெல் வயலில் களை பறித்தல் நடக்கவில்லை. ஏற்கனவே, உலர வைத்திருந்த காட்டுக்கமுகின் இரண்டு பாளைகளைக் குதிர்த் தாள். இரண்டு முனைகளையும் ஒடித்து ஒன்றாகத் தைத்தாள். நடுவில் மடித்து ஒன்றினுள் சிறு கொடியைக் கட்டினாள். அதைக் கவிழ்த்து கொடியைத் தலையில் வைத்தால் நன்றாக மூடி விடலாம். சூட்டுப்பாளை. குனிந்து நின்று களை பறிக்கலாம். குளிரும் தெரியாது. நனையவும் செய்யாது.

கத்தியை புதுப் பிடி போட்டு காய்ச்சியெடுக்க வேண்டும். கொச்சுராமன், கிட்டன் கொல்லனின் உலையை நோக்கி நடந் தான். “நே ... இது என்ன?” உலை தரைமட்டமாகக் கிடந்தது.

* வராந்தா

குடிலில் யாருமில்லை. சுற்றிலும் புற்கள் முளைத்திருந்தன. இடம்பெயர்ந்து போய் விட்டானோ? விவசாயக் கருவிகள் மட்டுமல்ல, நாட்டுத் துப்பாக்கி தயாரிப்பதிலும் கிட்டன் திறமையானவன்தான். பக்கத்திலிருந்த ஒரு வீட்டில் கேட்ட போது வீட்டுக்காரனுக்கு ஏனோ கோபம் வந்தது.

"மேலே கெடக்குற உனக்கு என்னவாவது தெரியுமா? கொல்லனுக்கு நிதி கிடைச்சுது."

"எங்க இருந்து?"

"தீ எரிஞ்சுதே இல்லம்? அதுல ஒரு தூணுக்குள்ளே தங்கம் இருந்தது. தீப்பிடிச்சு அது உருகிக் கட்டியாக் கெடந்தது. கரி கிடைக்குமான்னு தேடிப்போன கிட்டன் கரிஞ்சுக் கிடந்த ஒரு தூணை கோடாலியால வெட்டிப் பாத்தான். உலக்கைத் தடிமன்லே ஒரு தங்கக் கட்டி. அவன் அத எடுத்திட்டு யாருக்கும் தெரியாம ஊரைவிட்டே போயிட்டான்."

நல்ல ஒரு கொல்லன் வேற எங்கே கிடைப்பான். கொச்சுராம னின் சிந்தனை இதுதான். குஞ்ஞுனிடம் காடு திருத்த வாக்கத்தி வேண்டுமென்று கேட்டால் அறுவடை செய்யும்போது கொடுப் பான். அறுக்க ஆரம்பித்தாலே வாய்ப்பகுதி மழுங்கிப்போய் விடும். பதம் அறியாத பாட்டக் கொல்லன். யாரோ தெரிந்து சூட்டிய பெயர்.

கொச்சுராமன் குஞ்ஞுனின் உலைக்குத்தான் சென்றான். உலையின் பக்கத்தில் சாம்பலில் கிடந்த எலும்பும் தோலுமான நாய் குரைத்தது.

"இங்க வாடா, வெள்ளு."

நாயை அடக்கியபடி தோளிலிருந்து நழுவிய போர்வையை இழுத்துச் சுற்றிவிட்டு குஞ்ஞுன் கூர்ந்து பார்த்துவிட்டு உலைக்குச் சென்றான்.

"என்ன சின்ன மலைக்காரா, பாத்து ரொம்ப நாளாகுது."

"ஊடுகள்ல தீனமில்லியா பணிக்காரரே."

"ஆமாமா, நெறையப் பேரை அள்ளிட்டுப் போயிட்டுது. இப்புடியும் ஒரு தீனம் . . . ஹோ . . ."

கொல்லன் இடுப்பில் கையை ஊன்றிக்கொண்டு இருமத் துவங்கினான். கொச்சுராமனுக்கு சந்தேகம்:

"எனக்கொரு கத்தி செய்ஞ்சித் தர முடியுமா, பணிக்காரரே?"

"உலையிலே நான் உக்கார்றதே கெடையாது. இரண்டு மூணு மாசமாகுது, உலையிலே உக்காந்து. ஒண்ணு மட்டும்

தான் அப்புடின்னா எப்புடியாவது உலையிலே வெச்சு தர்றேன். மலைக்கு ஒரு தடவை வரணுமுன்னு ரொம்ப நாளா நெனக்கிறேன். மரச்சீனி ஏதாவது அஞ்சாறு துண்டு கிடைச்சா கொண்டு வரலாம்னு. மலையிலே உள்ளவங்க இருந்தா தரவும் செய்வாங்க."

"இந்த வருசம் மலையிலேயும் பஞ்சம்தான் பணிக்காரரே. இருந்தாலும் ஏதாவது இருக்கும். எங்கூட வர்றியா?"

"அதுக்குச் சொல்லலே, சின்ன மலைக்காரா, வாதம் பிடிபட்டு ஒரு எட்டுகூட எடுத்து வைக்க முடியலேன்னு சொல்றேன். உக்காரு."

உலையில் தீ மூட்டத் துவங்கினான் குஞ்ஞன்.

"போயிலை இருந்தா கொஞ்சம் தா. சின்ன மலைக்காரனுக்கு நிறைய மருந்துகளெல்லாம் தெரியுமுன்னு கேள்விப்பட்டனே."

கொல்லத்தியும் அங்கே வந்தாள்.

"பணிக்காரிக்கு என்ன செய்யிது?"

"தலைச் சுற்றலும் குளிரும். கால் பணத்துக்கு வழியுமில்லே. இவரு நேரம் விடிஞ்சா இருட்டுறவரைக்கும் மூடிப் பொதைச்சிட்டு திண்ணையிலே உக்காந்துடுவாரு. பிறகு எறங்கி கள்ளு எறக்குற இடத்துக்குப் போக வேண்டியது."

பணிக்காரியின் ஆவலாதி குஞ்ஞனுக்கு அவ்வளவாக ரசிக்கவில்லை. அவன் குரலை உயர்த்தினான்.

"உண்மையாவே சொல்லுறேன். வசூரி வந்த பெறகு நான் குட்டஞ்சோன் கடைக்கே போறதில்லே. அதை அவனே வடிக்கிறான். வித்துத் தீரலைன்னா மிச்சமிருக்குறதை கொட்டிடுவான். அங்க போனா, இருந்தா எனக்கும் ஒரு கோப்பை தருவான். அதுக்கான காசோ பணமோ எங்கிட்ட இருக்கவா செய்யிது? யாராவது எப்பவாவது புதுசா செய்யவோ, காய்ச்சவோ வருவாங்க. கொல்லனோட கஞ்சி மற்றவங்களோட இரும்புல இருக்கு. அது இந்த சவத்து மூதிக்குத் தெரியுமோ?"

பழுக்கக் காய்ச்சி தீக்கனல்போலான கத்தியை அடைக்கல்லில் வைத்து பூடத்தால் அடிக்கும்போது பறக்கும் தீப்பொறியைப் பார்த்தபடியே கொச்சுராமன் உட்கார்ந்திருந்தான்.

நெல் நன்றாக விளைந்திருந்தது. மரவள்ளியும் காய்ச்சியுமெல்லாம் தாராளமாக விளைந்திருந்தது. ஒரு வருட பசியை, முற்றத்தில் வந்து விடக்கூடாதென்று சொல்லிவிட முடியும். குஞ்ஞிப்பெண்ணுக்கு நல்ல தைரியம்.

கொச்சுராமன் காலையிலேயே எழுந்து விடுவான். எழுந்ததும் உடனே கட்டன் காப்பி வேண்டும். குடித்துவிட்டு வெற்றிலையும் போட்டுவிட்டு தொப்பியைத் தலையில் கவிழ்த்து அரிவாளையோ மண்வெட்டியையோ எடுத்துக்கொண்டு கிளம்பிவிடுவான். கஞ்சியும் கறியும் எடுத்துக்கொண்டு குஞ்ஞிப்பெண்ணும் பின்னால் இறங்கிவிடுவாள்.

மத்தியானமானதும் கொச்சுராமன் வேலையை நிறுத்திவிட்டுத் திரும்பிப் பார்ப்பான். வரப்பு வளைந்துவிட்டதா? உயரம் போதுமா? ஒரு ஆளுக்கான வேலை முடிந்திருக்கிறதா? கொடி, தென்னை, கமுகு, வாழை – தோட்டமே இருண்டுபோய் பச்சை நிறத்துக்கு மாறியிருந்தது.

குளித்து முடித்து கஞ்சியும் குடித்துவிட்டு வேட்டியை மாற்றி தோளிலொரு துண்டுடன் இறங்கும் கொச்சுராமன், பெரும்பாலும் இருட்டிய பிறகுதான் திரும்பி வருவான். பிறகு குஞ்ஞிப்பெண்ணுடன் சலிப்பே இல்லாமல் சிருங்காரத்தைத் துவங்கி விடுவான். சில நேரங்களில் திட்டவும் செய்வான். மனதின் ஆசைகள் கட்டவிழ்ந்து நழுவி விழுகிற அந்த நிமிடங்கள் குஞ்ஞிப்பெண்ணுக்கு மிகவும் பிடித்திருந்தது.

இருட்டினூடே தோட்டத்தில் சுற்றித் திரிந்துகொண்டிருக்கும் காற்று மிகவும் குளிர்ந்திருந்தது. மழை எப்போது ஆரம்பித்தது என்பது நினைவில்லை. பாதையையே பார்த்துக்கொண்டு உட்கார்ந்திருந்த குஞ்ஞிப்பெண்ணுக்கு முதுகு வலித்தது. மூடிப் புதைத்துப் படுத்ததுமே தூங்கிவிட்டாள். யாரோ தட்டி எழுப்புவதுபோலிருந்தது. பதற்றத்துடன் எழுந்து வாசலைத் திறந்தாள். தீக்கனல்போல் கண்களும் சிவந்து நீண்ட நாக்குமுள்ள ஒரு பயங்கரமான உருவம். திடீரென்று அது ஒரு அலறலுடன் வாசலுக்கு நேராகக் குதித்தது.

முகத்தில் காற்றுப்பட்ட நினைவுதான் குஞ்ஞிப்பெண்ணுக்கு இருந்தது. கேட்டுக்கொண்டிருந்த கொச்சுராமனிடம் குற்றவுணர்ச்சி உருவானது. அவன் முனகி வைத்தான். மறுநாள் முதல் அவன் இருட்டுவதற்குள் வீடு வந்து சேர்ந்து விடுவான். சிலநேரங்களில் ஒரு சிறு பாளையில் கொஞ்சம் கள்ளுமிருக்கும். தொட்டுக்கொள்வதற்கு மத்திச்சாளையோ அயிலையோ இருக்கும்.

பசியை நினைத்துப் பயப்பட வேண்டியதில்லை. உழைப்பு பச்சைப் பிடித்து தளைத்துக்கொண்டிருப்பதில் மகிழ்ச்சி. குடிக்காத கொச்சுராமன் வீட்டிலிருந்தால் குஞ்ஞிப்பெண்ணு சீக்கிரமாகவே குளித்து விடுவாள். இரவுச் சாப்பாட்டையும் முடித்துவிட்டு வெற்றிலையைத் தடவியபடியே சேர்ந்து உட்கார்ந்து கொள்வாள். சூட்டுக்கு ஏங்கும் பூனையைப்போல். அந்த

நிமிடங்கள் அபூர்வமானவை. சொரசொரப்பான கைகள் நிர்வாண உடலைத் தழுவும்போதிலுள்ள உணர்வும் சுகமும். அவளுக்கு அது போதாது.

ஆழமரமும் பனையும் செதுக்கி கள்ளெடுக்கும் குஞ்ஞிக்கேள யின் மகன் நாராயணன்குட்டி ஒருநாள் கொச்சுராமனுடன் வந்தான். பத்துப்பன்னிரெண்டு வயதுள்ள ஒரு பையன்.

“உனக்குத் தொணையாக . . .”

கணவன் சொன்னதைக் கேட்டதும் குஞ்ஞிப்பெண்ணு வாய்விட்டுச் சிரித்தாள். இருந்தாலும் பேசவும் கேட்கவும் ஒரு கூட்டாக இருக்குமல்லவா? இருட்டிய பிறகு வீட்டுக்கு வருவதற்குத்தான் அவன் முயற்சி செய்கிறான் என்பதைத் தெரிந்துகொண்டபோது ஏமாற்றமாக இருந்தது. அதை அவள் சொல்லவும் செய்தாள்.

நாராயணன்குட்டி தினமும் மத்தியான நேரத்திற்குப் பிறகு வருவான். அவன் இறைச்சிப் பிரியன். அதற்கான வித்தை களும் அவனுக்குத் தெரியும். காட்டிலும் தோட்டங்களிலும் காவிக்கூடு வைத்து சூளம், குளக்கோழி என்று எதையாவது பிடித்துவிடுவான். பொறியில் பச்சை மரவள்ளித் துண்டுகளை இரையாக வைத்து அணிலைப் பிடிப்பான்.

அணிலின் காவிலின்* சுவை குஞ்ஞிப்பெண்ணுக்கும் தெரியும். காவிக்கூடு செய்வதற்கான மூங்கிலை அவள் சீவிக் கொடுப்பாள்.

கள்ளு கொண்டு வரும் நாட்களில் கொச்சுராமன் கேட்பான்:

“எடா, நாராயங்குட்டீ, எவனாவது கெடைச்சானாடா?”

“ஆமா, ஒண்ணு கெடைச்சுது அப்பா.”

---

* ஒரு வகை பறவை

ஏழு

"இங்க யாருமே இல்லியா, பேரப்பா*... பேரப்பா..."

"யாரு? அட... கோவாலா?"

இட்டியாதி வாசலுக்கு வந்தான். கோபாலன் முற்றத்திலேயே நின்றுகொண்டிருந்தான்.

"திண்ணையிலே ஏறி உக்காருப்பா..."

வேணாம், நான் சாவு கேட்டுட்டு வந்துருக்கேன்."

"யாருடா?"

"புளிக்கமால் அப்பாப்பன் நேத்து ராத்திரி செத்துப் போனான்."

இட்டியாதி நடுங்கிவிட்டான். தன்னைவிடவும் நான்கைந்து வயது இளையவனான கடுத்தா. மலையில் தைரியமுள்ள ஆட்களில் ஒருவன். ஒரு வாரத்திற்குமுன் அவனது குடிலுக்கு இட்டியாதி போயிருந்தான். அன்றும் கோபாலன்தான் வந்தான்.

"கடுத்தா அப்பாப்பனுக்கு உடம்புக்குச் சரியில்லை. பேரப்பன்கிட்டே அங்க வரச் சொன்னாரு."

"எதுக்குடா, அருள் வாக்கு சொல்றதுக்கா?"

"எதுக்குனு சொல்லலே."

இட்டியாதி சென்றான். தீனம் வந்தவனைப் பார்த்தான். யாரும் மிதித்திருக்க மாட்டார்கள் என்று தெரிந்த ஒரு இடம் பார்த்து குன்றுமணியளவுள்ள வெள்ளாரன் கல்லை எடுத்தான். மிளகுக் கொடியிலையின் காம்பையும்

---

* தாத்தா

நெட்டையும் இரண்டு ஓரங்களையும் வெட்டி அடுப்பின் வடக்குப் பகுதியிலிருந்து ஒரு சிட்டிகை திருநீற்றுச் சாம்பலை அள்ளினான். வெட்டியெடுத்த இலைத் துண்டையும் கல்லையும் திருநீறுடன் இலையில் வைத்து நூற்றொரு தடவை மந்திரம் உருவிட்டான்.

"இந்தா இந்தக் கல்லைக் கையில் கட்டிக்க. அரிசியையும் காம்பையும் தலையிலே தடவி தூர எறிஞ்சுட்டு திருநீறைத் துடைச்சிடு."

இதைச் செய்த பிறகும் குணம் கிடைக்கவில்லை. கோபாலன் திரும்பவும் வந்தான்.

"பேரப்பன்கிட்டே சாமியாடிப் பாக்கச் சொன்னான்."

"போகணுமா?" சோர்வாக இருந்தது. சரியாகாதுபோல் தோன்றியது. இருந்தாலும், கடுத்தா குணமடைவதற்காக எதையும் செய்யத் தயாராக இருந்தான்.

"சரி, நான் வெள்ளிக்கிழமெ சாயங்காலம் வர்றேன்னு சொல்லிடு."

"என்னவெல்லாம் தயார் செய்ஞ்சு வைக்கணும்?"

"கொஞ்சம் எண்ணெய், கைத்திரி, கோல்திரி, ஒரு தீப்பந்தம், ஒருபிடி நெல்லும் அரிசியும்."

இட்டியாதி சாமியாடுவதற்குத் தயாரானான். தூசன் இலையில் ஐந்து இலைநறுக்குகளில் நெல்லுமரியும், திரியும். பஞ்ச அலங்கார பூஜை.

கடுத்தையாவை திண்ணையில் கொண்டு வந்து உட்கார வைத்த ஒருவன் தாங்கிப் பிடித்துக்கொண்டான். ஒரு இலைத் துண்டில் நெல்லும் அரிசியும் மற்றொன்றில் தெள்ளிப்பொடியும்.

நோயாளியை கும்பிடச் சொல்லி சந்தனம் தொட வைத்தான்.

விளக்கினருகில் கிழக்குப் புறமாகத் திரும்பி நின்று இட்டியாதி தியானத்திலாழ்ந்தான். சில நிமிடங்களுக்குப் பிறகு பல்லைக் கடித்தபடி, சன்னதம் வந்து துள்ளிக் குதித்தான். பீடத்திலிருந்த மூங்கில் பிரம்பை எடுத்து சுழற்றியபடியே ஆர்ப்பாட்டம் செய்தான். பிரம்பை நாலாபுறமும் வீசினான். காற்றில் வட்டம் வரைந்து கடுத்தாவை மூன்று முறை தடவிவிட்டு அலறினான்.

---

* மரப்பிசின்

"போ ... போ ..." ஒரு சிட்டிகை நெல்லும் அரிசியையும் நோயாளியின் தலையை சுற்றித் தடவிவிட்டு விளக்கில் எறிந்தான். வெளிச்சம்பாடு, தாளம் பிடித்தான். தீப்பந்தம் தடவும்போது மற்றொருவன் நோயாளியின் தலையைத் தடவிய தெள்ளிப்பொடியை பந்தத்தில் எறிந்தான். தீ கொழுந்து விட்டெரிந்தது. "போ ... உண்ணியை விட்டுப் போயிடு ..." வாதை பிடி கிடைத்ததுபோல் பிரம்பைத் தரையில் அடித்த வாறே கிழக்குப் பக்கமாக நகர்ந்தான். சவுரிக் கயிற்றால் கட்டுவதுபோல் சில கட்டுகளைக் கட்டினான். சில நிமிடங்களில் சாந்தமான கோமரத்தாடி தளர்ந்துபோய் உட்கார்ந்தான்.

கடுத்தாவின் வியாதி மாறிவிடுமென்பதில் எல்லோருக்கும் உறுதியிருந்தது. ஆனால் மாறவில்லை. நிலைமை இன்னும் மோசமாகி தளர்ந்துகொண்டிருந்தான், கடுத்தா.

மிகுந்த தயக்கத்துடன் கொச்சுராமனும் சில மருந்து களைக் கொடுத்தான். காலதோஷம் வந்து விட்டால் நிவர்த்தி கிடையாதல்லவா? எதுவுமே பலிக்காமல் கடுத்தா இறந்து போனான்.

வலது தோளில் பெரிய காயம்பட்ட தழும்பும் தளர்ந்து போன வலது கையுமாக கடுத்தா இறந்து கிடந்தான். இது அவனுடைய இரண்டாவது மரணம். நீர் நிறைந்த கண்களுடன் இட்டியாதி அந்தச் சம்பவத்தை நினைத்துப் பார்த்தான்:

அன்றெல்லாம் ஓடையைத் தாண்டியும் அரயன்களுக்கு விவசாயமிருந்தது. புலி, கரடி போன்ற கொடிய விலங்குகளுக்குப் பயந்து தெற்கே மலையில் அவர்கள் தங்கியிருந்தார்கள்.

விவசாய நிலங்களை அழிக்க வருகிற யானையிடம்கூட கடுத்தா தன்னந்தனியாக போராடுவான். "யாருடா" எனும் அவனது சத்தத்தைக் கேட்டாலே யானைகள் போய்விடும்.

நெல் விளைந்ததும் கடுத்தாவும் அவனது மனைவி கோதாவும் அறுக்க ஆரம்பித்தார்கள். நான்கைந்து சுமைகள் கட்டியிருப்பார்கள். எங்கோ மலை முகட்டில் பயங்கரமான ஒரு இடி இடித்தது. சுழற்றியடித்த காற்றில் மரக்கிளைகள் ஒடிந்து விழுந்தன. இயற்கை தன்னுடைய முகத்தை எதிர்பாராமல் இருளடைய வைத்தது. கடுத்தா நாலாபுறமும் பார்த்துவிட்டு சத்தமாகச் சொன்னான்:

"எடியே சீக்கிரமா வந்துடு. மலைவெள்ளம் வர்றதுக்கு முன்னால ஆத்தைக் கடந்துடுவோம்."

மூன்று கட்டுகளை கொடியால் இறுக்கிக் கட்டித் தலையில் ஏற்றினான். அரிவாளுடன் ஓடுவதுபோல் நடந்தார்கள். இரண்டு கட்டுகளைச் சேர்த்துக்கட்டி அரிவாளையும் சேர்த்துப் பிடித்தபடியே கோதா பின் தொடர்ந்தாள்.

கலங்கி வரும் பெருவெள்ளத்தைப் பார்த்த கடுத்தா சொன்னான்:

"இங்கியே நில்லு. மொதல்லே நான் எறங்கிப் பாக்குறேன்."

கழுத்துவரை நீரிருந்தது. கோதா மழையில் நடுங்கியவாறே நின்றிருந்தாள். பலமான நீரோட்டத்தை எதிர்த்து நின்று ஒரு வழியாக கடுத்தா மறுகரையை அடைந்தான். கட்டையும் அரிவாளையும் ஒரு கல்லில் வைத்துவிட்டுத் திரும்பவும் மறு கரைக்கு நீந்தினான்.

"கட்டை எங்கிட்ட தந்துட்டு எந்தோளை பெலமாப் புடிச்சுக்கோ."

பயந்து நிற்கிற நேரமில்லை இது. கிடுகிடென்று குளிர ஆரம்பித்திருந்தது. கண்களை இறுக மூடிக்கொண்ட கோதா, கணவனின் தோளைக் கெட்டியாகப் பிடித்துக்கொண்டாள். மூக்கினுள் பாய்ந்தேறும் அளவிலான நீரோட்டம். ஒரு அடி முன்னால் நீந்தும்போது இரண்டடி பின்னால் இழுக்கிறது. "தெய்வமே, கொன்னுடாதே…" கட்டும் மனைவியும் பிடியி லிருந்து விடுபட்டு விடாமலிருக்க முயற்சி செய்துகொண்டிருந் தான் கடுத்தா. மூழ்கியும் மேலெழுந்தும் ஒருவழியாக கரை சேர்ந்தார்கள். கோதாவின் நாக்கு அசைய மறுத்தது. கடுத்தாவைக் குளிர் பிடித்தாட்டியது. கட்டுகளைக் கல்லின்மீது குத்தி நிறுத்தி னார்கள். தண்ணீர் வடியட்டும். துணியைப் பிழிந்து உடுத்திக் கொண்டு தேக்கிலையை ஒடித்து தலையில் சூடி சேர்ந்து நின்றார்கள்.

மழை, பலமாக இருந்தாலும் அதிக நேரமொன்றும் பெய்ய வில்லை. கம்பும் தடிகளையும் இழுத்தபடியே ஆறு கரை புரண்டோடியது. அந்தி சாய்ந்ததுபோல் மெல்லிய இருட்டும். கோதாவுக்கு வீடுபோய்ச் சேர வேண்டுமே என்ற அவசரம். போய்தான் சுருட்டு மெதிச்சி, நெல் வறுத்துக் குத்தி கஞ்சி வைக்க வேண்டும். பிள்ளைகள் எங்கே போனார்களோ என்னமோ?

நனைந்த சுமடு. பாரம் அதிகமாக இருந்தது. நீர் சொட்டுச் சொட்டாக வடிந்துகொண்டிருந்தது. கடுத்தா அப்போதும் சொன்னான்: "ரெண்டு கட்டை இந்தக் கல்லிலயே வெச்சிடு வோம். பெறகு எடுத்துக்கலாம்."

நாராயண் ☙ 111 ☙

தலையில் சுமடும் கையில் அரிவாளுமாக கோதா முன்னால் நடந்தாள். தூக்க முடியாத அளவு பாரத்துடன் கடுத்தா பின்தொடர்ந்தான்.

கற்களும் மரங்களும் நிறைந்த, வளைந்தும் நெளிந்து செல்கிற காட்டின் வழிப்பாதை. ஒரு பாறையின் பின்னால் கறுப்பாக ஒரு கரடி. அது கடுத்தாவின்மீது சீறியபடியே பாய்ந்தது. கரடியும் கடுத்தாவும் கட்டிப் புரண்டார்கள். கரடியின் கூர்மையான நகங்களிலிருந்தும் பற்களிலிருந்தும் தப்பிப்பதற்காக கடுத்தா பெரும் போராட்டம் நடத்தினான். சத்தம் கேட்டுத் திரும்பிப் பார்த்த கோதா திடுக்கிட்டாள். சுமடைக் கீழே போட்டுவிட்டு

சின்ன அரயத்தி

அரிவாளுடன் அவள் பாய்ந்து வந்தாள். வாக்கத்தி கிடைத்தது. கணவனின் உடல் முழுவதும் இரத்தம். வாக்கத்தியை ஓங்கினாள். கரடியை வெட்டுவதற்கு வழியுமில்லை. பார்த்துக்கொண்டு நிற்கவும் நேரமில்லை.

"வெட்டு."

ஒரு அலறலுடன் கடுத்தா தோளால் கரடியை உந்தித் தள்ளினான். கோதா மின்னல்போல் பாய்ந்து கரடியை ஓங்கி யோங்கி வெட்டினாள். தலைபிளந்து கரடி செத்தது. கடுத்தாவை அவள் இழுத்துத் தூக்கியெடுத்தாள். கரடி கடித்துக் கிழித்திருந்த அவனது வலது புஜம் கீழே தொங்கியது. அது அப்போதும் நடுக்கத்துடன் துடித்துக் கொண்டுதானிருந்தது. கோதா எதையுமே யோசிக்கவில்லை. மார் மறைத்திருந்தத் துணியை எடுத்து கணவனின் அக்குளோடு சேர்த்துக் கட்டினாள். இரத்தம் ஒழுக மூச்சுவாங்கியபடி நின்றிருந்த கடுத்தா அடுத்த நிமிடமே தளர்ந்து விழுந்து விடுவான் என்பதை உணர்ந்தவள் தாங்கிப் பிடித்தாள். வலியால் அவன் துடித்துக் கொண்டிருந்தான்.

எப்படியோ இழுத்து ஒரு வழியாக அவனை குடிலுக்குக் கொண்டு வந்து சேர்த்தாள்.

மருந்து தெரிந்தவர்கள் ஓடி வந்தார்கள். கடுத்தாவின் உடல் முழுவதும் மருந்தை அரைத்துப் புரட்டினார்கள். ஒரு பழைய பனம்பரம்பு பாயில் தளர்ந்து கிடந்த கணவனின் அருகில் கோதா அழுத கண்களுமாக தேம்பிக்கொண்டிருந்தாள். அப்போது இரவு நேரம். வெளியே மழை பெய்துகொண்டிருந்தது. கிழக்கே மலையிலிருந்து நெடும்விளியான் சாவு கூவியது. நிசப்தமான மலையோரத்தின் இதயத்தைப் பயமுறுத்துகிற அந்தச் சத்தம் ஆழமாக இறங்கியது. கோதா நடுங்கினாள். "தெய்வமே... மரணம் பக்கத்தில் நெருங்கி விட்டதே." பச்சையாக உயிரைக் கடித்துக் குதறிய கரடியிடமிருந்து எப்படியோ பாதுகாத்து விட்டோம். அது உடனடியாகத் தட்டிப்பறித்துக் கொண்டு போவதற்காகவா? கடுத்தாவின் முனகல் சத்தம் மீண்டும்.

மறுநாள் காலையில் கோதா மூடிப் புதைந்து படுத்திருந் தாள். பயங்கரமான காய்ச்சல். இடையிடையே எதை யெல்லாமோ புலம்பியவாறே பதறியெழுந்தாள். வேகமாக மூச்சுவாங்கினாள்; பயந்து அலறினாள். யாருடைய கேள்விக் கும் எந்தப் பதிலும் சொல்லாத கோதா, அன்று சாயங்காலம் இறந்துபோனாள்.

எதுவுமறியாத கடுத்தா, வைத்தியர்களின் சிகிச்சையி லிருந்தான்.

மனைவி திடீரென்று இறந்துபோனதை அறிந்தபோது கடுத்தா வாய்விட்டழுதான்: "கரடி வாயிலே இருந்து என்னைப் பறிச்செடுத்தவ போய்ச் சேந்துட்டாளே ... என் கோதா ..."

அழுவதைத் தவிர அவனால் வேறென்ன செய்ய முடியும்? அந்த முகத்தை ஒருமுறை பார்க்கவோ கையை ஒருமுறை தொடவோகூட முடியாமல் போய்விட்டதே?

கடுத்தாவின் தோளில் நரம்புகள் ஒன்று சேரவில்லை. வலது கை தளர்ந்தேதான் கிடந்தது. ஆரோக்கியம் குறைந்தது. கொடூரமான இந்த வாழ்க்கையுடன் போராடுவதற்கு அவனுக்கு நீண்ட காலம்வரைக்கும் இடது கை மட்டும்தானிருந்தது. அவன் இதோ இறந்து கிடக்கிறான் ..!

கண்களைத் துடைத்துவிட்டு இட்டியாதி முற்றத்தில் இறங்கினான். கடுத்தாவின் உடலை மூடுவதற்கு எதையாவது ஒன்றை வாங்க வேண்டும். ஒரு துண்டுத் துணி. இயன்றவரைக்கும் அவன் வேகமாக நடந்தான்.

சொந்த பந்தங்கள் வந்துகொண்டிருந்தார்கள். மரணம் நிகழ்ந்த வீட்டில் அன்று தீ புகையாது. குழந்தைகளை பக்கத்துக் குடிலிலுள்ள யாரோ அழைத்துக்கொண்டு போனார்கள். கடுத்தாவின் மூத்த மகன் கொச்சுட்டி குடிலைப் பெருக்கி வடக்கே தள்ளினான்.

பிள்ளைகளும் உறவினர்களும் சேர்ந்து சடலத்தைக் குளிப்பாட்டி வாழையிலையில் தலையைக் கிழக்குப் பார்க்கப் படுக்க வைத்து வாசல் முற்றத்தில் கிடத்தினார்கள். தலைமாட்டில் திரி கொளுத்தி வைத்தார்கள். ஒவ்வொருவரும் கொண்டுவந்த துணிகளை சடலத்தின்மீது போர்த்தினார்கள். ஆச்சாரப்படி ஆண்மக்களில் மூத்தவன்தான் பலிகர்மங்களை நடத்த வேண்டும். கொச்சு, அப்பனுக்கு வாய்க்கரிசி போட்டான். மூச்சு வாங்க ஓடிவந்த இட்டியாதி கையிலிருந்த துணியை சடலத்தின்மீது போர்த்திவிட்டு கால்மாட்டில் நகர்ந்தான்.

கூட்டத்தில் வயது முதிர்ந்தவனும் கடுத்தாவின் மனைவியின் கூடப்பிறந்தவனுமாகிய ஆதிச்சன், இலைக் குமிழில் எண்ணெய் எடுத்து அதில் ஒரு நுள்ளு நெல்லும் அரிசியு மிட்டான். புலை அனுஷ்டிக்கவேண்டிய மக்களும் மருமக்களுமெல்லாம் அருகில் நின்றிருந்தார்கள். ஆதிச்சன், மந்திர உச்சாடனங்களுடன் ஒரு அரிவாளை கொச்சுவின் தலையில் வைத்தான். இலைக் குமிழிலிருந்து எண்ணெயும் நெல்லும் அசிரியும் பலா இலைக் குமிழால் எடுத்து தலையில் ஊற்றினான். தொடர்ந்து ஒவ்வொருவராக ...

ஆறடி நீளமும் ஆழமும் தெற்கு வடக்காகத் தோண்டிய குழியின்முன் வலம் வைத்து ஆதிச்சன் சொல்லிக்கொடுத்த மந்திரங்களை உருவிட்டு சடலத்தை தெற்காகத் தலைவைத்து குழியிலிறக்கிக் கிடத்தி இலையால் மூடினார்கள். கர்மத்தை நிறைவேற்ற வேண்டிய மகன் நாம ஜெபத்துடன் மூன்று முறை பிடி மண்ணெடுத்து குழியிலிட்டான்.

"மண்ணில் பிறந்த நீ சர்வேஸ்வரனிடம் மண்ணாகவே போவாயாக. நீ செய்த பாவ புண்ணியங்கள்தான் உனக்கென்றும் துணையாக நிற்கும் . . ."

பிரார்த்தனைக்குப் பிறகு அனைவரும் சேர்ந்து குழியை மூடிப் பலப்படுத்தினார்கள். முருக்கின் கம்புகளை குறுக்காக வைத்து கற்களால் சுற்றி மூடினார்கள். நாய்களோ நரிகளோ சடலத்தைத் தோண்டி விடக்கூடாது.

இறுதிச் சடங்கிற்கு வந்தவர்கள் ஆற்றிலிறங்கி உடைகளை நனைத்துக் குளித்துவிட்டுப் பிரிந்தார்கள். நெருங்கிய உறவினர்கள் மறுநாள் பட்டினிக் கஞ்சி குடிக்க வேண்டும். அதிகமாக ஒன்றுமிருக்காது. யாரும் சொல்லாமலேயே அவரவர்கள் கொண்டு வருகிற அரிசியைக் கஞ்சி வைத்து பரிமாறுவார்கள். புலைவீட்டான் இன்னும் பதினைந்து நாட்கள் . . .

ஆயுதங்கள் எடுக்கக் கூடாது. விவசாயத்தில் ஈடுபடக் கூடாது. உறவினர்களின் வீடுகளுக்குப் போகக்கூடாது. எண்ணெய் தேய்க்கக்கூடாது. பூஜைகளோ தெய்வ தரிசனங்களோ கூடாது. மதுவும் மாதுவும் கூடவே கூடாது. பதினைந்து புலை* குளித்து மறுநாள் உறவினர்களையும் நண்பர்களையும் அழைத்து பதினாறு அடியந்திரம் . . .

---

* துஷ்டி

எட்டு

"அந்தக் காட்டையும் கொஞ்சம் வெட்டுனா தோட்டம் அழகாயிடும்."

வேலை செய்து சோர்ந்திருக்கும்போது கொச்சுராமன் சொன்னான். அரிவாளால் பாக்கு நறுக்கிக்கொண்டிருந்த குஞ்ஞிப்பெண்ணு கூர்ந்து பார்த்தாள். ஓடைக் கரையை யொட்டி மேலே இருந்து கீழ்ப்பகுதிவரை வால்போல் காடு பிடித்த இடம்.

"கெடைச்சா கொடி போட்டுருக்கலாமே?"

"இல்லன்னாலும் அத அப்புடிப் போட வேணாம்."

"காணிக்காரன் தருவானா?"

"அதுக்கெல்லாம் வழி இருக்குடீ."

"என்ன வழி?"

"நீ துப்பாக்கிக் கொழலுக்குள்ள நுழைஞ்சி சுட்டுட லாம்னு நெனைக்காதே . . ."

மற்றும் இரண்டு நான்குபேர் கொடிக்கு மருந்து தெளித்துக்கொண்டிருந்தார்கள். பருவத்திற்கேற்றதுபோல் மழையும் வெயிலும் அடித்தபோது மிளகுக்கொடிகள் மரத்தைச் சுற்றிப் படர்ந்தேறின. அடுத்த வருடம் மிளகு பறிக்கலாம். கமுகும் தென்னையுமெல்லாம் உயர்ந்து கொண்டிருக்கின்றன. வாழைக்கூட்டங்களில் ஏழெட்டு வாழைகளும் நான்கைந்து குலைகளும். தோட்டம் இருண்ட பச்சை நிறத்திலிருந்தது. அடிக்காடு களை பிடுங்கிவிட்டு கொடியின் கிளைகளையும் வெட்ட வேண்டும் குப்பையைக் கொடியின்கீழ் கூட்டியிட வேண்டும். காய்ந்துபோகாமல். உரத்திற்கு இதுவே போதும்.

கொச்சுராமன் ஓடையின் அருகில் நிற்கும் காளிப்பனையின் மடல்களை எண்ணிப் பார்த்தான். மேலே பக்கவாட்டில் குலை காய்த்து கால்வரை வந்திருக்கிறது. அதை அடர்த்தி ஒதுக்கிக் கட்டவேண்டும். கள்ளிறக்க.

"கொஞ்சம் பெரிய குலைதான் இல்லியா?"

"ம்... இத நானேதான் சீவுவேன்."

"பெறகு வேற யாரு வரப்போறா?"

சொல்லிவிட்டு குஞ்ஞிப்பெண்ணு சிரித்தாள். அவன் முறைத்துப் பார்த்தான். இப்போதெல்லாம் அவளுக்கு ஒருவிதமான கொஞ்சல்தான். வெறுமனே அவன் உட்கார்ந்திருந்தாலும் உரசிவிட்டுச் சிரிக்கிறாள்.

"ஆமாடி, உனக்கு திருட்டுத்தனமா கள்ளு எறக்குற ஞாபகம் தான். கண்ணால நான் கண்டேன்னு வெச்சிக்கோ, அன்னைக்கு உன்னோட யாபாரம் ஜோலி தீரும்."

"எப்பவாவது நீங்க பாத்தீங்களா?"

"பாக்கல. அந்த நாராயணனை நீ இன்னும் மறக்கல, அப்புடித்தானே?"

"ஆமா! வாசம் பிடிச்சிட்டு பின்னாலயே நடயுங்க. நான் ரெண்டு கொழந்தை பெத்த பெறகு..."

"அம்மே... அம்மே... என்னிய தூக்கு."

"ஆமாடி. மாதி கூப்பிடுறா, போய்க் கொழந்தையை எடு."

"போறனே, எதுக்கு அவசரப்படுத்துறீங்க?"

"உனக்கு இப்ப என்னடி ஆச்சு?"

"மூங்கில் தோட்டம் வழியா நடக்குறபோது எனக்கு ஒரு மாதிரியா இருக்கு."

"உங்கிட்டே வெயில்லே நடக்க வேண்டாம்னு சொன்னேன்லா? இவ்வளவு நாளும் வெயில்லே காய்ஞ்சாச்சு. கஞ்சிக்கில்லாம மொலையும் காய்ஞ்சா குழந்தைக்குக் கொடுக்க வேணாமா"

சிரித்துவிட்டு இன்னும் கொஞ்ச நேரம் நின்றிருந்தவள் விருப்பமில்லா மனதுடன் நகர்ந்தாள். கொடிகளினூடே வரப்புகளைத் தாண்டினாள். அவள் போவதையே பார்த்துக் கொண்டே நின்றிருந்த கொச்சுராமனுக்கும் ஒருமாதிரியாகத் தான் இருந்தது. நல்ல அழகு. வெயில்பட்டு கொஞ்சம் நிறம் மங்கியிருக்கிறாள். இருந்தும் அழகு குறையவே இல்லை. பல

வருடங்களுக்கு முன் மனதில் தோன்றிய மோகம் இனியும் அடங்கி விடவில்லை.

"சீக்கிரமா வந்துடணும், சொல்லிட்டேன்."

அவள் சத்தமாகச் சொன்னாள். இந்த அழைப்பில் அர்த்த மிருக்கிறது. விருப்பமான எதையாவது தின்றுவிட்டு பக்கத் தில் அமைதியாக உட்கார்ந்திருக்க வேண்டும். கணவனின் தலையை மடியில் வைத்து முடியிழைகளில் விரல்களை அலைய விட்டு அவனுள் ஆவேசத்தைத் தூண்ட வேண்டும். கட்டிப் புணர்ந்து திறமையைக் கண்டுணர்ந்து சிரித்து மயக்கத்தில் ஆழ்ந்திறங்க வேண்டும். பெண்ணின் மனதை அறிந்தவர்கள் யார்? அதை நினைத்ததும் கொச்சுராமன் தானாகச் சிரித்தான். வேலை செய்யவும் தோன்றவில்லை. மகளைப் பார்த்துக்கொள் வதற்கு மாதவி இருக்கிறாளல்லவா? அவன் நடந்தான்.

"ரெண்டு வருசத்துக்குப் பெறகு கொச்சுராம அப்பன்தான் இந்த மலையிலே பெரிய ஆளு."

"அது என்னடி அப்புடிச் சொல்றே?"

சிருதா அரிவாளுடன் நிமிர்ந்து நின்றாள். விழுதெடுத்த களையை காடு கொடியின் மூட்டில் போட்டுவிட்டு நாராயணி யும் நிமிர்ந்தாள்.

"பாத்துட்டே இருங்களேன், இந்தத் தோட்டத்திலே இருந்து எத்தனை துலாம் மொளகு கெடைக்குதுன்னு. மொள குக்குக் கை நெறைய சக்கரம்* கிடைக்குதே?"

"இல்லடி நாராயணீ, இப்ப மொளகுக்கு ரூபாயாத்தான் கெடைக்குது. சக்கரமெல்லாம் போயாச்சு . . ."

"இது நல்ல கூத்து. சக்கரமில்லாம எப்புடி ரூபா வரும்?"

"கல்யாணி நாத்தனாரே, மொளகை மூட்டையிலே கொடுக்கும்போது ரூபாயாத்தானே கெடைக்கும்."

"ஆங் . . . அப்புடிச்சொல்லு. கொச்சுராமன் அண்ணனும் குஞ்ஞிப்பெண்ணு அண்ணியும் முதுகொடிய வேலை செய்யி றாங்க, அதுக்கான பணமும் சம்பாதிப்பாங்க."

"ஆமா, நம்ம எல்லாம் பிச்சையெடுக்கவோ கொழலைத் தூக்கித் தோள்லே வெச்சிட்டு காட்டைக் கலைக்கவோதான் போவோம். கண்ணுல படுற ஆமோம் பனையிலே இருந்தும் கள்ளு எறக்கிக் குடிப்போம். அந்தா, மாதி வர்றா, மெதுவாப் பேசு . . ."

---

* பணம்

“கஞ்சியும் கூட்டுமெல்லாம் இம்புட்டுச் சீக்கிரமா ஆயிட்டுதா மாதீ?”

“பின்னே, ஆகாம...? சீக்கிரம் வாங்க.”

“மாதி கொஞ்சம் குண்டாயிட்டியே?”

“பசிக்கும்போது சாப்புட கெடைக்குது. கொழந்தையைக் கவனிச்சிட்டு சும்மா இருந்தா போதுமே?”

“குஞ்ஞிப்பெண்ணு மைனி இப்பவும் உண்டாயிருக்கா போல தெரியுது.”

“அதெப்புடி, சின்னம்மா இப்பதானே கொழந்தை பெத்தா?”

“எடீ, கலியாணமே கழியாத உனக்கு அதப்பத்தி என்ன தெரியும்?”

“அதுக்காக நான் கேக்கக்கூடாதா?”

“கஞ்சிக் குடிக்க போவதானே, அப்ப அவகிட்டே கேளு.”

சிரிப்புகளினிடையே மற்றொரு கேள்வியும் வந்தது:

“கொச்சுராமன் அண்ணனோட ஊட்டுப் பேரு என்ன?”

“எடீ, முட்டாச்சவமே, அரயனுங்களோட ஊட்டுப் பேரெல் லாம் கண்ட மரங்க, கல்லுங்களோட பேருதான். கூம்பங் கல்லில், வரிக்கமாக்கல், முருக்குதானி – இதெல்லாம்தான் ஒவ்வொரு ஊட்டுப்பேருங்க. குஞ்ஞிப்பெண்ணோட ஊட்டுக்குப் பக்கத்திலே நிக்கிறது மருதுதானே? அதனாலதான் மருதுங்கல்னு சொல்றது.”

“இப்புடியெல்லாம் பேரு வெக்கிறது யாரு?”

“காடன்மாருங்க வரும்போது ஒவ்வொருத்தனையும் இப்புடிக் கூப்புட்டு ஏதாவது கேப்பான். அந்தத் தாணி மரத்தடி யிலே இருக்குற ஊடுதானேடா உன்னோடதுன்னு கேட்பான். அப்புடியே அது தாணிமூடாயிடுது.”

கொச்சுராமன் காணிக்காரனைப் பார்க்கச் சென்றான். பார்த்தபோது அவனுக்கு மகிழ்ச்சி.

“நீ நெல்லும் மரச்சீனியுமெல்லாம் போட்டுருக்குறியா தம்பீ?”

“ஆங்... எதுக்குமே பத்தாது.”

“அதென்னடா, அந்த மலையிலே மரச்சீனி வெச்சா வளராதா?”

"விதை கெளைக்கிறதுக்கு எடம் குறைவா இருக்குது, காணிக்காரரே."

"ஓஹோ... அப்புறம் நீ வந்த விஷயம்?"

"காணிக்கார ஐயா எனக்கொரு உபகாரம் செய்யணும்..."

"வாயைத் தெறந்து சொல்லண்டா, தம்பி."

"நான் இருக்குற எடத்துக்குப் பக்கத்திலே, அந்த வால் போல கெடக்குற ஓடை பக்கத்துலே வெட்டினா அஞ்சாறு மரச்சீனி நடலாம்."

கொச்சுராமன் குரலைத் தாழ்த்திச் சொன்னான்.

"இப்ப அப்புடி காட்டையெல்லாம் வெட்டக்கூடாதுன்னு அந்த ரேஞ்சர் சொல்லியிருக்காரு."

"தெரியும். காணிக்கார ஐயா சொன்னா எந்த ரேஞ்சர் தான் கேக்காம இருப்பாங்க? எனக்கு அந்த எடத்தைத் தரணும்."

கொச்சுராமன் தோள் மாராப்பை அவிழ்த்தான். இரண்டு பெரிய குப்பிகளில் சாராயமிருந்தது. ஒரு கண்ணி புகையிலை, வெற்றிலை, பழுத்தப் பாக்கு, அவல்பொதி, இறைச்சிக் கருவாடு...

"இதெல்லாம் எதுக்குடா தம்பி, நீ எஞ்சொந்தக்கார னில்லையா..?"

"நெசந்தான், காணிக்காரருக்கு வயசும் பக்குவதையு மெல்லாம் ஆயிட்டுதே? சும்மா கையையும் வீசிட்டுப் போக வேணாமுன்னு குஞ்ஞிப்பெண்ணுதான் சொன்னா."

"ஹஹ்ஹா... கோமரத்தாடியோட மகளில்லியா, அவளோட அம்மா எனக்கு சகோதரி முறை வேணும். குஞ்ஞிப் பெண்ணு, ஆளு நல்ல சாமர்த்தியமுள்ளவ."

"நெசந்தான், காணிக்கார அய்யாவைப் பாக்கணும்னு அவளுக்கும் ஆசதான்."

"அப்புறம் ஏன் கூட்டிட்டு வரல்ல?"

"கொழந்தையை வெயில்லே கொண்டு வந்து வாட்ட வேணாம்னு தான்..."

"உனக்கு எத்தனைக் கொழந்தைங்க இருக்கு?"

"மூத்தது, ஆண் கொழந்தை. எறந்து போயிடிச்சு. இப்ப ஒரு பொண்ணு."

"ம் . . ."

காணிக்காரன் எதிரிலிருப்பதையெல்லாம் நோட்டமிட்டான். முகம் மலர்ந்தது.

"கொச்சுராமா, துலாம் பத்து கழிஞ்ச பெறகு காடன் மாருங்க வருவானுங்க. இந்த வருசம் பௌண்டரி வெட்டணும். நெறைய ஆளுங்க தேவப்படுவாங்க . . ."

"நான் வர்றேன். எனக்கு அந்தக் காட்டையும் தரணும்."

"பௌண்டரி வெட்டெல்லாம் முடிஞ்சு காடன்களும் போனபிறகு நீ அதை வெட்டிக்கோ."

"ஆமா, இப்ப எல்லாப் பண்ணிகளும் அந்த எடத்திலே தான் கெடக்கு. என்னாலே எதுவுமே செய்ய முடியல."

"உங்கிட்டே துப்பாக்கியில்லியா?"

"இல்லே. ஒண்ணு வாங்கணும். சக்கரம் ஒண்ணும் கையிலே வரல்லே."

"அந்த ஊட்டுலே தங்கப்பன் துப்பாக்கி தருவான். நீ போய்க் கேளு. நான் சொன்னதாகக் கேளு."

"கெடைக்குமா?"

கொச்சுராமன் திரும்பி வருவதை குஞ்ஞிப்பெண்ணு ஆவலுடன் எதிர்பார்த்து நின்றிருந்தாள்.

"ஹஹ்ஹா . . . எடீ, குஞ்ஞெண்ணே சாராயமும் இறைச்சியும் கெடச்சா இந்த மலை முழுசையுமே வெட்டிக்கோன்னு ஈச்சரங் கங்காணி சொல்லுவான்."

"காணிக்கென்ன, வெறுமனே சொன்னாலே போதுமே?"

மழை விட்டது. வானம் தெளிந்தது. காடும் மலைச்சரிவுகளுமெல்லாம் காயத் துவங்கியது. காணிக்காரனின் வீட்டுக்கு அரையன்குடிகளிலிருந்து ஒவ்வொருவராகப் போகத் துவங்கினார்கள்.

கார்டு தம்புரான்கள், காட்டுப்புரை (கார்டு ஹவுஸ்) யில் தங்கியிருந்தார்கள். அலுவலகத்தின் பக்கத்தில் ஷெட்டுகள் இருந்தன். காணியின் அறிவிப்பு: எல்லோரும் அங்கே வந்து சேர வேண்டும்.

தாம்பூலம் தரித்த ஹெட்கார்டும் பரிவாரங்களும். பக்கத்தில் துண்டை இடுப்பில் கட்டிய காணிக்காரர்களும்.

பிசினு, ஈஞ்சை, தேன், சாராயம், இறைச்சி, அவல்பொதி, யானைத் தந்தம், பன்னிபல்லு – காணிக்கைகளின் பட்டியல் நீண்டுகொண்டிருந்தது.

கொண்டுவந்த பொருட்களை ஹெட்கார்டின் முன் வைத்து விட்டு தாழ்ந்து தொழுது நிற்கும்போது காணிக்காரன் அறிமுகம் செய்து வைப்பான். ஈஞ்சப்பிளாக்கல் குஞ்ஞன், புன்னைக்கல் கேள, வலியகல்லுங்கல் கண்டா . . . தங்குமிடம், என்னெவெல் லாம் விவசாயம் செய்துகொண்டிருக்கிறார்கள்; ஒவ்வொரு வருடன் காணிக்காரனின் உறவுமுறை . . .

அதிகாரிகளை மிகவும் தொந்தரவு செய்வது காணிக்கார னுக்கு இவர்களுடனான உறவு முறைகள்தான். சித்தப்பன், பெரியப்பன், அண்ணன், மைத்துனன் – மலையரயனுக்கு தனது சாதிக்காரர்கள் அனைவரும் ஏதாவதொரு முறையில் உறவினர்கள்தான். தங்களுக்குள் அறிமுகமாகும்போது உறவுகள் வழியாக தாங்கள் எந்த அளவுக்கு நெருக்கமானவர்கள் என்று அறிந்துகொள்வார்கள். சித்தப்பனின் மைத்துனனின் மைத்துனன், சித்தியின் சகோதரனின் மகளைக் கொண்டுபோனவன். சிலரைக் கண்டதும் கார்டு கேட்பார்:

“இவன் யாரு ஈச்சரா?”

“இவன், தம்புரானே, மருதுங்கல் கொச்சுராமன். பெரிய ஓடைக்குக் கெழக்கே தோட்டத்துலே இருக்கான்.”

“ஓஹோ . . . நீ முன்னாலே பேப்பாறயிலதானடா இருந்தே? உம் பேரென்ன?”

“குஞ்ஞிமுண்டா தம்புரானே. பேப்பாறயிலே இருக்குறது, கூடப்பெறந்தவளோட வீடு.”

“ம் . . . ஒரு எடத்திலே அடங்கிக் கெடக்க மாட்டீங்க. அடுத்த மாசம் புளியம்மலைக்குப் போகும்போது இந்தக் கூட்டத்திலுள்ள ஒரு ரெண்டு பேராவது அங்கயும் இருப்பா னுங்க. பொன்னுத் தம்புரானோட காடுதான் நெறைய கெடக்குதே?”

“காட்டை விருப்பம்போல வெட்டவோ, வன விலங்கு களைக் கொல்லவோ செய்யாதீங்க. வனத்திலே உள்ள விளை பொருட்களை ரேஞ்சாஃபீசுக்குக் கொண்டு வந்து சேத்துடுங்க. காட்டைப் பாதுகாக்குற பொறுப்பை மகராஜா எங்ககிட்டே ஒப்படைச்சிருக்காரு. நாங்க அதிகாரிங்க. புரியுதாடா காணிக்காரா . .?”

“புரியுதுங்கய்யா . . . மிச்சமுள்ளதை நானே சொல்லிர்றேன் தம்புரானே. எல்லாரும் கேட்டுக்குங்க. தம்புராங்க இப்ப பௌண்டரி போடுறதுக்காக வந்திருக்காங்க.”

“ஆமா, ஈஞ்சத் தோட்டம் முதல் கத்திப்பாறைவரைக்கும் என்னுடைய அதிகாரத்திலே இருக்கு. ரெண்டு யானை வழி நடக்குற அளவுல பாதைக்கு அகலம் இருக்கணும். ஜண்டா கட்டணும். தனு* பத்துலே வேலை முடிஞ்சிருக்கணும். நாங்க வந்திருக்குறதை அறிஞ்சி காட்டுலே ஒளிஞ்சிக்கிட்டவனுங் களைப் பிடிக்கணும்னு உத்தரவாகி இருக்கு. அவனுங்களோட குடிலையும் கொளுத்திட்டுப் பிடிச்சு பிடரியிலே நாலு வைக்க ணும். பிடிச்சுக் கட்டிக்கொண்டு வரணும்னு ரேஞ்சர் எஜமான் உத்தரவிட்டிருக்காரு. காணிக்காரா, நீதான் இவனுங்களுக்குத் திருட்டுத்தனம் படிச்சுக் குடுக்குறே, ஞாபகம் வெச்சுக்கோ. முக்காலியிலே கெட்டி வெச்சு அடிவாங்கி புளியும் குடிச்சு கிடக்கறதுக்கு நல்ல சொகம்மா இருக்கும். அந்தத் துள்ளல்காரன் இட்டியாதி வரலியா?”

“இல்லை, தம்புரானே. வாதம் பிடிச்சுக் கெடக்குறான். அந்தா நிக்கிறவன் அவனோட மகன்தான். குஞ்ஞாதிச்சன்.”

“உன் அப்பனுக்கு உண்மையிலேயே வாதமாடா? அல்லது கள்ள வாதமா?”

“படுக்கையிலே கெடக்குறாரு, தம்புரானே . . .”

“அப்பிடீன்னா நான் அங்க வந்து பாக்குறேன்.”

காட்டிறைச்சியும் பச்சரிசிச் சோறும் தயாராக இருப்பதாக கார்டுகளிலொருவன் வந்து தலைமையின் காதுகளில் சொன் னான். அரயன் ஒருவன் கை கழுவவும் குடிக்கவும் தண்ணீர் கொண்டு வந்தான். மற்றொருவன் கழுவித் துடைத்த நுனியிலை களைக் கொண்டு வந்தான்.

கார்டு ஹவுசில் வந்து நிறைந்த பொருட்களில் கண்ணை மேயவிட்ட ஹெட் கார்டு அனைவரிடமும் பொதுவாகச் சொன்னார்:

“ஆண்களோ பெண்களோ தெரியாது, யாராக இருந்தாலும் சரிதான். நாளைக்கு நூறு ஆட்கள் ஈஞ்சைத் தோட்டத்துக்கு வந்துடணும். பௌண்டரி இந்த வாரமே முடியணும். கையை யும் வீசிட்டு வந்துடக்கூடாது. வேலைக்கான ஆயுதங்களெல்லாம் ஸ்டோர்லே இருக்கு. பேப்பாறை காணி குஞ்ஞுமுண்டன் கிட்டே எடுத்துக் கொடுக்கச் சொல்லியிருக்கேன். கொஞ்சம்பேர் இன்னைக்கே போய் அதையெல்லாம் எடுத்துக்குங்க . . .”

---

* மார்கழி மாதம்

காட்டுக்கற்களை அடுக்கி, கவிழ்த்து வைத்து கட்டைபோல் கட்டியுயர்த்திய ஜண்டா. அதன்மீது ஹெட் கார்டு கம்பீரமாக அமர்ந்திருந்தார். காட்டுக்கொடிகளைப் பிணைத்து நீளமாகக் கட்டிய கோட்டை நூல்பிடித்து புதர்களையும் கற்களையும் பிடுங்கி மாற்றினார்கள். ரோடுபோட்டது போன்ற பௌண்டரி வேலை. அரயன், ஊராளி, மன்னான் போன்றவர்கள்கொண்ட ஒரு சிறு படை. அதற்குத் தலைமை வகித்ததும் உத்தரவுகளைப் பிறப்பித்ததும் கார்டுகளும் காணிக்காரர்களும்தான். இரண்டு பேர் பௌண்டரியில் நிற்கும் மரங்களில் சதுர வடிவத்தில் ஆழமாகத் தோலையுரித்து முத்திரையடித்தார்கள். ஒருவன் புத்தகத்தில் எதையோ குறித்துக்கொண்டான்.

“அதோ தெரியிறதே அது எந்தக் குன்று ஈச்சரா?”

“அதான் தம்புரானே, முதியாமலை.”

“உன்னோட காணியிலுள்ளதா?”

“அதோட தெக்குப்புறம் வழியாகத்தான் தம்புரானே வடக்கன் ஆறு வருது. அங்கிருந்து மேக்கே இல்லிக்கானம் வரைக்கும் என்னோட காணிதான். அதுக்கு அந்தப் பக்கம் குஞ்ஞுமுண்டன் காணியோடது.”

“உன்னோட காணியிலுள்ள அரயனுங்க மொத்தம் எத்தனைபேரு குஞ்ஞுமுண்டா?”

“குஞ்சும் குருமாலுமாச் சேத்தா மொத்தம் நூறு நூற்றைம்பது தான் இருக்கும் தம்புரானே . . .”

“அப்பிடின்னா காணிக்கே சரியான கணக்கு வழக்கு தெரியாது?”

“அது வந்து, தம்புரானே, இடையிடையே யாராவது ஒருத்தி ஒண்ணு பெறுவா. சிலதுங்க சாகும். அரயனுங்க கணக்கை இந்த வருசம் நான் ரேஞ்சாப்பீசுலே கொடுத்துடறேன்.”

“வேண்டாம், வேண்டாம். காணிக்காரனுங்க கணக்கை எடுத்து எங்கிட்டே தந்தாலே போதும். அப்புறம் வேறொரு விஷயம், இந்த பீட்டிலே மூணு காணிக்காரங்கதான் இருக்கி றாங்க. ஒவ்வொருத்தரோட காணிக்குட்பட்ட மரங்கள் – ஈட்டி, தேக்கு, மருது – ஒவ்வொண்ணோட கணக்கையும் தரணும். கஜானாவுக்குள்ள ஈஞ்ச, தேன், ஜாதிப்பத்திரியெல்லாம் கோடை ஆரம்பிக்கிறதுக்குள்ளாக் கொண்டு வந்து சேத்துடணும். அதிகமாக சேகரிக்கிறவங்களுக்கு இந்த வருசமும் மகராஜா திருமனசோட சன்மானமும் உண்டு. டி.எஃப்.ஓ. எஜமான்தான் வருவாருன்னு நினைக்கிறேன். ஈச்சரனும் குஞ்ஞிமுண்டனும் சன்மானம் வாங்கணும். இல்லேன்னா அவமானம் எனக்குத்தான்.”

“அது எங்களுக்கும் தெரியும் தம்புரானே ...”

அரையன்களின் குடில்களில் சந்தேகங்களும் பேச்சுகளும் இன்னும் மிச்சமிருந்தன.

“அப்புடீன்னா, கொச்சுராம அண்ணா, இந்தத் தேன் பொன்னுத் தம்புரானுக்கு அப்புடியே குடிக்கிறதுக்கா?”

“ம்...”

“ஈஞ்ச தேய்க்கவும் பிசினும் குந்திரிக்கமும் புகைக்கவுமா ..?”

“இல்லடா, மடயா. விலைக்கு வித்து சக்கரம் பாக்குறதுக்கு.”

“அப்புடீன்னா அத நாமே வித்துடுலாமே?”

“ஆமா, நீ வித்துப்பாரேன். கூம்புத் தொப்பிப் போட்டவன் வந்து கையிலே சங்கிலிபோட்டுக் கூட்டிட்டுப் போவான். ஜெயில்லே கொண்டுபோட்டு அடிச்சான்னா பீ வந்துடும்.”

“அது ஏன்? இதெல்லாம் காட்டுலே சும்மா கெடச்சது தானே?”

“அடேய், காடெல்லாம் பொன்னுத் தம்புரானோட சொத்து தெரியுமா?”

தேய்த்து மினுக்கிய காட்டிலாகா அலுவலகம். வாசலில் பித்தளையில் செய்த சங்கு முத்திரை. கேட்டில் பனங்கையை வளைத்து வாழைக்குலையும் செந்தென்னைக் குலையும் கட்டிய வளைவு. அதிகாரிகளெல்லாம் பளபளக்கும் சீருடையில். டி.எஃப்.ஓ., ரேஞ்சர் போன்ற அதிகாரிகள் நாற்காலிகளில் அமர்ந்திருந்தார்கள். இன்னொரு பகுதியில் காணிக்காரர்களும் அவர்களது உதவியாளர்களும்.

“வனத்தைப் பாதுகாப்பதிலும் விளைபொருட்களைச் சேகரிப்பதிலும் விசுவாசத்துடன் வேலை செய்த காணிக்காரர்களுக்கு மகராஜா திருமனசு சன்மானங்கள் அனுமதித்திருக்கிறார். பெயரைக் கூப்பிடும்போது டி.எஃப்.ஓ எஜமானைக் கும்பிட்டு அதைப் பெற்றுக்கொள்ள வேண்டும்.” ரேஞ்சரின் அறிவிப்பு.

டி.எஃப்.ஓ. நீளமாக, கிட்டத்தட்ட ஒரு மிரட்டல் தொனியுடன் பேசினார். அவரது கருணையால்தான் அரயனும் ஊராளியுமெல்லாம் வாழ்கிறார்கள் என்பது போல் மற்றவர்களுக்குத் தோன்றியது. அது சரிதான் என்பது போல் சிலர் தலையாட்டினார்கள்.

தேவர்பாறை காணிக்காரன் – ஆதிச்சன் குஞ்ஞுமுண்டன், அடூர்மலை காணிக்காரன் – கொச்சுக்கொச்சு ஈச்சரன், புளியம் மலை காணிக்காரன் – இட்டியாதி குஞ்ஞாதிச்சன் ... பெயர்கள் அப்படியே போய்க்கொண்டிருந்தன. துண்டை இடுப்பில் கட்டி தலைகுனிந்து இரு கைகளையுமேந்தி அவர்கள் வேட்டியும் நேரியதும் நான்கு பணமும் பெற்றுக்கொண்டார்கள்.

எல்லாம் முடிந்து வெளியே இறங்கும்போது ஈச்சரன் நீண்ட பெருமூச்சை உதிர்த்தான். காணிப் பதவிக்கு பாரம் அதிகம். சுமந்து திரிவதற்கு சிரமமாக இருக்கிறது. அதிகாரிகள் இனி, தன் தலையிலிருந்து இதை இறக்கி வைக்க ஒருபோதும் அனுமதிக்கப் போவதில்லை. அப்பனின் காலத்திற்குப் பிறகு மகனுடைய தோளில். அதிகாரிகளின் கையேடுகளில் திருத்தங் கள் செய்யப்படுவதில்லை.

பருவம் வராமல் உதிர்ந்து விழுகிற மிளகு – சீரா – ஒவ்வொரு கொடிகளின் கீழும் கிடக்கின்றன. பொறுக்கியெடுத்து உலர வைத்தால் சட்டி, கலயம், சுட்டிக்கரை நேரியல், கருவாடு என ஏதாவது வாங்குவதற்குப் பயன்படும். பருவம் வந்து பழுக்கும் நாள் வரும்போது கொடியில் அதிகமாகவொன்றும் மிச்சமிருக்காது.

“இப்புடி உதுந்துட்டே இருந்தா, சீராவைத் தவிர மொளகு விக்கிறதுக்கான யோகமில்லாம ஆயிடும். இதெல்லாம் கீழ உதுந்து கிடந்ததா?”

“என்னடீ, குஞ்ஞெண்ணே ...”

மனைவி என்னமோ புலம்புவதைக் கேட்டதும் கொச்சு ராமன் சத்தமாகக் கேட்டான்.

“இதப் பாத்தீங்கள்லே? இந்தப் பிஞ்சு மொளகெல்லாம் உதுந்ததா? நான் ஒரு கூடைநிறைய கொண்டுவந்திருப்பேன். கெடக்குது, இன்னும் ரெண்டு கூடை.”

“நீ பயப்பட வேணாம். எப்புடி எடை போட்டாலும் ஒரு பத்து மூடை மொளகு தேறும். எத்தன கொடி போட்டிருக் கோம்னு தெரியும்தானே?”

“அந்தக் கருநாக்கை வெச்சிட்டு இப்புடியெல்லாம் பேச வேணாம் ...”

“சரி. அந்த சீராவை யாருக்குக் குடுக்கப்போறே?”

“நல்ல விலை தர்றவங்களுக்கு.”

“அந்த ராவுத்தரு கடையிலே கொடுத்தா ராத்தலுக்கு ரெண்டணா தருவான்.”

“ரெண்டணாவா, அப்பிடீன்னா எத்தனை சக்கரம்?”

“எடீ, அணான்னா அது பிரிட்டீஷ்காரனோடது. சர்க்காரு ரூபாய்க்கு இருபத்தேழு சக்கரம். பிரிட்டீஷ்காரன் ரூபாய்க்கு இருபத்தெட்டு சக்கரம்.”

“நான் சக்கரத்துக்குத்தான் விப்பேன்.”

குஞ்ஞிப்பெண்ணுக்கு அரை, முக்கால் கணக்குகள் எல்லாம் தெரியாது. சங்கு முத்திரையுள்ள செம்புச் சக்கரம். ஒருபுறம் ராஜாவின் தலையும் மறுபுறம் சங்கு முத்திரையு முள்ள பணம். அரை ரூபாய், ஒரு ரூபாய் – இதெல்லாம்தான் அவள் பார்த்திருக்கிறாள். பிரிட்டீஷ் ரூபாய் வெறும் காகிதம். சர்க்காருடைய பணம் செம்பும் வெள்ளியும். இருந்தும் காகிதத் திற்குத்தான் அதிக மதிப்பிருந்தது. “இதென்ன முடிஞ்சுபோற கணக்கோ . .?” குஞ்ஞிப்பெண்ணு நினைத்துக்கொண்டாள்.

“சின்ன அரயத்தியேய் . . .”

“ஆங், மூத்த நானாரு வந்தாச்சா? கொஞ்சகாலமா இந்தப் பக்கமே காணமுடியலியே?”

குஞ்ஞிப்பெண்ணு முற்றத்திலிறங்கி குருவிளைக்கு சுமடை இறக்குவதற்கு உதவினாள். தலையிலிருந்த சும்மாடை கீழே வைத்து முகத்தைத் துடைத்தபடி அவர் உட்கார்ந்தார்.

“குடிக்க ஏதாவது கொஞ்சம் தாயேன் அரயத்தீ.”

“அரையில தீ இருந்தா கரிஞ்சிபோகாதா மூத்தனாரே? ஹஹஹ . . .”

“ஆமா, உனக்கு எப்பவும் பரிகாசம்தான். நாக்கு வறண்டு போவுது, ஏதாவது குடு . . .”

“என்ன வேணும், காப்பித் தண்ணியா, கஞ்சித் தண்ணியா?”

“நல்லா பசிக்குது. கூட திங்கவும் ஏதாவது தா.”

ஒரு இரும்புக் கோப்பை நிறைய கஞ்சி, பெரிய துண்டு களாக வேக வைத்த காச்சில் கிழங்கு. தொட்டுக்கொள்ள காந்தாரி மிளகும் உப்பும் சேர்த்தரைத்து தேங்காயெண்ணெய் கலந்த துவையல். சாப்பிட்டு கை கழுவிய குருவிளை சொன்னான்:

“சின்ன அரயத்தி மகா கஞ்சத்தனம் பிடிச்சவ.”

“அது ஏன் அப்பிடிச் சொல்றீரு மூத்தனாரே, வயிறு நெறைய சாப்பிடத் தந்ததனாலவா?”

“வெத்தில தந்தியா?”

“ஓ . . . நான் நெனைச்சேன் . . . மாதீ, அந்த வெத்திலப் பெட்டியை இங்க எடுத்துட்டு வா.”

“இந்தப் பொண்ணு யாரு?”

“மூத்த நானாரு பாத்ததில்ல இல்லியா? வரிக்கானிக்கலைலே இருந்து. எனக்குத் தொணையா இருக்கா. போயிலை அவ்வளவா சரியில்லே மூத்தனாரே.”

“நான் கொண்டு வந்திருக்கேன். நல்ல ஒண்ணாந்தரமான போயிலை.”

“இவரும் வரும்போது ஒருவேளை வாங்கிட்டு வருவாரு.”

“பாரேன், நான் இவ்வளவு கஷ்டப்பட்டு சொமந்து மலை யேறி கொண்டு வர்றேன். அரயன் கடையிலே இருந்து தீ விலைக்கு வாங்கிட்டு வருவான்னு சொல்றே. சரி, இந்தா சின்ன அரயத்தி கேட்ட பாண்டிச் சட்டியும் மண்கலயமும். பாத்து எடுத்துக்கோ.”

குஞ்ஞிப்பெண்ணு வேக வைக்கவும் குழம்பு வைக்கவும் தோதான சட்டிகளும் அடிப்பாகம் அகன்று வாய்ப்பகுதி விரிந்த வரகலயத்தையும் எடுத்தாள்.

“இதெல்லாம் சேந்து விலை எவ்வளவு?”

“இப்ப நான் விலையைச் சொன்னா அரயத்திக்குப் பிடிக்காது. விலை கொஞ்சம் கூடுதல்தான்.”

“இருந்தாலும் . . ?”

“நமக்குள்ள சண்டையோ தர்க்கமோ வேண்டாம். காய்ஞ்ச சீரா இருந்தா கொண்டு வா. மீனும் போயிலையும் வேண்டாமா? கேம்பிரித் துணியும் கொண்டு வந்திருக்கேன்.”

“என்ன மீனு, பாக்கலாம் . . .”

“இந்தா பாரு. நல்ல ஒண்ணாந்தரம் கண்ணன் அயலை. போயிலை, நெட்டேக்கட்டன். இந்தா அங்க எடுத்து வையி.”

“விலையைச் சொல்லாமலா?”

“நான் இந்த மலயேறி வந்து யாபாரம் செய்யத் தொடங்கு னது இன்னைக்கு நேத்தைக்கு ஒண்ணுமில்லியே எம் பொன்னு சகோதரி,? சின்ன அரயத்திக்கு எம் மவளோட வயசுதான் இருக்கும். எனக்கு உன் அரயனையும் தெரியும். இப்ப என்ன? ஒரு அரையணா முன்னப் பின்ன இருந்தா . . . இன்னைக்கில்லாம இருந்தாலும் நாளைக்குத் தரமாட்டியா? நான் அப்பிடியெல்லாம் யாருக்கும் கடன் கொடுக்குறவனும் கெடையாது.”

“எடுக்கவா மாமீ?”

பார்த்துக்கொண்டே நின்றிருந்த மாதவி சந்தேகத்துடன் கேட்டாள்.

“கொண்டுபோய் உள்ள வை, பொண்ணே.”

குருவிளை ஒவ்வொன்றாக எடுத்து வைத்தார். சிரித்த படியே குஞ்ஞிப்பெண்ணு கேட்டாள்:

“இந்தத் தடவ கொச்சனாரு ஏன் வரல?”

“அவனுக்குக் காலு சுளுக்கிடிச்சி. சீரா கொஞ்சமும் இல்லையா?”

“கொஞ்சம் இருக்கும். என்ன விலை இருக்கு?”

“நல்ல விலை இருக்கு எம்பொன்னு அரயத்தி.”

“ராத்தலுக்கு ரெண்டு சக்கரமில்லியா?”

“ஆமான்னு சொல்றனே? இதை இவ்வளவு கிண்டிக் கெளைச்சி கேக்கணுமாக்கும்? நானா உங்களயெல்லாம் ஏமாத்துறவன்?”

“ஏமாத்துனா ஒரு தடவைதானே?”

சொல்லிவிட்டு உள்ளே போனவள், ஒரு பெரிய கூடையில் சீரா மிளகு கொண்டு வந்தாள். குருவிளை துணியில் மூட்டை கட்டி திராசில் தொங்கவிட்டார்.

“நல்லாப் பாத்துக்க, நானாரு ஏமாத்துறாரான்னு.”

குஞ்ஞிப்பெண்ணு சாய்ந்தும் நிமிர்ந்தும் பார்த்துக் கொண்டாள். எந்த வித்தியாசமும் தெரியவில்லை.

“சின்ன அரயத்தி எடைபோட்டு வெச்சிருந்ததுபோல இருக்கு. வேற இல்லியா?”

“இல்லே. எல்லாத்தையும் போட்டுட்டேன்.”

“சரியா அஞ்சு ராத்தல் இருக்கு. இனி மூணு சக்கரம் பாக்கி வரும்.”

அரயனிடம் மிளகும் காப்பியும் இருக்கும்போது ஊரி லுள்ள வியாபாரிகளெல்லாம் மலையேறி வருவார்கள். உப்பு முதல்கொண்டு கற்பூரம் வரைக்கும் சுமந்து குடில்களில் கொண்டு போய் வியாபாரம் செய்வார்கள். நேரம் எந்த இடத்தில் இருட்டு கிறதோ அங்கேயே, குடிலின் திண்ணையில் அன்றிரவு படுத்துக் கொள்வார்கள். குருவிளை சில நேரங்களில் கொச்சுராமனின் வீட்டில் தங்குவான்.

ஒன்பது

பொழுது விடிந்து அதிக நேரம் ஆகியிருக்காது. மலையோரத்தை விட்டகலும் மெல்லிய பனி மூட்டம். குன்றின் முகட்டில் செவ்விளங்கதிரவன். குளிர் இன்னும் விலகாமல் நின்றிருந்தது.

சிரமப்பட்டு மூட்டை மறைக்கும் ஒரு ஈரிழைத் துணியைச் சுற்றி, பழைய போர்வையால் உடல்மூடி கொச்சிரி வெயில் காய்ந்துகொண்டிருந்தான். வழுக்கைத் தலையில் சில வெள்ளி ரோமங்கள். அதில் சில முன்பகுதி யில். உதிர்ந்துபோன குடுமியின் எச்சங்களாக.

எதிரிலிருந்த கல்லில் வெற்றிலையையும் பாக்கையும் வைத்து இடித்து விரல்களால் நுள்ளியெடுத்து பாளைத் தொப்பியிலிருந்து தேடியெடுத்த புகையிலையுடன் சேர்த்துக் கலந்து வாயிலிட்டான். ஒரு பழைய மூங்கில் கிழவன் கால்களை நீட்டியபடியே அமர்ந்திருக்கிறான். சற்றுத் தொலைவில் ஓரங்கள் கிழிந்து பரம்புகள் நீட்டி நிற்கும் பாயில் கருவாடை பரப்பிக்கொண் டிருந்தான் குருவிளை. மீனைத் தூக்கும்போது உதிர்ந்து விழுகிற உப்புப் பரல்களைக் கூட்டி எடுத்துக்கொண்டு மிருந்தான். முடியெல்லாம் நரைத்திருந்தாலும் குருவிளை ஆரோக்கியமாகவே இருந்தான்.

"நேத்தைக்குக் குளிர் ரொம்ப ஜாஸ்தி இல்லியா மூத்தனாரே?"

"ம் . . ."

"எனக்கு இந்தக் குளிர்காலம் வந்துட்டா நானாரே, உடம்பை அசைக்க முடியாமப் போயிடுது. சதைப் பிடிப்பும் வேதனையும். சொன்னனே? நானாருக்குக் குளிர் உறைக்குதா?"

“பரவாயில்லே. தொப்பியிலே சவைக்கிறதுக்கு ஏதாவது இருக்கா?”

“வெத்திலயாட்டு இல்லை. பழுத்திலதான் இருக்கு. அந்தப் பக்கமுள்ள கொடியிலே வெத்தில கெடந்தது. யாரு ஏறுவா? பாக்கெல்லாம் அழுகிப்போயிட்டுது. நானாரு இந்தத் தடவ போயிலை கொண்டு வரலியா?”

“என்ன செய்யிறதுக்கு, சகோதரா? பழைய விலைக் கெல்லாம் கெடைக்க மாட்டேங்குதே? மலையிலே வந்து விலை கூடுதலுன்னு சொன்னா நானாரு ஏமாத்துறான்னு நெனைக்கிறாங்க.”

“அது மலையிலேயே கெடக்குற அரயனோட கொணம். ஏதாவதொரு கொறை சொல்லாம அவனால இருக்க முடியாது. ஆனா, அதையேதான் வாங்கவும் செய்வான். அது என்ன மீனு?”

“நல்ல ஒண்ணாந்தரம் கண்ணன் அயலை. ஒண்ணைச் சுட்டா மூணுபேருக்குப் போதும். சொல்லி எதுக்கு? அரயனுங்க நஞ்சு போட்டு மீன் பிடிக்கிறது எனக்குத் தெரியாது.”

கொச்சிரி புருவத்தின்மீது கையை வைத்துக் கூர்ந்து பார்த்தான்.

“நெசந்தான். நெறைய மீன் கெடைச்சதா சொல்றாங்க. நானாரு நஞ்சு போட்டு மீன் பிடிக்கப் போயிருக்கிறீரா?”

“இல்லே.”

“அப்பிடீன்னா ஒருதடவை போய்ப் பாக்கணும். தடுப்புக் கட்டிய எடத்தில மீன் போட்டி போட்டு வந்தோர்றது தனீ அழகா இருக்கும். அது எஞ் சின்ன வயசுலே. ஏழெட்டுபேர் இருப்போம். வடக்கன் ஆத்துலே நஞ்சு கலக்கப் போயிருந்தோம். தடுப்புக் கட்டி குப்பைக் கூளங்களை வெட்டித் திருகினோம். வெள்ளம் தடைபட்டது. என் சித்தப்பனும் அம்மாவோட கூடப்பிறந்த கொச்சுகொச்சு அச்சனும் மனசுக்குள்ளால எதிரிங்க. அப்பன்தான் நஞ்சுக்கட்டை தண்ணீலெ தாழ்த்தினான். நஞ்சு நொரைச்சி மீனெல்லாம் சாவ ஆரம்பிச்சுது. ஒவ்வொருத்தனும் சூட்டும் வெளிச்சமுமாக நின்னுட்டு அடியும்பிடியும்.

அப்பனுக்கும் சித்தப்பனுக்கும் எதுக்காகவோ தகராலு வந்துட்டுது. சித்தப்பன் சொன்னான்: “கொச்சுகொச்சா, நீ வேணா பாத்துக்க, இன்னைக்கு ஒரு ஒத்தை மீன்கூட சாவப் போறதில்லே. அப்பிடி செத்தாக்க என்னெ நீ இந்தா, இப்பிடிக் கூப்புடு. ஒரு பிடி மண்ணையள்ளி மந்திரம் ஜெபிச்சி எறிஞ்சிட்டு சித்தப்பன் கரையேறினான்.”

“பெறகு, மீனெதுவும் சாவலியா?”

“இது என்ன கேள்வி? எங்கப்பனா தோத்துக்குடுப்பான்? குலதெய்வங்களைக் கூப்புட்டான். இந்தா, பார்னு கூடை நெறைய மீனு. அப்பன் வரல்மீனைத் தேய்ச்செடுத்து பனம் போத்தலை சதைச்சுக் கட்டி எலையிலே பொதிஞ்சி தீயிலே போட்டான். எலை கரிஞ்சு வெந்ததுமே பாறைமேல வெச்சி காரணவங்களுக்குப் பரிமாறினான். எவ்வளவு ருசின்னு தெரியுமா, அப்புடி மீன் சுட்டுத் தின்னோம் அன்னிக்கு.”

குடிலினுள் தூங்கிக்கொண்டிருந்த ஆண் குழந்தை அழுத படியே வாசலுக்கு வந்தது. இரண்டு வயதுதானிருக்கும். அதன் அழுகைக்கான காரணம் கொச்சிரிக்குப் பிடிபடவே இல்லை.

“சரி, தொடங்கியாச்சி. எதுக்குடா இப்புடி வாயைப் பொளக்குறே, கீற்ற வாயா . . .”

கால்மூட்டில் கைகளையூன்றி கிழவன் எழுந்தான். போர்வையை கழுத்தில் சுற்றிவிட்டு குழந்தையைக் கை நீட்டியழைத்தான்:

“வாடா மவனே வா . . .”

அவன் அழுகையை நிறுத்துவதாக இல்லை.

“இங்க பாரு, சரியா ஒண்ணு வெச்சன்னா தெரியும், ஆமா.”

கொச்சிரி குழந்தையை எடுத்துவிட்டுத் திரும்பவும் பரம்பில் வந்தமர்ந்தான்.

“எம்புள்ளே அழவேணாம். தாத்தா ஒரு பாட்டுப் பாடட்டுமா?”

குழந்தையின் கைகளை பிடித்துத் தட்டியபடி முன்னும் பின்னுமாக அசைந்தாடியவாறே கொச்சிரி பாடத் துவங்கினான்:

சங்கரயானை சங்கரியும்
சங்கரியானை சங்கரனும்
சதிராடி நடந்த கானகத்தில்
பத்துமாசம் சுமந்து பெற்றது
பானை வயிறனை எங்கம்மோ
திந்திமித்திந்திமித்தாரோ திமி திந்திமித்திந்திமித்தாரோ

பாட்டை நிறுத்தியதும் குழந்தை மீண்டும் அழத் துவங்கியது.

“என்னடா இது, கள்ளக் கழுவேறி.”

“அரயனே, கொழந்தைப் பசிச்சி அழுதா இருக்கும். இவனோட அம்மா எங்க போயிட்டா?”

“சக்கி எங்கியோ தூரத்திலே இருப்பா. வயக்காட்டுலே எங்கியோ கொஞ்சம் கேப்பை கெடக்கு. அதைப் பறிக்கப் போயிருப்பா. வெயிலு வந்தா எல்லாம் வெடிச்சிடும். குஞ்ஞிக்கேள கள்ளிறக்கப் போனான். இந்தப் பஞ்சப் பராரியும் நானும் தெனமும் இப்புடித்தான். அழாம இருந்துக்க, சொல்லிட்டேன். அழுதேன்னா மூத்தனாரு புடிச்சிச் சாக்குலே கட்டிக் கொண்டு போயிடுவாரு.”

பயமுறுத்திவிட்டு தாத்தா எழுந்தபோது குழந்தை அவரைக் கட்டிப்பிடித்துக்கொண்டது.

“சரி, வா. நமக்கு அடுக்களையிலே போய்ப் பாக்கலாம்.”

அடுப்புச் சாம்பலில் வெந்து கிடந்த சிறு காச்சில் கிழங்குடன் திரும்பி வந்தார்கள். ஓலையைக் கீறுகிற கத்தியால் தோலைச் சுரண்டி, தட்டியும் ஊதியும் சாம்பலைக் களைந்துவிட்டு பாயில் வைத்து அழுத்தினான். கிழங்கு சிதைந்தது. மாவுபோல் நல்ல வெள்ளை நிறம். அதைக் கொஞ்சம் கொஞ்சமாகக் குழந்தைக்கு ஊட்டினான். கொஞ்சம் தண்ணீரும் குடித்த குழந்தை சிரிக்கத் துவங்கியது. தாத்தாவின் தொப்பியை எடுத்து அது தலையில் கவிழ்த்தது.

“பொன்னு மவனே தொலைச்சிடாதடா. அதுலே கொஞ்சம் போல ஏதாவது இருக்கும்.”

ஈரிழை வேட்டியுமுடுத்து தலையில் பாளைத் தொப்பியும் கையில் அரிவாளுமாக மூன்றுநான்கு பேர் அந்த முற்றத்திற்கு வந்தார்கள். அவர்கள் என்னமோ வேலை செய்துகொண் டிருப்பவர்கள். அதிலொருவன் குழந்தையைப் பார்த்துவிட்டுச் சொன்னான்:

“குஞ்ஞாரேண்ணா, இந்த மீனைச் சுட்டுக்கொண்டு வா, கள்ளுக்குக் கூட்டலாம்.”

“யாரு, பாஸ்கரனாடா?”

“ஆமா, அப்பாப்பா.”

“உம் பொஞ்சாதிக் கொழந்தைப் பெத்துட்டாளாடா?”

“ம்... பொண்கொழந்தை.”

“உனக்கு என்ன வேலைடா?”

“மருதுங்கல்லே கொச்சுரானச்சனுக்கு களை வெட்டுறேன்.”

“கொடி நெறைய இருக்கா?”

“இருக்கான்னா? கெழக்குக்கரை ஓடை முழுசும் கொடி தான். நாங்க அதை வெட்டத் தொடங்கி இன்னியோட மூணு நாளாகுது. அப்புடி நீறும். இறுங்காட்டம் பத்திக் கெடக்கு மொளகு.”

“உங்கூட யார் யாரிருக்காங்க?”

“கோவாலண்ணனும் குஞ்ஞப்பன் மச்சுனனும்.”

“அந்த ஊடு தீப்பிடிச்சு கொழந்தை எறந்த அன்னிக்கு நான் அவனைப் பாத்தது. போவணும்னு நெனைக்கிறதுதான், இதுவரைக்கும் நடக்கலே. குஞ்ஞிப்பெண்ணு என்ன செய்யிறா?”

“அங்க இருக்கா.”

அதுவரை பேசாமலிருந்த குருவிளை சொன்னான்:

“நான் குஞ்ஞப்பனைப் பாக்க வர இருந்தேன்.”

“என்ன விசயம் மூத்தனாரே?”

“எனக்குக் கொஞ்சம் சிலுவானம்* தரவேண்டியதிருக்கு.”

“எப்ப உள்ள சிலுவானம். என்ன வாங்குனது?”

“அரயத்தி ஒரு பாண்டிக் கலயமும் போயிலையும் வாங்கினா. கழிஞ்ச விசுவுக்கு ரெண்டுநாளைக்கு முன்னால.”

“அதுதான் ஒருநாளைக்கு வரிக்கமாக்கலுக்கு வந்திருந்த போது தந்தனே. அப்பப்பன் ஒடம்புக்கு அதிகமாக இருக்குனுக் கேள்விப்பட்டு வந்தபோது?”

“சே, சே ... குஞ்ஞப்பனாருக்கு ஞாபகப்பிசகுன்னு தோணுது, தரவே இல்லே.”

“ஆங் ..? அது சரிதான். மூத்தனாருகிட்டே எப்பவாவது எதையாவது வாங்குனா பெறகு, எத்தனை தடவை குடுத்தாலும் மூத்தனாருக்குத் தரலேங்குற ஞாபகம்தானிருக்கும். சரி விடும், நான் எதுவும் தரவேண்டியதில்லே, சரியா.”

இடது தோளில் கள்ளும் பாளையும் தூக்கி வலது கையால் அரிவாளுடன் குஞ்ஞிக்கேள வந்தான்.

“ஒரு பாளைதான் இருக்கா, சித்தப்பு?”

* கடன்

பாளையை இறக்குவதற்கு உதவிய கோபாலன் கேட்டான்.

"கொச்சுராமன் மச்சுனரோட பனங்கலயத்தை எலி குடைஞ்சி போட்டிருக்கு. குலை மொகத்துலே ஒரு அஞ்சி இடங்கழி தேனீச்சை இருக்கும்."

"பெருந்தேனா? சாதாவா?"

"ரெண்டுமிருக்கு. சாதாதான் அதிகம்."

"அப்படின்னா கூடு இங்க பக்கத்துலே எங்கியோதான்."

"நீ தேட வேணாம், கோவாலா. அந்த ஓடையிலே நிக்கிற மொட்ட வாகை மரத்திலதான்."

"மச்சுனன் பாத்து வெச்சதாக இருக்கும்."

"ஆமா, இருட்டு கொஞ்சம் அதிகமாகட்டுனு நெனச்சேன்."

குஞ்ஞிக்கேள ஒரு மண்சட்டியில் கள்ளையூற்றி கொச்சிரிக்குக் கொடுத்தான். கசடுகளை ஊதியும் விரலால் தட்டியெறிந்தும் கொச்சிரி நிறைய குடித்தான். சின்ன மகன் சட்டியைப் பிடித்துச் சாய்த்துப் பார்த்தான்.

"சரியா முத்தலேடா, இந்தா குடி."

மணத்தை முகர்ந்ததும் குழந்தை முகத்தைத் திருப்பிக் கொண்டான்.

"நீ தாத்தாவ விட பெரிய குடிகாரனாடா?"

"பின்னே, புலிக்குட்டி நெல்லு கொறிக்குமாடா கோவாலா. சின்ன வயசுலே ஒருநாளு கள்ளு தரலேன்னு சிரட்டையையும் தூக்கியெறிஞ்சிட்டு முற்றத்திலே கெடந்து உருண்டவன் நீ. ஞாபகமிருக்கா?"

"குஞ்ஞப்பன் மச்சுனா, அந்தப் பெரிய சிரட்டை இப்போ மேக்கே எரம்பயிலே கெடக்கு."

கோபாலன் முற்றத்தின் அருகில் நிற்கும் செடியிலிருந்து காந்தாரி மிளகைப் பறித்தான். உப்பு சேர்த்துத் தின்பதற்காக.

"நீ ஏதானாலும் மொளகைப் பறிச்சாச்சு. அடுப்புக்கு மேல ஒரு குட்டப்பாளை இருக்கும். நேத்தைக்குள்ள கருவாடு இருக்கான்னு பாரு. இருந்தா ரெண்டை எடுத்து தீயிலே வாட்டியெடு."

"ஒரு அயலைக் கருவாடுகூட இவுங்க யாருமே வாங்க மாட்டாங்க." குருவிளை காயப்போட்டிருந்த கருவாடை அள்ளிக் கட்டினான்.

சுட்டக் கருவாடை உப்பும் மிளகும் சேர்த்துத் தின்றுவிட்டு, எரிப்பை ஊதியபடி கள்ளுக் குடித்துக்கொண்டிருக்கும்போது குஞ்ஞிக்கேள கேட்டான்:

“களை வெட்டு இன்னிக்கே முடிஞ்சிடுமாடா கோவாலா?”

“முடியாது. ஒரு வாரம் வெட்டுன பெறகுதான் தெரியும்.”

“மூத்தனாருக்கு இன்னிக்கு என்ன நோன்பா?”

“சே, சக்கரம் செலவாயிடும்.”

குருவிளை சிறிது கோபத்துடன் ஒப்புக்கொள்வதைப்போல் சொன்னான்:

“நீ சொன்னது நெசந்தான்டா புள்ளே. ஊருப்பட்ட மலையெல்லாம் ஏறியிறங்கி கெடைச்ச நாலு சக்கரத்தைக் கள்ளு குடிக்கச் செலவு செய்தா குடும்பத்துக்கு அரிசிக்குப் போய்ச் சேராது.”

“அது நெசந்தான், மூத்தனாரே.”

“ஆளும் பேருமில்லாம இலவுங்கல்லே கெடந்த பையன். துள்ளல்காரனோட மவளுக்கு இவனைக் கண்டதும் ஆசை வந்துட்டுது. ரெண்டுபேரும் சேந்து கொஞ்சம் அதிகமாவே கஷ்டப்பட்டுதான் அந்தக் காடு முழுசையும் வெட்டித்திருத்தி எடுத்தாங்க. குஞ்ஞிப்பெண்ணும் நல்ல காய்ஞ்ச வித்து.”

கொச்சிரி நிறுத்திய இடத்திலிருந்து குஞ்ஞுப்பன் தொடர்ந்தான்:

“இப்பப் பாரு, ஒரு பகுதி முழுசுமே பயிருதான். அந்தத் தோட்டத்துல இனி என்ன வேணும்? குஞ்ஞிண்ணு சித்தி திரும்பவும் வயித்திலே உண்டாகியிருக்கா. கொழந்தை பாரோதியை மடியிலே வெச்சு வெத்திலயும் போட்டுட்டு உக்காந்திட்டிருப்பா. அடுக்களையிலே மாதி இருக்கா. கொச்சுராமன் சித்தப்பன் இப்பவும் ஒரு ஆளுக்கான வேலையைச் செய்ஞ்சிட்டுதான் சந்தைக்கடைப் பக்கம் போவான். அவனுக்கு அங்க நெறய ஆளுகளோட பழக்கமிருக்கு. சிலபேரு வைத்தியருன்னுதான் கூப்பிடுவாங்க. கடைக்காரனுங்க கூப்புட்டு பெஞ்சிலே உக்காரச் சொல்லுவாங்க.”

வெயில் சூடாகத் துவங்கியிருந்தது. கொச்சு ராமன் அந்த முற்றத்தில் வந்தான். கொச்சிரிக்கு ஆளைத் தெரியவில்லை.

"யாரு?"

"நான்தாம்பா . . ."

"ஆங் . . . ஒன்னைப் பத்திதான் இப்ப பேசிட்டிருந்தோம். திண்ணையில உக்காரு. என்ன விசேசமா ஏதாவது . . ?"

"ஒண்ணுமில்லே, என் பனையிலே மாட்டம் எலி வெட்டிப் போட்டது."

ஒரு பெரிய சிரட்டையில் கள்ளையூற்றி கொச்சுராமனுக்கு வைத்தான்.

"கூட்டு ஒண்ணுமில்லே மாப்ளே, கொஞ்சம் மீனிருந்தது. அதுவும் தீந்திடுச்சு."

"எனக்கு ஒரு மொளகு போதும். அப்புறம் கேள மாப்ளே, அந்த ஓடையில நிக்கிற ஆழப்பனையில குலை வெட்டுற பருவமாயிடுச்சு. அதில நாம ஏறவேணாமா?"

"மாப்ளைக்கு நேரமிருக்கும்னா நான் சாயங்காலம் வர்றேன்."

குருவிளை ஊர்ச் சுற்றுவதற்குப் புறப்பட்டார்.

"மூத்தரயா, நான் கெளம்புறேன்."

"இப்ப எங்க?"

"கெழக்க போறேன். கோவாலா, இதைக் கொஞ்சம் தூக்கி விடு."

"மூத்தனாரு எதுக்கு இவ்வளவு கஷ்டப்படணும் . . ?"

"கஞ்சியோ தண்ணியோ குடிக்க வேணாமா புள்ளே? எனக்கு இதைத் தவிர வேற எதுவும் தெரியாதே?"

ஊன்றிக்கொள்வதற்கான ஒரு கோலும் சுமையுமாக குருவிளை நடந்தார்.

"உனக்குத் தெரியாது, மாப்பிளாங்களுக்கு மலையேற லேன்னா தூக்கமே வராது. ஏன் தெரியுமா? அரயனுங்கள ஏமாத்துறதுக்கு. மொளகும் முந்திரிப் பருப்பும் இருக்கும்னா மாப்பிளாங்களும் துலுக்கனுங்களும் அரயக் குடிலுங்கள்லே தான் இருப்பானுங்க. இல்லேன்னா எந்த நாயும் எட்டிப் பாக்காது. இந்த மலை முழுசும் மூட்டையாகக் கட்டி களஞ்சி திராசுலே எடை போட்டாலும்கூட முள்ளு கீழதான் இருக்கும். அவ்வளவுக்கு வித்தை படிச்ச கள்ளன் இந்த குருவிளை நானாரு."

“அது நெசந்தான் பாட்டா. நாம வாங்கவும் குடுக்கவும் இருக்குறதுனாலதான். நானாரு மொளகு சீரு வாங்குறது ராத்தலுக்கு ரெண்டு சக்கரம்னு. காஞ்ஞாற்றுலே கொண்டு போய்க் குடுத்தா மூணு சக்கரம் கெடைக்கும்.”

“அவனுங்க எடையில ஏமாத்துவானுங்களா கொச்சுராமா?”

கடையில எல்லாம் தராசுலதான் எடை போடுவானுங்க.”

“உனக்கு அங்க பற்று வரவிருக்கா?”

“இல்லப்பு. தேக்கலைக்காடனோட கடையிலதான் குடுக்கலும் வாங்கலும் . . .”

பனையில் சீவி முடிக்கும் அளவிலான குலையின் இளங் குலையை ஒதுக்கிக் கட்டிக்கொண்டிருந்தார்கள், கொச்சுராமனும் குஞ்ஞிக்கேளாவும். ஓடி வந்த நாராயணன்குட்டி ஏணியில் கொஞ்ச தூரம் ஏறி நிற்பதை கொச்சுராமன் பார்த்தான்.

“என்னடா?”

“அப்பா, நம்ம ஊட்டுக்கு ரெண்டுபேரு வந்துருக்காங்க.”

“யாரு?”

“ஏதோ ஊட்டுலே உள்ளவங்கதான். அப்பனைக் கூப்பிடச் சொன்னாங்க.”

கொச்சுராமன் ஒரு கொடியின் மறைவிலிருந்து பார்த்தான். முற்றத்தில் நிற்பவர்களை காஞ்ஞாற்றில் வைத்துப் பார்த்திருக் கிறான். யாராகவும் இருக்கட்டும். வீட்டுக்கல்லவா வந்திருக் கிறார்கள்? குஞ்ஞிப்பெண்ணு வந்தவர்களிடம் ஏன் உட்காரச் சொல்லவில்லை? அப்படியே சிந்தித்துக்கொண்டு வரும்போது நிறை வயிற்றுடன் அடுக்களை வழியாக வெளியே வந்த குஞ்ஞிப்பெண்ணு வேண்டாமென்பதுபோல் கை அசைத்துக் காட்டினாள்.

“என்ன விசயமா மலயேறி வந்திருக்கீங்க? நாராயணன் குட்டீ, அந்தப் பாயை இங்க எடு.”

திண்ணையில் பாயை விரித்துவிட்டு உட்காரச் சொன் னான். வந்தவர்கள் உட்கார்ந்தார்கள்.

“கொச்சுராமனுக்கு என்னத் தெரியலியா?”

“காஞ்ஞாற்றுலே வெச்சுப் பாத்துருக்கேன். எங்க இருந்து . .?”

“நான் மேக்கே கண்டத்து பரீது. காதரோட சாயாக்கடை.”

“ஓ . . . தெரியும். மொதலாளியோட மவன்தானே?”

“அது இவன். குஞ்ஞாமது. காதரு என் சின்னாப்பா, வாப்பாவோட தம்பி.”

“என்ன விசயமா வந்தீங்களோ?”

“கூட்டாளி, நமக்கு ஏதாவது சில்லறை யாபாரம் தொடங்கணும். இந்த வருச மொளகை தரலாமா? அடங்கலாக விலை வெச்சி, உடனே அச்சாரம் வாங்கிக்க.”

குஞ்ஞிப்பெண்ணு வாசலுக்கு வந்து இலேசாகச் செருமிக் கொண்டாள். சொல்லத் துவங்கிய வார்த்தைகளை விழுங்கிய கொச்சுராமன் யோசித்தான்.

“கொடி நெறைய இந்த வருசந்தான் காய்ச்சிருக்கு. பறிச்சுக் காயவெச்ச பெறகுதான் யாபாரம் பேசணும்.”

“பறிக்கிற வேலையை எல்லாம் நாங்க ஏத்திருக்கோம்பா. மொதமொதலா மலயேறி வந்துருக்கோம். அதுவும் எங்களோட கூட்டாளி வீட்டுக்கு. இல்லேன்னு சொல்லிடாதே. அச்சாரம் வாங்கிக்க.”

“அப்புடியெல்லாம் எதுவும் வேணாம்.”

“அப்பிடின்னா பறிச்சுக் காய வெச்சு எங்களுக்குத் தர்றியா?”

“தர்றேன்.”

“வாக்கு தந்துருக்கே. சரி, இனி வெத்திலையோ குடிக்க ஏதாவதோ தா.”

“மாதீ, மாதியே . . .”

“குஞ்ஞாமதே நீ ஏன் பேசாம இருக்கே . . ?”

“சின்னாப்பா பேசுறீங்களே, வைத்தியனை எனக்குத் தெரியும் . . .”

“நீ அந்தக் காசை எடுத்து அங்கே குடுடா.”

குஞ்ஞுகமது இடுப்பு பெல்ட்டிலிருந்து ஒரு புதிய பத்து ரூபாய் நோட்டையெடுத்து விரலால் தட்டிவிட்டு கொச்சுராமனிடம் நீட்டினான்.

“இதை வாங்கிக்க. பத்து பிரிட்டீஷ் ரூபா . . .”

“எதுக்கு?”

“ஹா, நாமதான் யாபாரத்தை உறுதி செய்திட்டமே?

அச்சாரம் தர்றதாவும் சொன்னமே? ஆண்டவனை நெனைச் சிட்டு பணத்தை வாங்கிக்க."

வாங்கினான். எதுவோ கூடாத ஒன்றைச் செய்வதுபோல். திடீரென்று ஒரு ஆவேசம்.

"மொளகை எடைபோட்டுத் தரும்போது சக்கரத்தை மொத்தமா தந்துடணும்."

"அது பின்னே, அப்பிடித்தானே?"

"இப்ப மல அரயன்களுக்கு நல்ல காலம். மொளகு விலை அதிகமா இருக்கே? காஞ்ஞாற்று யாபாரிகளுக்குத்தான் நல்ல காலம்னு சொல்லணும். அரயனுங்க பாவம், எலும்பு நொறுங்க வேலை செய்யிறானுங்க. எடை போடவும் தெரியாது. கணக்கும் தெரியாது. கள்ளத் தராசும் களஞ்சிக்கோலும் வெச்சு மற்றவங்க அவங்கள எப்பவுமே ஏமாத்துறானுங்க."

கள்ளுக்கடையிலிருந்து இரண்டுபேர் தங்களுக்குள் பேசுவதை கொச்சுராமன் கேட்டுக்கொண்டிருந்தான். மனதிற் குள் நடுக்கமேற்பட்டதுபோலிருந்தது. கழுத்தில் வியர்வையைத் துடைத்துவிட்டு கள்ளுக் கோப்பையைக் கையிலெடுத்தான் ...

பத்து

குஞ்ஞுமுண்டன், மிளகை மொத்தமாகக் கொடுத்தான். அது நல்லதுதான் என்று நினைத்தவனுக்கு பணம் கிடைப்பதில் தாமதமேற்பட்டபோதுதான் சந்தேகம் வந்தது. முதலாளி ஏமாற்றி விடுவானோ?

பணம் தரலாமென்று சொல்லியிருந்த கடைசி நாளன்று மகனையும் அழைத்துக்கொண்டு அங்கே போனான்.

பரீது சாயாக்கடையில் இருந்தான். முற்றத்தில் நான்கைந்து மூங்கில் பரம்புகளில் மிளகு காய வைக்கப்பட்டிருந்தது. சிறிது நேரம் பார்த்துக்கொண்டு நின்றிருந்தான்.

"ஆங்... இது யாரு? குஞ்ஞுமுண்டனா? பீரான் ரெண்டு சாயா போடு. ஏமாத்திடுவனோனு ஒனக்குப் பயமில்லையா?"

குஞ்ஞுமுண்டன் இல்லையென்பதுபோல் தலை யாட்டிவிட்டு சாயாவை வாங்கினான். அதிலொன்று மகனுக்கு.

"இவன் யாரு, கூட்டாளி?"

"எம்மவன்."

"நீ பள்ளிக்கூடத்துக்குப் போறியாடா?"

"ஆங்..."

ஆட்களில்லாத ஒரு அறைக்குள் குஞ்ஞிமுண்டனையும் மகனையும் அழைத்துக்கொண்டு போனான், பரீது. குஞ்ஞுகமது ஒரு சிறு துணிப்பையுடன் கூடவே நின்றிருந்தான். அறை திறக்கப்பட்டது. அனைவரும்

உள்ளே ஏறினார்கள். பையிலிருந்து கொஞ்சம் நாணயங்களையும் ரூபாய் நோட்டுகளையும் கொட்டிவிட்டு குஞ்ஞுகமது சொன்னான்:

“குஞ்ஞுமுண்டா, இது உன்னோட மொளகுக்கான பணம். எங்களை நீ நம்ப வேணாம். சரியா இருக்குதான்னு அப்பனும் மகனும் சேந்து எண்ணிப்பாத்துக்குங்க.”

கண்கள் மறைத்துக்கொள்ள குஞ்ஞுமுண்டனின் முகம் வேர்த்தது. சுவாசகதி தாளம் தவற அவன் மகனைப் பார்த்தான். இவ்வளவு பணமா? இதெல்லாமே மிளகுக்காகவா? எத்தனை ரூபாய் இருக்கும்? இதில் ஏதாவது சதி இருக்கிறதா?

மகன் வெள்ளிப் பணத்தையும் அரை ரூபாய்களையும் பிரித்துப் பார்க்க முயற்சி செய்தான். குஞ்ஞுமுண்டன் அதில் கிடந்த நோட்டுகளை எடுத்து அடுக்கினான். பணம், ஒரு அணா, இரண்டு அணா, பல ஒரு சக்கரங்களும் அதிலிருந்தன.

“இது பிரிட்டீஷ்.”

அணா துட்டுகளில் பலவற்றை நீக்கி வைத்து விட்டு குஞ்ஞுமுண்டன் சொன்னான்.

“இதெல்லாம் நமக்குத்தானா அப்பா?”

“ஆமாண்டா, நீ எண்ணுனது மொத்தம் எவ்வளவு?”

“எனக்குத் தெரியாது.”

மொத்தம் எவ்வளவு என்பதை முதலாளி சொல்லவில்லை. குஞ்ஞுமுண்டன் மனக் கணக்கு போட்டுப் பார்க்க ஆரம்பித்தான். நாற்பத்து மூன்று பணம். எழுபத்து மூன்று அரைச் சக்கரம். எவ்வளவு? மகனுடன் கொஞ்ச நேரம் விவாதித்தான். அவனுக்கும் தன்னைப்போல் கணக்கு தெரியாதென்பது புரிந்தது. முதலாளி சொன்ன பணம் அதிலிருக்கும். நோட்டுகளை மடித்து மடியில் வைத்தான். நாணயங்களைப் பையில் வைத்து கிழி கட்டிக் கொண்டான்.

வெளியே திரும்பிப் பார்த்தது தான் தாமதம், அறிமுகமில்லாத நான்கைந்து பேர்கள் திடீரென்று அந்த அறைக்குள் புகுந்தார்கள்.

“ஓஹோ, திருடுனவங்க இங்கியா ஒளிஞ்சிருக்கீங்க? இந்தப் பணமெல்லாம் எங்கிருந்துடா?”

"பரீது மொதலாளிக்கு மொளகு வித்தப் பணம், நாங்க திருடனுங்க இல்லே."

வந்தவர்கள் பணத்தைத் தட்டிப் பறிப்பதற்கான முயற்சியில் ஈடுபட்டார்கள். பிடி கொடுக்காமலிருப்பதற்கு குஞ்ஞுமுண்டனும் மகனும் தீவிரம் காட்டினார்கள். அடியும் பிடியும் ஆரம்பித்தது. ஒருவன் குஞ்ஞுமுண்டனின் துணியை இழுத்துக் கிழித்தான். உதைபட்டு விழ இருந்த நிலையில் மகனின் நெஞ்சின்மீது ஒரு கால் உயர்வதைக் கண்டதும் அவனைப் பிடித்திழுத்து நெஞ்சில் ஓங்கி ஒரு குத்து விட்டான். தலையில் கையால் அடித்தார்களா ஏதாவது ஆயுதமா? நினைவில்லை . . .

தலையில் அடிபட்ட கிறக்கம் மாறியதும் குஞ்ஞுமுண்டன் மகனைத் தேடினான். தடித்து வீங்கிய மேலுதட்டிலிருந்து வந்த இரத்தத்தைத் துடைத்தபடியே அவன் தேம்பி அழுது கொண்டிருந்தான்.

அங்கே வேறு யாருமில்லை. கிழிந்த வேட்டியை எடுத்துச் சுற்றிக்கொண்டான். கொல்லாமல் விட்டார்களே என்ற ஆறுதல். மகனையும் அழைத்துக்கொண்டு வெளியே வந்தான்.

பணத்தைப் பறித்துக்கொண்டு போய் விட்டார்களென்பதை பரீதிடம் அவன் சொன்னான். நம்பிக்கை இல்லாமல் அவன் குஞ்ஞகமதைப் பார்த்தான்.

"எம் பொன்னுக் கூட்டாளி, ஆண்டவன்போல சத்தியமா இது எதுவுமே எங்களுக்குத் தெரியாது. பணத்தை எண்ணுறது வேற யாருக்கும் தெரிஞ்சிடக்கூடாதுனுதான் தனியா அறைக் குள்ளே போகச் சொன்னேன். சதிச்சுப்போட்டியே, ஆண்டவா . . ."

"இனி இப்ப என்ன செய்யிறது? சின்னாப்பா, நாம இவங்களையும் கூட்டிட்டு போலீசுக் கச்சேரிக்குப் போயிடு வோம்."

"மொதலாளி, எம் மொளகும் போச்சி, சக்கரமும் போச்சி, அடியும் கிடைச்சுது. இனி கூம்புத் தொப்பிக் காரன்கிட்ட அடியும் . . ."

"பயப்படாதடா குஞ்ஞிமுண்டா, ஏமான்கிட்ட நான் சொல்லிக்கிறேன். திருடனுங்களைப் பிடிச்சி ஆளுக்கு நாலு கொடுக்கும்போது பணம் தானா வரும். வா, போகலாம்."

குஞ்ஞிமுண்டன் மகனின் கையைப் பிடித்தபடி தயக்கத்துடன் நின்றிருந்தான். குஞ்ஞகமது திரும்பவும் சொன்னான்:

“நாளக்கும் நீங்க இந்தப் பக்கமா வரவேண்டாமா கூட்டாளி, திருடுனது நீங்க ஒண்ணுமில்லியே?”

பாரா போலீசிடம் குஞ்ஞுகமது ரகசியமாக எதையோ சொன்னான். அப்பனையும் மகனையும் பாரா போலீஸ் கூர்ந்து பார்த்துவிட்டுச் சொன்னான்.

“அந்த முற்றத்தில இருந்துக்குங்கடா, ஏமான் வரட்டும்.”

“ஏமான் வந்து கூப்பிடும்போது எதையுமே சொல்ல மறந்துடக்கூடாது. மொளகுக்கான விலையா நாங்க தந்த பணத்தை அறைக்குள்ள இருந்து எண்ணிப் பாக்கும்போது தான் சம்பவம் நடந்ததுனு சொல்லிடு. மிச்சத்தை நாங்க பாத்துக்குறோம்.”

பரீதும் குஞ்ஞுகமதும் வெளியே இறங்கினார்கள். அப்போது தான் உள்ளே வந்த ஒரு போலீஸ்காரன் அவர்களின் பக்கத்தில் வந்தான்.

“நீ எங்க இருந்துடா? உன்னை எந்த கேசுக்காக கொண்டு வந்திருக்காங்க?”

கண்டுபிடிக்க முடியாத பல வழக்குகளில் இதுவரையிலும் தலைமறைவாகத் திரிந்தவன் இவன்தான் என்பதுபோல் போலீஸ்காரர்கள் நடத்த ஆரம்பித்தார்கள். ஒவ்வொருவரும் வரும்போதெல்லாம் எழுந்து கும்பிட்டும் வேதனையைச் சொல்லியும் அவன் தளர்ந்தான். தான் சொல்வதை யாருமே நம்பவில்லை. தெய்வமே, இங்கிருந்து தப்பிவிட்டால் போதும் என்றாகியது அவனுக்கு.

“பொன்னுத் தம்புரானே கொழந்தைய அடிக்காதீங்க.”

“அடிக்கலே, ஒதைச்சு எலும்பை உருவிடுறோம். மலையிலே கெடக்குற உனக்கு ஏதுடா மடிச்சீலை நெறைய இவ்வளவு பணம்? திருடினீங்களாடா நாய்களே? ஏமான் இப்ப வருவாரு. பூட்ஸ் போட்ட காலை வெச்சு குரல்வளையிலே நாலு மிதி மிதிச்சாத்தான் உண்மையைச் சொல்லுவீங்க. உக்காருங்கடா அதுல.”

நெஞ்சில் உதை விழப்போவதை எதிர்பார்த்து பயந்து உறைந்துபோயிருக்கும்போது போலீஸ்காரர்கள் எதற்காகவோ உள்ளே போனார்கள். குஞ்ஞுமுண்டன் எழுந்து மகனின் காதில் சொன்னான்:

“மவனே ஓடிடுடா ... கொல்லுறதுக்கு முன்னால ஓடிடு ...”

காடு எது? வழிப்பாதை எது? எந்த நிச்சயமுமில்லை. உயிரைக் கையில் பிடித்துக்கொண்டு பறந்தார்கள். பெரிய

ஓடையின் கரைக்கு வந்த பிறகுதான் திரும்பியே பார்த்தார்கள். நிம்மதி. யாரும் பின்னால் வரவில்லை. மூச்சு வாங்குவது நின்றதும் மகன் கேட்டான்: "நம்ம பணம் திரும்பக் கெடைச்சுடுமா அப்பு?"

"கெடைக்காதுடா, அந்தப் பண்ணி இனி இங்கே வரட்டும்."

குஞ்ஞுமுண்டன் சதிக்குள் அகப்பட்டுவிட்ட விஷயம் மலை முழுவதும் தெரிந்துபோய் விட்டது. அரயன்கள் அனை வரும் அவனைத்தான் குற்றம் சொன்னார்கள். தன்னுடைய மக்களையே குறை சொல்லுவது வசதியானது அல்லவா?

கொச்சுராமன் மிளகை விற்க நினைத்தான். எப்படிக் கொண்டு போவது? பணத்தை எப்படி வாங்குவது? நிறைய பிரச்சினைகளிருந்தன.

பிரசவம் முடிந்த மனைவிக்கு நல்ல துணி வாங்க வேண்டும். அவளுக்கு ஒரு பிளவுஸ் வாங்கிக் கொடுக்க வேண்டு மென்ற ஆசையுமிருந்தது.

கரீம் ராவுத்தர் துணி வியாபாரி. முடிந்த வரைக்கும் அரயன்கள் அவனிடம் கொடுக்கல் வாங்கல் வைத்துக் கொள்ளாமலிருக்க முயற்சி செய்தார்கள்.

ஒருநாள் கரீம், குஞ்ஞுமுண்டனின் முகத்தையே பார்த்த படியே உட்கார்ந்திருந்தான்.

"சகோதரா, சாதிக்காரங்குறதுக்காக சதி வேலையை நான் அப்புடி இல்லேனு சொல்ல மாட்டேன். முண்டன் அரயனை பரீது குட்டி திட்டம்போட்டே ஏமாத்திட்டான் ... சின்ன ஒரு முட்டாள்தனத்தை நீயும் பண்ணிட்டே. நான் அந்தப் பக்கம்தான் நின்னுட்டிருந்தேன். இல்லேன்னா, கெடைச்சதையும் கொண்டுட்டு வந்திருக்கலாமாக இருந்தது. இப்ப எல்லாம் போயிட்டுதே ..?

"ஆங் ... என்னோட கொடியில மொளகு இன்னும் காய்க்கும். அவன் வரட்டும், அச்சாரப் பணமும் கொண்டுட்டு."

"துணியெதுவும் எடுக்கலியா?"

"மொளகு இல்ல மொதலாளி."

"எல்லாரும் இப்பிடியே சொல்லிட்டா எப்பிடி யாபாரம் பண்றது? ஏதாவது எடு."

குஞ்ஞுமுண்டன் மனைவியையும் பிள்ளைகளையும் பார்த்தான். அவர்களது உடுப்புகளெல்லாம் மிகவும் மோசமாக இருந்தன. கிழிந்தும் இருந்தன. இருந்தாலும் கடன் வேண்டாம்.

கரீமிற்கு சந்தேகம். வாங்கமாட்டார்களோ? கட்டிச் சுமந்து கொண்டு வந்தது வீணாகி விடுமோ?

"அரயனே, சக்கரமில்லைன்னு சொல்லி துணியுடுக்க வேண்டாமா? எடு."

"அப்புடின்னா ரெண்டெண்ணம் தா. சக்கரம் இப்ப இல்லே."

"இருந்தா தருவேன்னு நமக்குத் தெரியாதா? எது வேணும் பாத்து எடு."

அரயன்கள் மலயேறி வருகிற எல்லா வியாபாரிகளையும் சந்தேகத்துடன் பார்க்கத் துவங்கினார்கள். பரீதின் சதிவேலை இவர்களது கண்ணைத் திறக்குமென்றால் ஒரு வேட்டிக்கு மூன்று வேட்டியின் விலையை வாங்குகிற கொள்ளை இனி இங்கே எடுபடாது. உடனேயே மலையிறங்கி விடுவோமா என்று யோசித்தபடியே கரீம் அடுத்த குடிலை நோக்கி நடந்தான்.

சந்தையிலிருந்து மலைக்கு வருகிற வழியில் அபூர்வமாக யாராவது ஒரு ஆள் எதிரில் வருவான். வழியெங்கும் பெரிய பெரிய பாறைகளும் மரங்களும் நிறைந்திருக்கும் அந்தப் பாதை அரயன்களுடையது. வளத்தையும் வறுமையையும் சுமந்து வரும் அந்த வழிப்பாதையில் ரவுடிகளும் வழிப்பறிக்காரன் களும் கோலோச்சிக் கொண்டிருந்தார்கள்.

ஈனாம்பூச்சிக்கு மரநாய் துணை என்பார்கள். ஒற்றைத் தெங்கனின் கூட்டாளியான செட்டி, ஜெயிலிலிருந்து வெளியே வந்திருப்பதாக அறிந்தான் கொச்சுராமன். நான்கைந்துபேரை தனியாக நின்று அடித்து வீழ்த்த செட்டி மட்டுமே போதும்.

ஒற்றைத் தெங்கன் எனும் தேவஸ்யாவும் செட்டி எனும் பப்பன்பிள்ளையும் மலைக்கு வருவதுண்டு. சில குடில் களுக்குச் சென்று கட்டாயப்படுத்தி கடன் வாங்குவார்கள்.

"குஞ்ஞா, நீ சந்தைக்கு வரும்போது தர்றோம். பத்து ரூபாய்க்கான மொளகோ ரூபாயோ வேணும். எங்களை அந்த அளவுக்கு நம்பிக்கையில்லையா?"

கொடுக்கவில்லையென்றால் மீசையை முறுக்குவார்கள். முதுகு மூட்டையுடன் வரும்போது தடுத்து நிறுத்துவார்கள். வாங்கி வைத்திருக்கும் அரிசியையும் சாமான்களையும் தட்டிப் பறிக்கவும் தயங்க மாட்டார்கள்.

போக்கிரிகளைப் பற்றிய பயம் கொச்சுராமனை அலற்றியது. அவன் எதைப்பற்றி இப்படி யோசிக்கிறான் என்று குஞ்ஞிப் பெண்ணுக்குப் பிடி கிடைக்கவில்லை. இருந்தாலும் அவள் சொன்னாள்:

“மொளகையும் சொமந்துட்டு தனியா போக வேணாம். கூட அந்த குஞ்செறுக்கனையும் கூப்பிட்டுக்குங்க..” அதுதான் சரியென்று கொச்சுராமனுக்கும் தோன்றியது.

குஞ்செறுக்கன் ஊர் சுற்றித் திரிபவன். ஐந்தாறு வருடங்கள் ஏதோ ஒரு கங்காணியுடன் இருந்திருக்கிறான். அடவுமுறையும் வர்மும் படித்தவன். உடலைசைந்து வேலை பார்க்க மாட்டான். தின்பதற்கும் குடிப்பதற்கும் தருபவர்களுடன் சேர்ந்துகொள்வான்.

“யாருக்குப் பயப்படணும் அண்ணா? பிறந்துட்டோம். இனி என்னிக்காவதொரு நாள் சாகத்தான் வேணும். எங்க வேணும்னாலும் நான் வரத் தயார்.”

பலதடவை ஒன்றாகச் சேர்ந்து போயிருக்கிறார்கள். எதுவுமே நடக்கவில்லை. ஒற்றைத் தெங்கனையும் செட்டியையும் தொலைவில் வைத்துதான் அவர்கள் பார்த்திருக்கிறார்கள்.

“ஆள் எப்புடி?”

“ஒத்தைத் தடி, அதுக்கேத்த உயரமும்.”

மனைவியைப் பற்றி கொச்சுராமன் சொன்னதற்கேற்ப தையல்காரன் கணக்குப்போட்டான். துணியை எடுத்து வெட்டும்போது கேட்டான்:

“ஜம்பரு மட்டும் போதுமா? பாடீஸ் வேண்டாமா?”

அப்படியென்றால் என்னவென்று கொச்சுராமனுக்குப் புரியவில்லை. அவன் சந்தேகத்துடன் நிற்கும்போது குஞ்செறுக்கன் ரகசியமாகச் சொன்னான்:

“மொலை தாங்கியதான் பாடீஸ்னு சொல்றது. வாங்கிக்க.”

கொச்சுராமன் சிரிப்பை அடக்கிக்கொண்டு தையல்கார னைப் பார்த்தான்.

“சரி, போயிட்டு வா. தைச்சு வைக்கிறேன்.”

காசை எண்ணிக் கொடுத்துவிட்டு குஞ்செறுக்கனிடம் சொன்னான்:

“வா, ஆளுக்கொரு ஒரு கோப்பை.”

கடையில் மாலைக் கள்ளு வந்த நேரம் அது. உடம்பு முழுவதும் புழுதி யும் அழுக்கும். தலையில் பாளைத் தொப்பியும் கால் மூட்டுகளை மறைக் காத வேட்டியும். இரண்டு மூன்று

வேலையாட்கள், மற்றொருவன் கையிலிருந்த மண்வெட்டியை தடுப்பில் சாய்த்து வைத்துவிட்டு உள்ளே போனான்.

கடையின் சற்று தூரத்தில் ஆறேழு காளைகளை முளை யடித்து கட்டிப்போட்டு விட்டு சுமார் ஏழடி உயரமுள்ள ஒரு வயதான மனிதனும் கூட இருந்த சிறுவனும் கடைக்குள் ஏறினார்கள். அவன் அளவுக்கு உயரமான ஒரு கம்பை பக்கத்தில் வைத்து இரண்டுபேரும் பெஞ்சில் உட்கார்ந்தார்கள். கொச்சுராம னுக்கும் குஞ்செறுக்கனுக்கும் ஒரு மூலையில்தான் இடம் கிடைத்தது.

பரிமாறுபவன் இரும்புக் கோப்பைகளில் கள்ளையூற்றிக் கொடுத்துக் கொண்டிருந்தான். கறி வியாபாரி, என்னென்ன பொருட்கள் தயாராக இருக்கிறது என்பதையும் அதன் விலை களையும் சொல்லி தேவைப்படுபவர்களுக்குப் பரிமாறிக் கொண் டிருந்தான். வாழையிலையில் வேக வைத்தக் கிழங்கும் பன்றி யிறைச்சியும்.

நிறையப் பேர்கள் சுயநினைவை இழந்துகொண்டிருந்தார்கள். அவர்களது உரையாடல்களில் தழுதழுப்பு கூடிக்கொண்டிருந்தது. வயதானவருக்கும் சிறுவனுக்கும் சற்றுத் தாமதமாகவே கள்ளு கிடைத்தது.

தலையில் வட்டக் கட்டும், கொம்புபோன்ற மீசையும், முழங்கையில் தாயத்துமாக வேட்டியை மடித்து தேவைக்கும் அதிகமாக உயர்த்திக் கட்டியிருந்த செட்டி உள்ளே வந்தான். பெரும்பாலானவர்களும் நிசப்தமாக இருந்து தங்களது கோப்பை களைக் காலியாக்கினார்கள். செட்டி சுற்றிலும் கண்களையோட்டி னான். வயதானவனும் சிறுவனும் கிழங்கைத் தின்றுகொண் டிருக்கிறார்கள். இன்னும் அவர்கள் கள்ளைக் குடிக்கவில்லை.

செட்டி திடீரென்று வயதானவனின் முன் இருந்த கள்ளுக் கோப்பையைக் கையிலெடுத்தான். கிழவன் தடுத்தான். வேறு சிலர் அவசரமாகக் கடையை விட்டுக் கிளம்பினார்கள்.

"எம் பாத்திரத்தை இதுவரை எவனும் தட்டிப் பறிச்சது கெடையாது. ஒனக்குக் கள்ளு வேணும்னா எங்கிட்ட கேளுடா."

செட்டிக்கு இது ரசிக்கவில்லை. அவன் மீசையைத் தடவினான்.

"பேசாம இருந்துக்கடா கெழவா."

"உன் அப்பனோட வயசாகுதே எனக்கு. நான் கெழவன்தான்"

கேட்டுக்கொண்டிருந்தவர்கள் நடுங்கிப்போய் விட்டார்கள். தன்னை ஒரு கிழவன் இத்தனை பகிரங்கமாக கேள்வி கேட்பதை

வெறுமனே விட்டு விடுவதில் செட்டிக்கு விருப்பமில்லை. பப்பன் பிள்ளைக்கு இரத்தம் சூடேறியது.

"இன்னொரு தடவை சொல்லுடா வரத்தோட்டி."

"ஆமா... சொல்லிட்டா நீ என்னை பொடிச்சு மூக்குலே இப்ப உறிஞ்சு எடுத்துட மாட்டே? போடா, பொடியா."

ஓங்கி விழுந்த அடியைத் தடுத்த கிழவன் கள்ளைக் குடித்து முடித்தான். சுற்றிலும் எழுந்த பரிகாசச் சிரிப்பு பிள்ளையின் தோலில் சுட்டது. பக்கத்திலிருந்த பாத்திரத்தை எடுத்து கிழவனின் மீது எறிந்தான். அவன் விலகிக் கொண்டான். கோப்பையில் மிச்சமிருந்த மண்டியை எடுத்து பிள்ளையின் முகத்தில் ஊற்றினான், சிறுவன்.

"இந்தா நக்கிக்க."

இவர்களுக்கு சரியாக இரண்டு வைத்து விடவேண்டியது தான் என்ற நினைப்புடன் பப்பன்பிள்ளை நெருங்கும்போது கிழவன் மேஜையைப் பிடித்துத் தள்ளிவிட்டான். கீழே விழுந்தாலும் உடனே சுதாரித்து எழுந்த பப்பன்பிள்ளை வெளியேறப் போன முதியவரை எட்டிப் பிடித்தான். பையன் கம்பால் குத்தினான். கிழவன் கம்பின் நடுப்பகுதியை எட்டிப்பிடித்து முற்றத்திலிறங்கி சுழற்றியபடியே சவால் விட்டான்:

"நீ சொரணையுள்ள அப்பனுக்குப் பொறந்தவனா இருந்தா வாடா நாயே பாக்கலாம்..."

கம்பின் இரு முனைகளும் பப்பன்பிள்ளையின் உடலைப் பதம் பார்த்தன. அவனால் நெருங்கவே முடியவில்லை.

"பப்பன்புள்ளே, எலும்பாவது மிச்சம் வேணும்னா ஓடிடு. இது உள்ளூர் சாதனமில்லே, தெரிஞ்சிக்கோ."

யாரோ சத்தமாகச் சொன்னார்கள். ஆர்ப்பரிப்பதுபோன்ற கூட்டச் சிரிப்பு அங்கே கேட்டது. செட்டிக்குத் திரும்பி ஓடுவதைத் தவிர வேறு வழியில்லாமல் போனது. மற்றவர்களுடன் சேர்ந்து கொச்சுராமனும் குஞ்செறுக்கனும் கைகொட்டிச் சிரித்தார்கள்.

"ம்... இவனைப்போல ஆறு பேரோட அப்பன் நான். பத்து வருசமா உருக்களை வாங்கி ஒவ்வொரு சந்தையாக் கொண்டுபோய் விக்கிறேன். அடிச்சிப் பறிச்சிட்டுப் போயிடலாம்னு பாத்தா அதுக்கான ஆளு நான் கெடையாது..."

தான் யாரென்றுகூட சொல்லாமல் வயதானவர் பையனையும் அழைத்துக்கொண்டு நடந்தார்.

தையல்காரனிடமிருந்து ஜம்பரையும் பாடீஸையும் வாங்கினான். துணிகளையும் சில்லறைச் சாமான்களையும் மாராப்பாகக் கட்டிக்கொண்டான். மிச்சமிருந்த பணத்தை சிறு மடிச்சீலையில் வைத்து இடுப்பில் சுற்றிக்கட்டினான். வேட்டியை அதன்மீது உயர்த்தி உடுத்திக்கொண்டான். பிறகு இரண்டுபேருமாக மலைக்குத் திரும்பினார்கள். பல விஷயங்களையும் பேசியபடியே அவர்கள் நடந்துகொண்டிருந்தார்கள்.

"அந்தக் கெழவன்கிட்டே செட்டியோட பேய்ப் பிடியொண்ணும் செலவாகாதுண்ணே."

"ஒன்னாலே இப்பிடியெல்லாம் அடிக்க முடியுமா?"

"சிலம்படியெல்லாம் நான் படிக்கலே. வேற சில வெளையாட்டுகள்லாம் தெரியும்."

"டேய் கொச்சுராமா, நில்லுடா அங்கே."

பயத்துடன் திரும்பிப் பார்த்தான். வழியருகில் மரத்தில் சாய்ந்தபடி ஒருவன் நின்றிருந்தான்.

அந்தப் பகுதியில் வேறு யாருமே இல்லை. கொச்சுராமன் தன்னையுமறியாமல் முணுமுணுத்தான்.

"ஒற்றைத் தெங்கன், சரிதான், இவனையா இன்னைக்கு முதல்ல பாத்தது?"

தேவஸ்யா வலது கையிலிருந்த கத்தியால் இடது கையிலிருந்த கம்பின் முனையை கோபத்துடன் செதுக்கிக்கொண்டிருந்தான். குடித்த கள்ளு வியர்வையாகவும் ஆவியாகவும் மாறியபோது கொச்சுராமன் கேட்டு விட்டான்:

"என்ன விசயம்?"

தேவஸ்யா பக்கத்தில் வந்ததும் கொச்சுராமன் மாராப்பை அவிழ்த்துக் கல்லில் வைத்தான். அடியோ பிடியோ வந்தால் தடுப்பதற்கான தயாரெடுப்புடன் குஞ்செறுக்கன் பக்கத்தில் வந்து நின்றான்.

"ஒரு பத்து ரூபா இங்க எடுடா. இன்னைக்கு எதுவுமே கெடைக்கல."

தன்னுடைய மடியை நோக்கி நீண்ட கையைத் தட்டிவிட்ட கொச்சுராமன் சொன்னான்:

"கொச்சனாரே, உனக்கு நான் எதுவும் தரவேண்டிய தில்லை. பயமுறுத்தி வாங்கிடலாம்னு நீ நெனைக்கவும் வேணாம்."

கொச்சுராமன் இரண்டடி பின்னாலும் தேவஸ்யா இரண்டடி முன்னாலும் நகர்ந்தார்கள்.

"காசை எடுடா, மரியாதைக்குத் தந்திட்டேன்னா பத்து போதும்."

"தர முடியாதுடா."

"டேய்!" தேவஸ்யா கையை ஓங்கினான்.

"ஹ... சும்மா போடா, ரொம்ப சாமர்த்தியம் காட்டாம."

குஞ்செறுக்கன் தேவஸ்யாவின் கையைப் பிடித்துத் திருகினான்.

"நீ என்னைப் பாக்கலியாடா?"

செட்டி ஒரு கல்லின் மறைவிலிருந்து பாய்ந்து வந்தான். இனி தப்பிக்க முடியாது. வருவதுபோல் பார்த்துக்கொள்ளலாம் என்று முடிவு செய்தான் கொச்சுராமன்.

"நீ சிரிப்பே, இல்லியாடா நாயே..."

செட்டி வந்ததுமே குஞ்செறுக்கனின் முகத்தில் அடித்தான். அவன் அதைத் தட்டிவிட்டு திரும்பினான்.

"அப்புறம்... அரயப் பயலோட கை நல்லா காய்ச்சுப் போயிருக்கும் தம்புரானே. அது புள்ளைத் தம்புரானோட மொகத்துலே பட்டா ரொம்ப வலிக்கும். பெறகு எனக்குத் தான் அவமானம்."

"ஒற்றைத் தெங்கா அடிடா இவனை..."

"வேண்டாண்டா புள்ளைத் தம்புரானே. நீங்களும் ரெண்டு பேரு, நாங்களும் ரெண்டுபேரு. என்னை வேணும்னா நீ கொல்லு. என் அண்ணனைத் தொட்டே, தொட்ட அந்தக் கையை நான் வெளங்காம ஆக்கிடுவேன்."

"அந்த அளவுக்கு வந்திட்டியாடா நீ?"

செட்டியும் குஞ்செறுக்கனும் சவாலை ஏற்றார்கள். அடியும் பிடியும். பிறகு கட்டிப்பிடித்து உருண்டு வழியோரக் காடு களைக் கலைத்தார்கள். குஞ்செறுக்கனை அடிப்பதற்காக

வந்த தேவஸ்யாவின் முதுகை கொச்சுராமன் இலேசாகத் தாங்கி விட்டான். அவனது கையிலிருந்த கத்தி தெறித்து விழுந்தது. கொச்சுராமனின் மீது பாய்ந்தான் ஒற்றைத் தெங்கன். அடிபடாமல் விலகவும் திருப்பிக்கொடுக்க சந்தர்ப்பம் தேடுவதினிடையில் கொச்சுராமன் கீழே விழுந்தான். தேவஸ்ய மடிச்சீலையைப் பிடித்து இழுத்தெடுத்தான். கொச்சுராமன் கையில் கிடைத்த கல்லால் அவனது தலையைக் குறி வைத்து அடித்தான். அடி முதுகில்பட்டது. தேவஸ்யாம் ஓடினான். ஒரு அலறல் சத்தம் கேட்டது. திரும்பிப் பார்த்தபோது செட்டி காடே தகருவதுபோல் அலறியபடியே துடிக்கிறான்.

"அந்த வடுகன்* எங்கே?"

"அவன் எங்கிட்டே இருந்து சக்கரத்தைப் புடிங்கிட் டாண்டா."

"இனி நான் வந்த பிறகு நீ கையைத் தூக்குனா போதும், கேட்டுதாடா நாயே"

குஞ்செறுக்கன் செட்டியின் வலது கையைப் பிடித்துத் திருகி இலேசாக ஒடித்தான். கையால் ஒருதடவை வெட்டி னான். அய்யோ . . . செட்டி வலியால் துடித்தான்.

"சீக்கிரம் போயிடலாம்டா குஞ்செறுக்கா."

கொஞ்சதூரம் நடந்துபோய் ஒரு இடத்தில் உட்கார்ந் தார்கள். உடல் முழுவதும் காயங்களிருந்தன. ஓடையிலிறங்கி மண்ணையும் அழுக்கையும் கழுவினார்கள்.

"நீ அவனை என்னடா செய்தே?"

"அவனோட ஒரு விதைக் கொட்டையை மேல ஏந்தி விட்டுட்டேன். அதுனாலதான் இப்பிடி காடே தகர்றதாட்டம் கெடந்து அலர்றான். அப்புறம் அந்தக் கை – அது இந்த ஜென்மத்துல உதவாது. வெட்டுனது இந்த குஞ்செறுக்கனில் லியா? ஒற்றைத் தெங்கனுக்கு வேட்டியில ஒண்ணுக்கு போறது போல கொடுக்கணும்தான் நெனைச்சேன். ஓடிட்டான்."

செட்டியின் வலது கை தளர்ந்துவிட்டது. இனி பழையது போல் மாறாது என்று சிகிச்சை செய்த வைத்தியனும் சொல்லி விட்டான். சரியாக வர்மம் தெரிந்த யாரோ தட்டி விட்டிருக் கிறார்கள்.

இதை அறிந்த பலருக்கும் நிம்மதி. ஒரு ஆபத்து விலகி விட்டது. வேறு சிலருக்கு ஆச்சரியமாக இருந்தது. மலையி

* கிறிஸ்தவன்

லிருக்கும் அரயன் பையன் இந்த வித்தைகளையெல்லாம் எப்படிக் கற்றுக்கொண்டான். கொச்சுராமன், வைத்தியன். அவனோட கூட்டாளி, வர்மானி. இரண்டுபேரையும் பாதுகாக்க வேண்டும்.

கொச்சுராமனையும் ஒரு விஷயம் அலட்டிக்கொண் டிருந்தது. இதுபோன்ற தவிர்க்க முடியாத கை பிரயோகங் களை குஞ்செறுக்கன் தனக்கும் கற்றுத் தருவானா?

பதினொன்று

செட்டி எனும் பப்பன்பிள்ளை ரொம்பவும் தளர்ந்து போனான். தளர்ந்து மெலிந்த வலது கை. எலும்புகள் உந்திய தேகம்.

எத்தனை பேர்களிடம் வழிப்பறி செய்திருக்கிறான். எத்தனை அப்பாவிகளை அடித்தும் உதைத்தும் தளர்த்தி யிருக்கிறான்? பல பெண்களை மானபங்கம் செய்திருக் கிறான். கடைசியில் தெய்வம் கணக்குப் பார்த்துத் திருப்பிக் கொடுத்திருக்கிறது. தாங்கி நடப்பதற்கும்கூட ஆளில்லை. பார்ப்பவர்கள் வெறுப்புடன் முகத்தைத் திருப்பிக் கொள்கிறார்கள்.

எரியும் வயிற்றுடன் பப்பன்பிள்ளை அலைந்தான். மிரட்டலுடன் அல்ல, யாசகனாக. சில நேரங்களில் பாவமன்னிப்பும் கோருவான்.

"முண்டா, நெறைய அரயனுங்கிட்டே இருந்து நான் வழிப்பறி செய்திருக்கேன். கடைசியிலே ஒரு அரயன் பையனே என்னைப் பழி வாங்கிட்டான். பசியால இப்ப வாடுறேன். ஏதாவது தந்துட்டு போ."

பசிக்கும் குரல் கேட்டால் அரயனின் மனமிளகி விடும்.

"சந்தைக்கு வரும்போது தர்றேன்னு சொல்லி எங்கிட்டே இருந்து வாங்கின மொளகை வித்துட்டியா?"

"முண்டன் இன்னும் அதை மறக்கல இல்லியா?"

"தொண்டைக் குழியில உசுரு கெடக்குற வரைக்கும் என்னால அதை மறந்துட முடியுமா, சரி, இந்தா பிடி அரைச் சக்கரம்."

வேலைக்கான ஆயுதங்களை சரி செய்யக் கொடுத்து ஒரு வாரம் கழிந்துவிட்டது. அதைத் திரும்ப வாங்க வேண்டும். நாராயணன் குட்டியுடன் கொல்லனின் குடிலுக்குப் போய்க் கொண்டிருந்தான் கொச்சுராமன்.

தெற்கே மலையிலிருந்து ஆற்றுக்குப் பாயும் பெரிய ஓடை. ஓடையின் அருகில் பாறையில் சிலபேர் கூட்டமாக நின்றிருந் தார்கள். பாறையின் பக்கத்தில் புறம்போக்கில்தான் ஆசாரிக் குட்டனின் வீடு. வீட்டு முற்றத்திலும் சிலர் நின்றுகொண் டிருந்தார்கள். காசநோயுள்ள ஆசாரிக்குட்டன் செத்துப்போய் விட்டானோ? கொச்சுராமன் கூர்ந்து பார்த்தான். ஒன்றிரண்டு போலீஸ்காரர்களும் இருந்தார்கள். அங்கே போக வேண்டாம். அவன் திரும்பி நடக்க ஆரம்பித்தபோது தெரிந்தவர் ஒருவர் வந்தார்.

"கொச்சுராமா, தெரியாதா? ஒற்றைத் தெங்கன் செத்துட்டான்."

"ஓ... ஹோ... எப்புடிச் செத்தான்?"

கேள்வியைக் காதில் வாங்காததுபோல் அவன் நகர்ந்தான். "அவனை ஒரு தடவை பாக்கணும். நீ வர்றியாடா? ஒரு தடவைப் பாத்துட்டுப் போகலாம். பெரிய தெம்மாடில்லா?"

கொதிக்கும் பாறையில் அழுக்கும் மண்ணும் புரண்டு குடல் வெளியே கிடக்க செத்து மல்லாந்து கிடந்தான் ஒற்றைத் தெங்கன். பக்கத்துத் தோட்ட மரங்களிலிருந்து ஓடைபோல் வருகிற முசுறு எறும்பு கூட்டம். சடலத்தைப் பொதிந்திருந்தது. கொச்சுராமனுக்கு மகிழ்ச்சி தாங்க முடியவில்லை. "இவனை போட்டுத் தள்ளுனவன் எவனாக இருந்தாலும் அவனுக்கு ஒரு கோப்பை கள்ளு வாங்கிக் கொடுக்கணும்." ஒருவனிடம் சொல்லவும் செய்தான்.

"கூம்புத் தொப்பிக்காரன் காதுலே விழுந்துடாம. பெறகு நீதான் கொன்னேன்னு சொல்லிடுவான்."

ஒரு கல்லின்மீது கிழிந்த துணியையும் கட்டி குந்தியமர்ந் திருக்கும் செட்டியைப் பார்த்தான். அவனை ஓரக்கண்ணால் பார்த்துவிட்டு நாராயணன்குட்டியிடம் சொன்னான்:

"அதோ உக்காந்திருக்குறான் பாரு, அவன்தான் செட்டி. இவனோட கூட்டாளி"

ஒரு மடல் குடப்பனையோலையுடன் இரண்டுபேர் பாறைக்கு வந்தார்கள். ஓலையை அகலமான துண்டுகளாகக் கீறினார்கள்.

ஏட்டையாவின் உத்தரவுப்படி நான்கைந்துபேர் முசுறு கடிப்பதையும் பொறுத்துக்கொண்டு ஒற்றைத் தெங்கனை ஓலையில் சாய்த்து மூடிக் கட்டினார்கள். இழுத்துக்கொண்டு போவதற்கு இரண்டு காளைகள். சடலத்தை பாதையில் இழுத்துக் கொண்டு போகும்போது ஆரவாரத்துடன் ஆட்கள். ஒற்றைத் தெங்கனை காளைவண்டியில் தூக்கிப்போட்டார்கள்.

"எத்தனை பேரைக் கண்ணீர் குடிக்க வெச்சிருக்கான்? ஓலையிலே கெட்டி இழுத்துட்டுப் போகணும்தான் தலை யெழுத்து இருந்திருக்கு. வேலன் கொச்சும் அவனோட வேலத்தி யும் சாக இவன்தான் காரணம். அதுக்கான கூலிதான் அவனுக்கு இப்பிடிக் கெடச்சிருக்கு."

"அதென்ன பெரியவரே?"

"அதுவா? வேலன்கொச்சு கலியாணம் செய்ஞ்ச புதுசுல பொஞ்சாதியையும் கூட்டிட்டு அவளோட ஊட்டுக்குப் போனான். நடந்த களைப்புலே ஆளில்லாத ஒரு ஊட்டு முன்னால உக்காந்திருக்காங்க. வேலன்கொச்சு வெத்தில பொதியைப் பிரிச்சான். அப்ப, முன்ன பின்ன அறிமுகமில்லாத ஒரு ஆள் வந்து பாக்கு வெட்டணும்னு சொல்லி கத்தியைக் கேட்டிருக்கான். கத்தியை வாங்குனவன் வேலத்தியைப் பாத்துச் சிரிச்சான். அவளுக்கு என்னவோ போலிருந்தது.

கத்தியைக் குடு, எங்களுக்குப் போகணும்.

வேலன்கொச்சு எழுந்ததும் நீ போடான்னு சொல்லிட்டு வந்தவன் அவனோட கழுத்தைப் பிடிச்சி தள்ளினான். கீழே விழுந்த வேலன்கொச்சு சுதாரிச்சிட்டு எழும்பும்போது எதிரா ளிங்க நாலுபேரு நிக்கிறாங்க. ஒற்றைத் தெங்கன் வேலத்தி மூடியிருந்த துணியை இழுத்துக் கிழிச்சான். அவ அலறுனா. வாயைப் பொத்திப் பிடிச்சுட்டான். எதுத்துச் சண்டை போட்ட வேலனை சுத்தி நின்ன மத்த அஞ்சுபேரும் சேந்து அடிச்சு மயக்கம்போட வெச்சுட்டாங்க.

வேலன்கொச்சுக்கு மயக்கம் தெளியும்போது பொழுது விடிஞ்சிருந்தது. வேலத்தியைத் தேடி அவன் அந்த ஆளில்லாத ஊட்டுக்குப் போய்ப் பாத்தான். அவனுக்குப் பார்வையே மங்கிப்போனதுபோலிருந்தது. கடிச்சிக் கீறிய உதடுகளும் சதைஞ்சு வீங்கிய நெஞ்சுமா ரத்தத்துலே முங்கி சுயநினைவில்லாத நெலையிலே அவனோட வேலத்தி. உடம்புலே வேட்டியில்லை. உடுத்தியிருந்த அடிமுண்டு கிழிஞ்சிபோய் ரத்த நெறத்துல கிடந்தது. லேசாக அசையிறதைத் தவிர அவளால எதுவும் செய்ய முடியல. வலது கை ஒடிஞ்சிருந்தது.

தோட்டத்துலே தேங்கா பறிக்கப் போனவங்கதான் இதைப் பாத்திருக்காங்க. ரத்தம் புரண்ட துணியை கழிக்கோல்லே கட்டி தூக்குப்போட்டுச் செத்துக் கெடக்குற ஒரு ஆணும் பெண்ணும். சடலம் அழுகி புழுக்கள் தரையிலே விழுந்து கெடக்கு. பயங்கரமான நாத்தமும்.

பழி தீக்கணும்னு சொல்லி கொச்சுவேலனோட அப்பன் நாணு அரிவாளோட கொஞ்ச நாள் நடந்தான். ஒற்றைத்தெங்கன் நாணு கையிலே வந்து மாட்டலே.

அந்த வேலத்தியை நான் என்ன செய்தேன்னு தெரியுமில்லி யாடீ? அதுபோல ஒன்னையும். ஏதாவது பொண்ணுங்க வந்து சிக்கிக்கிட்டா அவன் இப்பிடித்தான் பயங்காட்டுவான்."

கொல்லனின் பட்டறையிலிருந்து திரும்பி வரும்போது கொச்சுராமன் மிகவும் மகிழ்ச்சியாக இருந்தான். கள்ளு இறக்கும் கோந்தியின் முற்றத்துக்கு வந்தான். அங்கே நான்கைந்து பேர் இருந்தார்கள். முற்றத்தில் ஒரு பழைய பெஞ்சில் பெரிய சிரட்டையும் வைத்து கால்மேல் கால் போட்டபடி உட்கார்ந் திருந்த பரமேஸ்வரன் நாயர் சொன்னார்:

"குட்டனோட ஆசாரிச்சியை யாராவது பாத்திருக்கீங் களா? அவ ஒரு தாடகை. ஒற்றைத் தெங்கன அவளுக்கு ரொம்பப் பிடிக்கும். மரத்தைக் கொத்திக் கெடைக்கிறத கள்ளுக் கடையிலே கொண்டுபோய்க் கொடுத்துட்டு சூட்டு வெளிச்சத் துல தட்டுத் தடுமாறி கல்லையும் மரத்தையும் திட்டிட்டே குட்டன் ஊடு வந்து சேரும்போது நடுச்சாமம் கழிஞ்சிடும். பொஞ்சாதியை அடிக்கவோ அவளை எதுக்கவோ அவனால ஏலாது. அவன் ஊட்டுலே வெச்சே ஒற்றைத் தெங்கன் அவனை அடிச்சிருக்கான். ஓலைப்படல் விலக்கி, உனக்கு நான் வெச்சிருக்கேண்டா வடுகா – ஆசாரிக்குட்டன் இப்படிச் சொல்றதுண்டு."

நாலாம்நாள் குட்டன் கள்ளுக் கடைக்குப் போகவில்லை. இரவு வீட்டுக்கு வந்தான். கதவைத் தட்டினான். கொஞ்ச நேரத்திற்குப் பிறகு வெளியே வந்தவன் ஒற்றைத்தெங்கன்தான்.

"எடா வடுகா, கண்டவனோட எச்சை நக்கி."

குட்டனின் வசவைக் கேட்டதும் தேவஸ்யாவுக்குக் கோபம் வந்தது.

“பேசாதடா, நாயே . . .”

கையை விரித்து இரண்டு வைத்தான்.

“கார்த்தியாயினி, எடீ, உனக்கு கடைசி நாள் கிட்ட வந்துட்டுடீ பாத்துக்கோ.”

உடனடியாக வெளியே இறங்கிப்போன குட்டன் வழியில் ஒளிந்திருந்துகொண்டான். எப்போதும்போல் ஒற்றைத் தெங்கன் இறங்கி நடந்தான்.

“இந்தாடா வெச்சிக்கோ.”

குட்டனின் அகன்ற உளி காற்றைக் கிழித்தது. ஒற்றைத் தெங்கனின் வயிற்றில் குளிர் ஊடுருவியது. சூடான இரத்தம் சீறிப் பாய்ந்தது. வெளியே வந்த குடல்மாலையை அவன் வேட்டியை அவிழ்த்து சுற்றிக்கட்டினான். பலனில்லை. ஓட ஆரம்பித்தவன் பாறையில் விழுந்தான். அலறல் சத்தம் கேட்டதும் யாரெல்லாமோ வந்து பார்த்தார்கள். ஆள் யாரென்று தெரிந்ததும் பேசாமல் திரும்பிப் போயிருக்கிறார்கள். “இதையெல் லாம் இவ்வளவு குறிப்பாச் சொல்லணும்னா புள்ளையப்பன் அந்த நேரத்துலே எங்கே இருந்திருக்கணும்? ரகசிய வேலையும் கொஞ்சம் . . ?”

பரமேஸ்வரன்நாயர் சிரித்தான். தோற்றுப்போய் விட முடியுமா? சரி, ஒரு உபதேசமாக எதையாவது சொல்லி வைக்கலாம் என்று கருதி சொன்னான்:

“ஒருத்தன் ரொம்ப மரியாதைக்காரனாக இருக்கலாம். அவனோட பொஞ்சாதி வரைமுறை தெரியாத ஒரு தேவிடிச்சி யாகவும் இருக்கலாம். ஆனா ஒரு விசயம், தன்னோட பொஞ்சாதியை மற்றொருத்தன் ஓரக்கண் போட்டுப் பாக்குறதைக் கூட ஆணாகப் பொறந்த எவனும் தாங்கிக்கிட மாட்டான். எனக்கு அப்பிடியான எந்த ரகசிய வேலையும் கிடையாது. இருக்குற ஒண்ணே ஒண்ணு இந்தக் கள்ளு குடிதான்.”

மலையில் அரயன்களுக்கு நல்ல காலம் பிறந்தால் அதிகாரி களும் உரிமையாளர்களும் வந்து சேர்ந்து விடுவார்கள். அரசனின் ஆண்டவனின் ஏஜெண்டுகள். வழிப்பறிக்காரர்கள்.

பாட்டத்தில் குஞ்ஞுண்ணிப்பிள்ளை தீர்வைக்காரன். சாஸ்தாங்கோயில் தேவஸ்வம் காரியக்காரர்களில் தலைவனும் இவன்தான். ஏதோ மகாராஜா திருமனமருளிச்செய்த அதிகாரங் கள் தனக்கிருப்பதாகச் சொல்வான்.

மலைகளும் காடுகளும் ஐயப்பனின் பூங்காவனம். அரயன் களும் ஊராளிகளும் அந்தக் காட்டை வெட்டி இல்லாமலாக்கு கிறார்கள். அதற்கான நஷ்ட ஈடு தரவேண்டும். பணப்பயிர்களின்

மூன்றிலொரு பகுதியை பாட்டப்பணமாக குஞ்ஞுண்ணிப் பிள்ளையிடம் ஒப்படைக்க வேண்டும். கோயில் உற்சவத்திற்குத் தனியாக. கொடுக்கவில்லையென்றால் அரசனும் ஆண்டவனும் ஒன்றாகச் சேர்ந்துக் கோபம் கொண்டு குஞ்ஞுண்ணிகளின் குண்டர்களாக அவதாரமெடுப்பார்கள்.

அரயன்கள் தெய்வ பயமுள்ளவர்கள். கோயிலின் பெயரி லான எல்லா வேலைகளையும் எந்தப் பிரதிபலனினும் எதிர் பார்க்காமல் செய்வார்கள். குஞ்ஞுண்ணியின் பரந்து கிடக்கும் தென்னந்தோட்டமும் கமுகுத் தோட்டமும் அப்படி உரு வானதுதான்.

குஞ்ஞுண்ணி ஒருபோதுமே மலையேறி வரமாட்டான். வசூல் செய்பவன், நடவன். அதாவது வசூலிக்கும் அதிகாரத்தைப் பெற்ற கொள்ளைக்காரன். பழைய நடவன் வேலுப்பிள்ளை இறந்ததும் மகன் கொச்சய்யப்பன்பிள்ளை நடவனாக ஆனான். அவனை கொச்சீப்பன் என்று சொல்வார்கள். கட்டிக்கொண்டு வரச் சொன்னால் வெட்டிக்கொண்டு வருபவன்.

கோயிலில் மகரவிளக்குவரை ஏழு நாள் உற்சவம். அரயன் களும் ஊராளிகளும் வேலைகளை ஒதுக்கி வைத்துவிட்டு கோயிலில் வந்து கூடுவார்கள்.

இரண்டு நான்கு வருடங்களாக வறட்சியும் பெருமழை யும். உற்சவத்திற்கு அரயக்குடில்களிலிருந்து விசேஷமாக எதுவும் கிடைக்கவில்லை. குஞ்ஞுண்ணி கொச்சீப்பனை அழைத்துச் சொன்னான்:

"உன்னால முடியலேன்னா நீ வேற வேலை பாத்துக்கோ. நடவனா நீ இருக்க வேண்டியதில்லை." எப்படி தோல்வியை ஒப்புக்கொள்வது? மகரம்* ஆரம்பத்தில் ஆறேழு தடியன்களுடன் மலைக்கு வந்தான், கொச்சீப்பன். ஒவ்வொருவனிடமும் ஆளுக் கொரு காலிச் சாக்கு.

நடவனும் அவனது கூட்டமும் வந்திருப்பதை அறிந்ததும் அரயக் குடில்களில் பதற்றம் தொற்றிக்கொண்டது. பெண்களும் குழந்தைகளும் கூடையும் வட்டியுமாக நடந்து, விளைந்ததும் விளையாததுமான மிளகைக் கிடைத்த அளவுக்குப் பறித் தெடுத்தார்கள்.

கொச்சீப்பனும் கூட்டமும் கொச்சுராமனின் முற்றத் தில்தான் தங்கினார்கள். நாராயணன்குட்டி இளந் தென்னையிலிருந்து இளநீர் பறித்துக் கொடுத்தான்.

---
* தை மாதம்

இளநீரையும் குடித்து வெற்றிலையும் மென்றுவிட்டு கொச்சீப்பன் சுற்றிலும் பார்த்தான். ஆறேழுபேர்தான் வந்திருக்கிறார்கள்.

“எடா ராமா, மற்றவனுங்கெல்லாம் காட்டுலே போய் ஒளிஞ்சிட்டானுங்களாடா?”

“நாலா பக்கமும் ஆட்களை விட்டுருக்கேன். வந்துடுவாங்க.”

“ம் . . . வருவானுங்க, வருவானுங்க. நான் சொல்லல்லேன்னு வேண்டாம். எல்லாரும் கேட்டுக்கிடுங்க. குஞ்ஞுண்ணித் தம்புரானோட மருமக பாருக்குட்டியோட சம்பந்தக்காரர் தான் இப்ப இருக்கிற காரியஸ்தன். அரயனுங்க மரியாதையா நடந்துக்கலேன்னா காக்கொம்புமுதல் கிழக்கே உள்ள மலை முழுவதையும் புதியா மலைக்கு இந்தப் பக்கமுள்ள காட்டை யும் அவனவன் பேருலே எழுதித் தந்துடுவாரு. தீர்வை கட்டியே அழிஞ்சிடுவீங்க.”

“அய்யோ தம்புரானே, நீங்க சொல்றதையெல்லாம் அரயனுங்க செய்து தர்றோமே.”

“ஆமா, ஆமா, செய்யிறீங்க. திருட்டுத்தனம் படிச்சவனுங் கள்லே? போன வருசம் பதினெட்டு துலாம் மொளகை உற்சவத்துக்குன்னு சொல்லி கொண்டு வந்து வெச்சீங்க.”

“மொளகு குறைவாதான் காய்ச்சுதுங்குறது தம்புரானுக் கும் தெரியும்தானே.”

“என்னைக்குடா உங்களுக்கெல்லாம் நல்லா காய்ச்சுது? ராமா, பிரிவை எல்லாம் நீயே பாட்டத்துலே கொண்டுபோய்க் கொடுத்துடு. பனையிலே கள்ளில்லையாடா?”

“இப்ப எறக்குறதில்லே.”

“எங்கடா கெடைக்கும்?”

“கூம்பங்கல்லிலே குஞ்ஞிக்கேள ஒரு குலை வெச்சிருந்தான். தீந்துதோ என்னமோ?”

“சரி, அங்கியே போவோம். உங்க ஒவ்வொருத்தனுக்கும் ஆளுக்கொரு மூடை மொளகு பாட்டம் விதிச்சிருக்கு.”

“அய்யோ தம்புரானே, மொளகு இல்லியே.”

“மலை முழுசையும் வெட்டி தோட்ட மாக்கிட்டீங்களே? நீங்களெல்லாம் அசுத்த

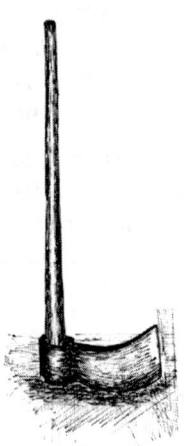

மாக்கினதாலதான் சபரிமலைக்குப் போற குறுக்கு வழி அடைபட்டுப் போச்சு. மழையில்லாம எல்லாம் காய்ஞ்சி வறண்டு போறதுக்குக் காரணம் என்ன? ஐயப்பனோட கோபம்தான்."

அவர்கள் சென்றதும் கூடியிருந்தவர்கள் பெருமூச்சு விட்டார்கள். ஒருத்தி சந்தேகத்துடன் கேட்டாள்:

"குஞ்ஞிண்ணு மாமி, காடும் மலையும் ஐயப்பனோட துன்னு நடவன் சொல்றானே அது ஏன்? காடனுங்க மகாராஜா வோடதுன்னு சொல்றானுங்க? அது ஏன்?"

"எனக்குத் தெரியாது நாராயணீ, ஒருவேளை சும்மா சொல்றானுங்களோ என்னமோ? பயமுறுத்ததுக்காட்டம்."

"நாத்தூனும்கூட மத்த மொளகு பறிக்கலியா?"

"யாரு பறிக்க? அப்பனும் மவனும் காட்டுக்குள்ள போறதைப் பாத்தேன்."

"என்ன ஆச்சுதுடா?"

கொச்சீப்பனும் கூட்டமும் திரும்பி வந்தபோது குஞ்ஞுண்ணி கேட்டான்:

"யாரும் எதுவும் கொண்டு வரலியா?"

"ஆங். ஒரு பத்து துலாம்* மொளகு இருக்கும். ஒருத்தனாவது எதித்து ஏதாவது சொல்லவேணாமா. திருடனுங்க..."

"ஹஹ்ஹா... கொச்சீப்பா, நீ தப்பா நெனைச்சுட்டே. அரயனுங்க திருடனுங்க இல்லே. உழைப்பாளிங்க. விவரமும் உலக அறிவும் இல்லாதவனுங்க. தெய்வ பயம் உள்ளவனுங்க. விருப்பம்போல வளைச்சுக்கலாம், அதுக்காக, ஒடிச்சுடக் கூடாது. மகா சைத்தானுங்களும்கூட. ஆமா, சொல்லிட்டேன்."

"இவனுங்க எங்கிருந்து வந்திருக்காங்க? மாமாவுக்குத் தெரியுமா?"

"எனக்கு நினைவு தெரிஞ்ச நாள்முதல் இவனுங்க இந்த மலையிலேதான் இருக்கிறானுங்க. யாருடைய அடிமையாகவும் இல்லே. இவனுங்களப் பற்றி பல கதைகள் இருக்கு. உண்மையென்று நினைக்கிற கதையை நான் சொல்றேன்."

– இதோ தெரிகிற எல்லா மலைகளும் உட்பட்ட இந்த பூமி, காரிக்கோட்டு அரசர்களின் ஆதிக்கத்தின் கீழிருந்தன. அப்போதெல்லாம் அரசனுக்கும் அரயன்களுக்கும் நல்ல உறவிருந்தது. கொரம்பன், காணிக்காரன் இப்படியான சில

---

* 10 கிலோ (23½ ராத்தல்)

நாராயண்

பதவிகளும் அவர்களிடமிருந்தன. அரசனின் படைவீரர்களில் பெருமளவும் இந்த அரயன்கள்தான். இந்த சாதிக்காரர்களுக்கு இயற்கையாகவே நல்ல உடல் வலுவிருந்தது. இவர்களது தலைவனை தலையரயன் என்று சொல்வார்கள். பலமில்லாத ஒரு அரசனுடன் இவர்களுக்கு மோதல் ஏற்பட்டது. நாட்டையும் அதிகாரத்தையும் அரயன்களிடமிருந்து விடுவிப்பதற்காக அந்த அரசன் வேணாட்டிலுள்ள நாஞ்சிநாட்டிலிருந்து பிள்ளைமார்களைக்கொண்டு வந்தான். தந்திரசாலிகளான பிள்ளைமார்களிடம் அரயன்கள் தோற்றுப்போய் விட்டார்கள். அப்போதெல்லாம் எதிரிகளைக் கொன்று விடுவதுதான் வழக்கம். தப்பிப் பிழைத்த அரயன்கள் காடுகளிலும் மலைகளிலும் போய் ஒளிந்துகொண்டார்கள். இவர்கள்தான் பிறகு மலையரயன்கள் என்று குறிப்பிடப்பட்டார்கள். மலையின் அரயன் – அதாவது, அரசன் என்று பொருள்படும். இவர்களினிடையே கோலரயன் எனும் ஒருவன் வாழ்ந்தான். கோல் என்றால் தராசுக்கோல்தான். ஏலமும் மிளகும் எடைபோட்டு வாங்கவும் விற்கவும் செய்பவன். வியாபாரியான இந்த கோலரயன் இப்போது வெறும் பெயரடையாளமாக மட்டுமே மிச்சமிருக்கிறான் என்று சொல்லிட முடியாது. எவ்வளவுதான் வறுமையில் வாடுகிற மலையரயனாக இருந்தாலும் சரி, அவனுடைய குடிலின் ஒரு மரத்திலாவது மிளகுக்கொடி இருக்கும். இன்று கூட இவர்களது மிக முக்கியமான விவசாயம் மிளகுதான். உணவுப் பொருட்களை அதிகமாக விளைவிக்கும் வழக்கம் இவர்களிடம் கிடையாது –

“மலயரயனும் கோலரயனும் ஒண்ணுதான்னா மாமா சொல்றே?”

“அப்புடித்தான் இருக்கணும். இவங்க வீட்டை எப்பவுமே அழகா வெச்சிருப்பானுங்க. அப்பா, சகோதரங்களான உற்ற உறவினருங்க பக்கத்தில இருந்தாலுமே இந்த சாதியிலுள்ள பொண்ணுங்க அன்னிய ஆம்புள்ளைங்க முன்னால வர்றதில்லே. மற்ற மலை ஜாதிக்காரங்களாட்டம் மலை தெய்வங்களைக் கும்பிடமாட்டாங்க. சில மந்திரவாதிங்களும் துள்ளல்காரங்களும் இவங்களிடையே இருக்கானுங்க.”

“இது மற்ற ஜாதிக்காரனுங்ககிட்டேயும் இருக்கே?”

“ஆமா கொச்சீப்பா. கொஞ்சம் கல்வியும் கூடவே இருக்கும்னா அரயனுங்க மற்ற யாரைவிடவும் பின் தங்கிட முடியாது. சமூகரீதியிலான எந்த சீர்கேடும் இவனுங்ககிட்டே கிடையாது. ஆரோக்கியமும் திடகாத்திரமுள்ள மலையின் புத்திரனுங்க. நான் இதையெல்லாம் சொல்றதுக்கான காரணம், இவனுங்ககிட்டே அனுசரணையாக நடந்துக்கணும்னு சொல்றதுக்குத்தான்.”

கொச்சுராமனும் மற்றவர்களுமாக உற்சவத்திற்காக வசூலித்த மிளகை குஞ்ஞுண்ணிப்பிள்ளையின் வீட்டில் கொண்டு வந்து சேர்த்தார்கள். உரல்புரை திண்ணையிலிருந்து குஞ்ஞுண்ணி இதைப் பார்த்துக்கொண்டிருந்தான். கலப்பு நிறம். ஆரோக்கிய மான உடல்வாகு. வேர்வையொழுகும் பத்துப் பதினைந்து பேர்கள். அவர்களில் யாருமே அப்போது பாளைத்தொப்பி அணிந்திருக்கவில்லை. தோள் சீலையை சுருட்டியும் மடித்தும் தலையில் வைத்து மிளகு மூட்டையை சுமந்துகொண்டு வந்தார்கள். உடுத்தியிருக்கும் வேட்டி ஓரளவுக்கு வெள்ளை யாகவே இருந்தது. இளைஞர்களான சிலர் குடுமி வைத்திருக்க வில்லை. முகச் சவரம் செய்திருந்தார்கள். குஞ்ஞுண்ணி தனியாகக் கவனித்தான். அரயனின் குடுமி என்பது மேல்நெற்றியில் கொஞ்சம் நீளமான முடியைச் சுற்றிக் கட்டிக்கொள்வது. காதில் சிலருக்கு சுற்றுக் கம்பிக் கடுக்கனும் கிடந்தது. குஞ்ஞுண்ணி கோபப்பட்டான்:

"உங்களுக்கெல்லாம் நாகரீகம் தலையில இருக்கு. அப்பிடித்தானடா?"

குடுமியில்லாதவர்கள் பரஸ்பரம் பார்த்துக்கொண்டார்கள். சிலர் தங்களை அறியாமலேயே தலையில் கைவைத்துப் பார்த்ததைக் கண்டதும் குஞ்ஞுண்ணி வாய்விட்டுச் சிரித்தான்.

"காலம்போற போக்கு..."

அரயன்கள் தோள் சீலையை இடுப்பில் கட்டி மரியாதை யைப் பிரகடனம் செய்துகொண்டார்கள். அவர்களின் மனங் களில் தீராத கோபமிருப்பது குஞ்ஞுண்ணிக்குத் தெரியும். வெளிக்காட்டிக்கொள்வதற்கான தைரியமும் கிடையாது. ஒரு பிரச்சினைக்கான சந்தர்ப்பத்தை உருவாக்கி விடக்கூடாது.

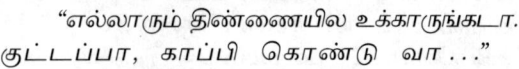

"எல்லாரும் திண்ணையில உக்காருங்கடா. குட்டப்பா, காப்பி கொண்டு வா..."

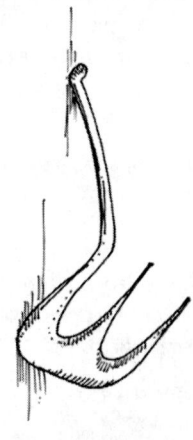

அரயனுக்கு தம்புரானின் முற்றத்தில் வரலாம். உரல்புரையிலும் திண்ணையிலும் அமரலாம். கிணற்றிலிருந்து தண்ணீரை மொண்டு ஊற்றிக் குடிக்கலாம். பிள்ளைத் தம்புரானைத் தொட்டு விடக்கூடாது என்பது மட்டும்தான்.

நன்றாகக் குழைய வேகவைத்த மரவள்ளிக் கிழங்கு. இலை நறுக்கில் வைத்து அதிலொரு குழியில் தயிரும் இரண்டு மிளகும். பித்தளை தம்ளரில் கெட்டியாகப் பாலூற்றிய காப்பி.

சாப்பிட்டு முடிந்ததும் நயம் வெற்றிலையும் புகையிலையும் வைத்த தாம்பூலம்.

"உம்பேரு?" ஈச்சரன். "நீயோ?" முண்டன். குஞ்ஞுன், கேள, ஆதிச்சன் – இப்படியாகப் பெயர்களும் வீட்டுப் பெயர் களும் வீடும் குடியும் எந்தெந்த பகுதியில் இருக்கின்றன என்பதை யெல்லாம் கேட்டுத் தெரிந்து கொண்டான். பிறகு, சிறிது நிமிர்ந்து உட்கார்ந்துவிட்டு கேட்டார்:

"என்ன நீங்கள்லாம் கோயில் காரியங்கள்லே ஒத்துழைக்கிற தில்லை? அரயனும் சேகோனுமெல்லாம் கோயிலுக்கு வரலாம்னு மகாராஜா உத்தரவிட்டுருக்காரே? குளிச்சி நனைச்சு ஈர உரையோட வந்தா நீங்களும் உள்ள வரலாம். வழிபாடு நடத்த லாம். பகவான் எல்லாருக்கும் பொதுவானவர்."

அவர்களுக்கு இதில் நம்பிக்கை வரவில்லை. தங்களுக்குள் பார்த்து முனகிக்கொண்டார்கள். ஏமாற்றுகிறானோ? முன் பெல்லாம் மதிலுக்கு வெளியிலிருந்து காணிக்கையை வைத்து விட்டு பெயரையும் நாளையும் சத்தமாகச் சொல்ல வேண்டும். நம்பூதிரி பூஜை செய்வானா மாட்டானா என்பது யாருக்குத் தெரியும்? இப்போது சொல்கிறான் உள்ளே வரலாம் என்று.

"கோயிலுக்குள்ளே பூந்துட்டான்னு சொல்லி கொல்றதுக் காகவும் இருக்கலாம். தேவையில்லே. அவங்களோட தெய்வத்தால நமக்கென்ன கொணம் கெடைச்சுடப்போவுது."

குஞ்ஞுண்ணி அடவு வேலைகளின் ஆசான் என்பது அரயன்களுக்குத் தெரியும். தான் சொன்ன விஷயம் எடுபட வில்லையென்பது புரிந்ததும் குஞ்ஞுண்ணி விளக்கிச் சொன்னான்:

"என்னை நீங்க நம்பமாட்டீங்க. தெரியும். கொஞ்சம்பேரு சாமி கும்பிட வாங்க. ஒன்றிரண்டுபேர் உள்ள போங்க. யாருமே உங்களைத் தடுக்கமாட்டாங்க. நம்பிக்கையில்லைன்னா காரியஸ்தன் நாராயணபிள்ளைகிட்டே கேளுங்க. ஐய்யப்பன் உங்களோட தெய்வமும்தான். இந்த வருச உற்சவத்தை பிரமாதப் படுத்திடணும். ஒருநாளைக்கு நல்ல கோலாட்டமும் நடத்தணும் குஞ்ஞா."

"பாட்டக்காரரு இவ்வளவு நெருங்கி வர்றதுக்குக் காரணம் என்னன்னு கொச்சுராமனுக்குத் தெரியுமா?"

"யாருக்குத் தெரியும்?"

"அதான். மலை முழுசையும் நம்ம பேருலே எழுதித் தந்துடத்தான். தீர்வை கொடுத்தே மண்ணாப்போயிடறதுக்கு. அந்த நடவன் வந்தும் இதைத்தானே சொன்னான்?"

"நீ சொல்றது நெசம்தாண்டா, கேளக்கொச்சு."

பன்னிரெண்டு

காட்டிலாகா அதிகாரி திரும்பவும் வந்தான், காணிக்காரனுடன். அரயன்களின் எல்கைக்குள் நிற்கிற ஈட்டி, தேக்குபோன்ற ராஜவிருட்சங்களுக்கு இலக்க மிட்டார்கள். காணிக்காரன் சொன்னான்:

"இதெல்லாம் அரசாங்கத்தோட மரம். அவங்களே வெட்டியெடுத்துக்குவாங்க."

சிலருக்கு இது நல்ல விஷயமாகத் தோன்றியது. அந்த இடம் சம நிரப்பாகி விடும். வேறு சிலருக்குப் பயம். மரத்தை வெட்டிப்போட்டு தென்னையையும் கொடிகளையுமெல்லாம் நாசமாக்கி விடுவார்களே?

"கொச்சுராமனோட தோட்டத்திலே எத்தனை மரங்கள்டா நிக்குது?"

"ஒண்ணுமில்லே தம்புரானே. அது தெருக்காடாக இருந்த எடம். அந்த ஓடைப் பக்கத்திலே ஒரு வேங்கை நிக்குது. பொக்கை வேங்கை."

சொன்னதில் அவர்களுக்கு நம்பிக்கையில்லை. இரண்டு கார்டுகள் வந்தார்கள்.

"நீ மரத்தையெல்லாம் சுட்டு அழிச்சிட்டே, இல்லியா?"

இரண்டிரண்டு கோப்பைக் கள்ளும் கைப் பணமும். கொச்சுராமனின் தோட்டத்தில் ராஜவிருட்சங் கள் இல்லையென்பது உண்மைதான்.

வேனற்காலம் வந்தது. கோடாலி, மழு போன்ற ஆயுதங்களுடனும் இரண்டு யானைகளுடனும் ஒரு குழுவினர் மலைக்கு வந்தார்கள். கூப்பு ரோட்டின் பக்கத்தில் அவர்கள் தாவளம் அமைத்தார்கள். அருகி லிருக்கும் பூமி, தாணிக்கல் சங்கரனின் பாத்தியதைக்குட்

பட்டது. அவரது வீட்டின் பக்கத்திலேயே நின்றிருந்தது ஒரு பெரும் ஈட்டி மரம். யானைகளில் ஒன்றை குஞ்ஞாதிச்சனின் தோட்டத்திலும் மற்றொன்றை முண்டனின் தோட்டத்திலும் கட்டினார்கள். யானைகள் தென்னை, வாழை என எல்லா வற்றையும் இழுத்துப் போட்டுத் தின்றது. தடி வெட்டுபவர்கள் சங்கரனின் கிழங்கையும் வாழைக் குலையையுமெல்லாம் எடுத்துக்கொண்டுபோய் தின்றார்கள். கையிலொரு அரிவாளுடன் சங்கரன் அவர்களது தாவளத்தின் அருகில் சென்றான்.

"தடிவெட்ட வந்தவனுங்க கெழங்கையும் வாழையையு மெல்லாம் புடிங்கிட்டுப் போயிட்டானுங்க. ஒரு வார்த்தை சொல்லிட்டாவது எடுத்திருக்கலாமில்லியா?"

"நீ என்ன அரிவாளோடு வந்துருக்கே? வெட்டிக் கொன்னுட லாம்னு வந்தியா?"

எந்த மரியாதையும் தெரியாதவனுங்க என்ற எண்ணத் துடன் சங்கரன் திரும்பி நடந்தான். போனது போகட்டும்.

மரங்களின் கிளைகளை வெட்டாமல் மூட்டிலிருந்து வெட்டினார்கள். ஒரு மரம் விழுந்தபோது நிறைய கொடி களும் தென்னை மரங்களும் கல்லும் மண்ணும் இளகிச் சாய்ந்தன. சங்கரன் குத்தகைக்காரனின் பக்கத்தில் ஓடிச் சென்றான்.

"மொதலாளி, என் தென்னையும் கொடியுமெல்லாம் மரம் விழுந்து நாசமாகுது. கிளைகளை வெட்டிட்டு வேற பயிரில்லாத பக்கமாகப் பாத்து சாய்ச்சுப்போடச் சொல்லுங்க."

"நீ யாருடா, காட்டானா, மலைவேடனா, யாரு நீ? நல்ல தேன் கெடைக்குமாடா?"

"என் தோட்டத்துலே நிக்குற மரத்தைதான் வெட்டுறீங்க."

"ஹஹ்ஹஹா..." ஏதோ வேடிக்கையைக் கேட்டதுபோல் சிரித்தான்.

"உன்னோட தோட்டமா? அட, அரயா. இதெல்லாம் அரசாங்கத்தோடது. உனக்குள்ளதல்ல."

சங்கரனுக்குக் கோபம் வந்தது.

"என் கெழங்கையும் வாழைக்குலையையும் திருடினீங்க. சரின்னு விட்டேன். தோட்டத்தை நாசமாக்குனா தெரியும்லே..?"

"மொதலாளி, இவன் நேத்தைக்கு கெழங்கு பறிச்சோம்னு சொல்லி அரிவாளையும் எடுத்துட்டு வெட்ட வந்துட்டான்."

"அப்படியாடா?"

சின்ன அரயத்தி

“கெழங்கு பறிச்சது திங்கிறதுக்கு. அது போகட்டும். ஆனை தென்னையைப் பிடுங்கிப் போட்டிருக்குறதைப் பாருங்க. இப்பிடி கண்ணுலே ரெத்தமில்லாம ...”

“போடா, இங்கிருந்து. ஆனை தென்னையைப் பிடிங்கிச் சின்னா அதை சுட்டுக் கொல்லு. அரசாங்க எடத்துலே தென்னை நடுறதுக்கு உங்கிட்டே யாருடா சொன்னா? மரமெல்லாம் வெட்டி முடிஞ்ச பிறகு வேற குடில் கட்டிக்கோ, போ.”

விஷயத்தை அறிந்த அரயன்கள் பலர் வந்தனர். வீட்டின் பக்கத்தில் நிற்கும் ஈட்டி மரத்தை மூன்று பேர் நின்று வெட்டிக் கொண்டிருந்தார்கள். அது விழுந்தால் சங்கரனின் வீடு தகரும். கிளையை வெட்டித் தருகிறோம். தடியை வீட்டின்மீது சாய்க்க வேண்டாம் என்று சொல்லிப் பார்த்தார்கள். அவர்கள் கேட்க வில்லை.

“இது அரசாங்க விஷயம். இங்கே வீடோ குடில்களோ இருக்கிறதாக யாரும் சொல்லலே. நீங்க வேணும்னா போய் புகார் குடுங்கடா.”

மேஸ்திரி கை கழுவிவிட்டார். அலறி வீழ்ந்த மரத்தின் கிளையொன்று சங்கரனின் வீட்டைத் தகர்த்தது. தரை பெயர்ந்தது. கல்லும் நாட்டி வைத்த முளைகளும் சிதறிப்போயின. தொலை வில் விலகி ஒரு பாறையின் மறைவில் நிழலில் உட்கார்ந் திருந்த இட்டிப்பெண்ணும் பிள்ளைகளும் அழுதுகொண்டிருந் தனர். என்ன செய்வதென்று சங்கரனுக்குத் தெரியவில்லை.

“எல்லாமே அழிஞ்சிபோகட்டும் ...”

பைத்தியம் பிடித்தவன்போல் அவன் வாழைகளையும் கொடிகளையும் வெட்டி எறிந்தான்.

“எந்த தம்புரானோடது ஆனாலும் பரவாயில்லை. என் தென்னையை அழிச்சா நான் கொல்லுவேன்.”

குஞ்ஞாதிச்சன் துப்பாக்கியுடன் பாய்ந்து வந்தான்.

“அவன் பிடரியிலே ரெண்டு போடுங்கடா.”

“தைரியமிருந்தா வாங்கடா பாப்போம் ...”

குஞ்ஞாதிச்சன் எங்கோ பார்த்து பலதடவை சுட்டான். வெடிச்சத்தம் கேட்டதும் யானை பிளிறியது. துப்பாக்கியில் மீண்டும் குண்டை நிரப்ப நேரமில்லை. குஞ்ஞாதிச்சன் உயர மான பகுதியில் பாய்ந்தேறினான். படபடவென்று கற்கள் வந்து விழுந்துகொண்டிருந்தன. மரம் வெட்டிக்கொண்டிருந்தவர் களும் மேஸ்திரியும் உயிரைக் கையில் பிடித்துக்கொண்டு ஓடினார்கள்.

அரயன்கள் ஆங்காங்கே ஒளிந்துகொண்டார்கள். கூம்புத் தொப்பிக்காரர்கள் வருவார்கள். தங்களுக்குள் சொல்லிக் கொண்டார்கள்.

யானைகள் தந்தங்களாலும் கால்களாலும் பெரிய பெரிய தடிகளை கீழே தள்ளின. கொடிகளையும் தென்னைகளையு மெல்லாம் அழித்தபடியே மரங்கள் நழுவி விழுந்துகொண் டிருந்தன. சங்கரனின் தோட்டம் நிலச்சரிவேற்பட்ட மலை யோரம்போலானது. தகர்ந்த வீட்டின் முற்றமும் இடிந்துபோனது.

சங்கரன் ஒரு கல்லின்மீது சோகத்துடன் உட்கார்ந்திருந்தான். ஒரு கூடையில் ஈட்டி மரத்தின் வெட்டுத் துண்டுகளை அள்ளிக்கொண்டு வந்து ஒரு இடத்தில் கொட்டி வைத்தாள் இட்டிப்பெண்ணு.

"ஃபூ... உங்க அம்மைக்குப் பிண்டம் வைக்கவா?"

அரிவாளைத் தூக்கியெறிந்து விட்டு சங்கரன் எங்கோ போனான்.

மலையில் பிரச்சினைகளிருப்பது ஊருக்குள் தெரிந்துபோய் விட்டது. சிலருக்கு இதில் மகிழ்ச்சி. வேறு சிலர் பரிதாபப் பட்டார்கள்.

அரயன்களை சொல்படி நிறுத்துவதில் நமக்கு நன்மை இருக்கிறது. யோசித்தபடி இருந்துவிட்டு கொச்சய்யப்பன்பிள்ளை யெனும் கொச்சீப்பன் இறங்கி நடந்தான்.

வீடுகளையும் தோட்டங்களையும் இழந்தவர்களிடம் போலீசில் புகார் கொடுக்கும்படி கொச்சீப்பன் உபதேசம் செய்தான். மகஜர் தயார் செய்தான். விரலடை யாளம் பதிய வைத்து கச்சேரிக்கு அனுப்பினான்.

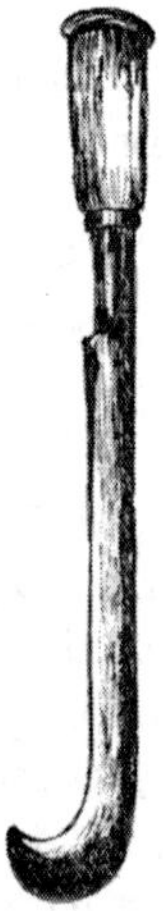

இன்ஸ்பெக்டரின் முன் நாற்காலியில் குத்தகைக்காரன் சாய்ந்தமர்ந்திருந்தான். குஞ்ஞாதிச்சனும் சங்கரனும் நடுங்கிப்போனார்கள். புகார் மனுவை வாசித்த இன்ஸ்பெக்டர் மீசை யைத் தடவிக்கொண்டார்.

"இந்தப் பக்கமா விலகி நில்லுடா. நீ நிலத் துக்குத் தீர்வைக் கட்டுறியா?"

"ஆனையைச் சுட்டவன் எவண்டா?" பதில் இல்லை.

"கண்ட்ராக்கைக் கொல்றதுக்காக கல்லை உருட்டி விட்டவன் நீதானடா? அரசாங்கத்தோட

சின்ன அரயத்தி

மரத்தை வெட்டுறதுக்கு உங்ககிட்டே அனுமதி வாங்கணுமாடா? மிதிச்சு எலும்பை உருவிடுவேன், நாய்களே . . . கண்ட்ராக்கு ஒண்ணு பண்ணுங்க, ஆனை தடி இழுத்துட்டு வர்ற இடத்துலே இருக்குற எல்லா குடில்களையும் இடிச்சுத் தள்ளிடுங்க."

"சார், நான் அப்படிச் செய்துடுவேன்னுகூட சொல்லலே."

குத்தகைக்காரன் சிரித்தபடியே அரயன்களைப் பார்த்தான். புகார் கொடுத்தவர்களை உதைத்து லாக்கப்பில் தள்ளிவிடலாம் என்றார் இன்ஸ்பெக்டர்.

"ஆனையைச் சுட்ட துப்பாக்கியை இன்னைக்கே இங்க கொண்டு வரணும். இல்லேன்னா நாளைக்கு நான் அங்கே வந்துடுவேன். ஒரு அரயன்குஞ்சைக்கூட விட்டுவைக்க மாட்டேன். யாருட்ட விளையாடுறீங்கன்னு தெரியுமாடா? நாளை முதல் ஆனையை விட்டு தடியைத் தூக்க வேண்டாம் நாணுபிள்ளை. இவனுங்களே தூக்கட்டும் . . ."

ஒரு பெரிய தடியன் கான்ஸ்டபிள் வந்து நின்றார்.

"இவனுங்ககிட்டே இருந்து எழுதிக் கையொப்பம் வாங்கு."

"உத்தரவு."

இன்ஸ்பெக்டரும் காண்ட்ராக்டரும் பின்னால் கொச்சீப்பனுமாக வெளியே வந்தார்கள்.

"வாடா இங்கே, வெக்கத்தைப் பாரேன். உன் பேரென்னடா?"

"சங்கரன்."

"அப்பன் பேரு?"

"கேள. குஞ்ஞாயிச்சன். இட்டியாதி. முண்டன். கேள . . ."

கான்ஸ்டபிள் இடையிடையே அப்பாவின் பெயரைக் கேட்பதுவும் எழுதுவதுமாக இருந்தார்.

"எடா, ஸ்ரீபத்மநாபனோட மண்ணைத் தோண்டித் தின்னும் போது நல்லா ஞாபகம் இருக்கணும். உங்களையெல்லாம் உள்ள தள்றதுக்காகத்தான் இதெல்லாம்."

"அய்யோ பொன்னு ஏமானே . . ."

"சீ, வாயை மூடு."

கான்ஸ்டபிள் எழுதுவதினிடையே கேட்டார்:

"சங்கரன் யாருடா?"

“நான்தான் தம்புரானே.”

“இதுல வைடா.”

எங்கு, எதில், எதை வைப்பதென்று தெரியாத சங்கரன் அப்படியே நின்றிருந்தான்.

“ஃப . . . ராஸ்கல்.”

பற்கள் கழன்று போவதுபோல் ஒரு அடி கன்னத்தில் விழுந்தது. கண்களில் பொன்னிறத்தில் ஈ பறக்கும்போது அடுத்த உத்தரவு வந்தது:

“அந்தக் கிணத்துலே இருந்து கொஞ்சம் தண்ணி எடுடா.”

“உன்னை எப்படியோ தொட வேண்டியதாயிடுச்சு. இங்கே நீங்கி வாடா.”

குஞ்ஞாதிச்சனுக்கும் இரண்டு கிடைத்தது.

“இடது கைப் பெருவிரலை மையில தொட்டு இதுலே வைடா.”

சங்கரன் தண்ணீர் கொண்டு வந்தான். கான்ஸ்டபிள் கையை நீட்டியதும் கொஞ்சம் கொஞ்சமாக ஊற்றிக்கொடுத்தான். மற்றவர்கள் அடியோ உதையோ வாங்கும் தங்களது முறையை எதிர்பார்த்து நிற்கும்போது கொச்சீப்பன் வந்தான். ஏட்டையா வின் காதில் எதையோ சொன்னான். “கொச்சீப்பா” என்று சொன்னபடியே ஏட்டையா உறுமி வைத்தார். பிள்ளை அரயன் களின் பக்கத்தில் வந்தார்.

“எடா, அரசாங்கம் ரோடு போடும். மரம் வெட்டும். உங்களால அதையெல்லாம் தடுத்துட முடியுமாடா?”

“ஸ்ரீபத்மநாபனோட முத்திரையும் வெச்சி, மாசச் சம்பள மும் வாங்கி, நாங்க இங்கே எதுக்கு உக்காந்திருக்கோம், கொச்சீப்பா?”

“சார், இவங்களுக்கு அந்த விவரமெல்லாம் தெரியவா போகுது?”

“தெரியாதுன்னா சொல்லிக் குடு. வீடும் குடியுமெல்லாம் போனதுக்கு நஷ்ட பரிகாரமெல்லாம் கெடைக்காது. அரசாங்க வேலைக்கு இடையூறு செய்தா தண்டனைதான் கிடைக்கும். அதுக்கான சட்டம் இருக்குங்குறதைச் சொல்லிக் குடு.”

கையூட்டு கொடுத்தால் விட்டு விடுவார்கள் என்று கொச்சீப்பன் ரகசியமாகச் சொன்னான். எப்படியாவது கொண்டு வந்து சேர்த்து விடுகிறோம் என்றார்கள் அரயன்கள்.

“சரி, அப்படியே ஆகட்டும். இனிமேல இப்படியெதுவுமே நடக்காது.”

“கொச்சீப்பன்தான் பொறுப்பேத்துக்கணும்.”

“சரி, ஏத்துருக்கேன். நாளைக்கு நான் கொண்டு வந்து தந்துடுறேன். யாராவது நாளைக்குக் கொண்டு வந்து தந்துடுங்க. நான்தான் உங்களையெல்லாம் ஜாமீன்ல எடுத்திருக்கேன். ஞாபகமிருக்குதில்லியா?”

“இருக்கு.”

“போங்க.”

அவர்கள் தளர்ந்துபோய் நடந்தார்கள்.

காட்டில் ஜண்டை போட்டிருக்கும் பௌண்டரியினூடே ரோடு போடப்பட்டிருந்தது. ரோட்டைப் பார்த்து அவர்கள் சொன்னார்கள்.

“உதை வண்டி வர்றதுக்காகத்தான். அரயனுங்கள எவனையும் இந்த மலயில வாழ விடமாட்டானுங்க. எங்காவது போய் பொழைச்சிக்க வேண்டிய சாதிங்க. கண்ட மலைலயும் காட்டுலயும் வந்து சேந்துட்டாங்க. அழிஞ்சுபோயிடுவாங்கன்னு பாத்தா அதுவும் நடக்கலே. ஒரு கால வைசூரி வந்தாலாவது பரவாயில்லே.”

“நாம எங்கே இருந்து இங்க வந்து சேந்துருக்கோம் சித்தப்பு..?”

‘அம்மையோட வயித்துலே இருந்துதான். வேற எங்கிருந்து?”

மிதித்து நடக்கும் மண் அன்னியமாகி விட்டதுபோன்ற உணர்வுடன் அவர்கள் மலையேறினார்கள். யாரோ கை தட்டிக் கூப்பிடுவதைக் கேட்டு குஞ்ஞன் திரும்பினான். சாயாக்கடைக் காரன் காதர்பிள்ளை. குஞ்ஞன் அங்கு சென்றான்.

“குஞ்ஞன் இந்த வழிக்கெல்லாம் வர்றதே இல்லியா?”

“என்ன மொதலாளி?”

“வா, வந்து உக்காரு.”

தோளில் கிடந்த துணியை எடுத்து முகத்தைத் துடைத்து விட்டு குஞ்ஞன் பெஞ்சில் அமர்ந்தான். கேட்காமலேயே சாயா வந்தது.

“இந்த வருசம் மொளகு ஓரளவுக்கு கெடைச்சிருக்குமா குஞ்ஞா?”

“ரொம்ப கொறைவுதான் மொதலாளி. கடனைத் தீக்க போதுமான்னுகூட தெரியல.”

“தேக்கிலைக்காரனோட கடையிலதானே இப்ப பற்று வரவு? எவ்வளவுதான் கொடுத்தாலும் கடன் தீரப் போறதில்லை. மொளகு எடையும் குறையும். அப்புறம் நான் கூப்பிட்டது . . . எனக்கு நீ அஞ்சாறு சக்கரம் பாக்கித் தரவேண்டியதிருக்குங் குறதை மறந்துட்டியா?”

“அதுக்கு வந்து நான் சாயா குடிச்சதெல்லாம் சக்கரம் தந்துதானே?”

“நீ முழுசா தரலே, குஞ்ஞா. நான் உங்கிட்டே பொய் சொல்லவேண்டிய அவசியம் என்ன இருக்கு? கணக்கை வேணும்னா நீயே பாத்துக்க. கடுகன்மாக்கல் கேளக் குஞ்ஞன் பற்று.”

ஒரு பழைய புத்தகத்தின் பல பக்கங்களிலாக அந்தப் பெயரும் சில எண்களும். இவ்வளவெல்லாம் எனக்குப் பற்று கிடையாது. மூன்றோ நான்கோ தடவைகள், இரண்டிரண்டு ஆப்பமும் பயறு கறியும் ஒவ்வொரு சாயாவும்தான் குடித்தேன். அதற்கெல்லாம் அவ்வப்போது காசும் கொடுத்து விட்டேன். ஆனால், காதர்பிள்ளை திரும்பவும் சொன்னான்:

“குஞ்ஞன் நாலஞ்சு தடவையும் காசு கொஞ்சம்தான் குடுத்திருக்கே. இது, ஒரு ஆறேழு சக்கரம். ஒரு ரூபா, நாலணா. மூணு ரூபா, ரெண்டரைச் சக்கரம். கணக்குலே எல்லாம் எந்த விடுதலுமில்லே. நீக்கி பாக்கி, பதினேழு ரூபா மூணணா.”

குஞ்ஞன் மனவருத்தத்துடன் அப்படியே அமர்ந்திருக்கும் போது மற்றொருவன் சொன்னான்:

“நீ அப்பப்ப பற்று வைப்பே. இருக்குறதைக் காசைக் குடுப்பே. ஆனா, மொத்தம் எவ்வளவுங்குறது ஞாபகமிருக்காது. இவ்வளவு இருக்குன்னு சொல்லும்போது சந்தேகம்தான் வரும்.”

“சக்கரம் தரணும்குறதுக்காக குஞ்ஞன் சாயா குடிக்காம இருக்க வேணாம். நான் கணக்கை ஞாபகப் படுத்தினேன். அவ்வளவுதான் . . .”

“இப்ப எதுவுமே இல்லை.”

“போதும். மொளகு பறிக்கும்போது தந்தாப் போதும்.”

வெளியே வருவதில் பலருக்கும் பயமிருந்தது. யார் யார் என்னென்ன தரவேண்டுமென்று எப்போது பிடித்து நிறுத்து வார்களோ தெரியாது. இந்த மோசமான நிலைமை தனக்கு மட்டுமல்ல, ஈச்சரனுக்கும் கேளாவுக்கும் புத்திசாலியான கொச்சுராமனுக்கும் இருக்கிறது. அதை நினைத்துப்பார்த்து ஆறுதலடைந்த குஞ்ஞன் இறங்கி நடந்தான்.

தோட்டத்தில் நிற்கும் பனையிலிருந்து ஒரு பாளை கள்ளுடன் கொச்சுராமன் இறங்கி வருவதைக் குஞ்ஞிப்பெண்ணு பார்த்தபடியே நின்றாள்.

"உனக்கு வேணுமா?"

கொடியையும் தென்னையையும் பார்த்துக்கொண்டு நடந்தவள், வேர்வை வடிகிற முகத்தைத் துடைத்தவாறே அவள் சிரித்தாள். அந்தச் சிரிப்பில் இலேசான மங்கல் ஏற்பட்டிருக் கிறதோ? அதை நினைத்துப் பார்க்கும்போது . . .

"போதுமா?"

"கொஞ்சம், இளசு இல்லியா?"

பனைமூட்டில் கவிழ்த்து வைத்திருந்த சிரட்டையை எடுத்து கசடுகளை ஊதித் தள்ளிவிட்டு குஞ்ஞிப்பெண்ணு இரண்டு சிரட்டை குடித்தாள். பாளையை ஏணியில் தொங்க விட்டுவிட்டு கொச்சுராமன் பக்கத்தில் அமர்ந்துகொண்டான்.

"வெத்தில வேணுமா?"

"ம்."

அரிவாளால் பாக்கை நறுக்கினான். வெற்றிலையில் சுண்ணாம்பைத் தடவி பக்கத்தில் நின்ற கொடிகளைக் கூர்மை யாகப் பார்த்துவிட்டு அவன் சொன்னான்:

"பாத்துக்க, இந்த வருசம் நல்ல காய்ப்பு, எல்லாருக்குமே."

"நான் மொதல்லேயே சொல்லிடுறேன். மொளகு பறிக்கும் போது எனக்கும் மவனுக்கும் ஏதாவது கொஞ்சம் வாங்கணும்."

"என்னென்ன வேணும்னு சொல்லிடு."

"ரெண்டு கல்லு வெச்ச தோடு, புளியங்கா மாலை, ஒரு கட்டிக் காப்பு, மவனுக்கு வெள்ளி அரையாணம். இப்ப உள்ள பொண்குழந்தைக்கு ரெண்டு குட்டிக் கம்மலும் ஏலசும் மாலையும்"

"அப்பிடீன்னா எனக்கும் இளைய கொழந்தைக்கும் எதுவுமே வேணாமா? நாங்க ஓடைலே வந்த புள்ளுவனுங்களா?"

"உங்களுக்கு ஒரு மோதிரம் வாங்கிக்குங் களேன்."

"மொளகு விலை கூடினா எல்லாமே வாங்கிடலாம்."

கொச்சுராமன் யோசித்தபடியே உட்கார்ந்திருந்தான். ஏழு குமிழ்களில் சிவப்புக் கல் பதித்த தோடு. குழையுள்ள* முழுப் பவனின் இரு புறமும். இரண்டிரண்டு அரைப் பவன் கோர்த்த புளியங்கா மாலை. கையிலொரு கட்டிக்காப்பும். இதையெல் லாம் அணிந்துகொண்டால் குஞ்ஞிப்பெண்ணு இன்னும் அழகாக தெரிவாள். அவளை மேலும் கீழுமாகப் பார்த்த கொச்சுராமன் சிரித்தான்.

"ஏன், இதுவரை பாக்காததுபோல பாக்குறீங்க?"

"உன்னை எத்தனை தடவை பாத்தாலும் ஆசை தீர மாட்டேங்குதுடீ. கொஞ்சம் தளந்து போயிட்டே. இல்லேன்னா ..."

மனதிற்குள் உருவான சுகத்தை அனுபவித்தபடியே அவள் மார்பையும் கைகளையும் பார்த்தாள்.

"வெயிலு பட்டுக் கறுத்துப் போயிருக்கு. தளரவொண்ணு மில்ல."

"உனக்கு அப்பிடித் தோணுது. நீ இப்புடியா இருந்தே?"

"எப்பவுமே அப்புடியே இருந்துட முடியுமா? மூணெண்ணம் பெத்தாச்சில்லியா?"

"நீ அப்புடியே இருந்துடணும்னுதான் எனக்குத் தோணுது."

அரயன்கள் மிளகு பறிக்கப்போகிறார்கள் என்று தெரிந்ததும் குஞ்ஞுண்ணிப்பிள்ளை இலேசாக நிமிர்ந்து உட்கார்ந் தான். மலையேறிப்போவதற்கு இயலுமா? இவர்களது திருட்டுத் தனத்தைக் கண்டுபிடிக்க வேண்டும். கொச்சீப்பனையும் எட்டுப் பத்து ஆட்களையும் வரவழைத்தான்.

'அரயனுங்க சரியா பாட்டப் பணம் தர்றானுங்களா கொச்சீப்பா?"

"இல்லே. ஒருத்தனுக்கு ஒருத்தன் பெரிய திருடனுங்களாக இருக்குறானுங்க . . ."

"நீ ஒண்ணுக்குமே லாயக்கில்லடா. சரி, ஒரு காரியம் செய்யி. சீக்கிரமா இந்த பத்து பேரையும் கூட்டிட்டுப் போ. மொளகைப் பறிக்கணும். எதுத்தானுங்கள்னா பல்லைத் தட்டி யெடுக்கணும். வேணும்னா போலீசையும் கூப்பிட்டுக்கலாம்."

"நான் நாளைக்கே போயிடுறேன்."

ஆட்களுடன் மலைக்குப் போன கொச்சீப்பனுக்கு சந்தேகம். சில கொடிகளைக் கூர்ந்து பார்த்தான். ஒன்றிலுமே கைக்கெட்டும்

---

* குணுக்கு, வளையம்

தூரத்தில் எதுவுமே இல்லை. சீக்கிரமாகப் பழுத்துவிடும் சிறுகாணிக்காடன், இரு மணியன் எல்லாம் வேட்டியை அவிழ்த் தெடுத்ததுபோல் நின்றுகொண்டிருக்கிறது.

ஏணிகளும் சாக்குப் பைகளுமாக கொச்சீப்பனும் கூட்டமும் குஞ்ஞிக்கேளாவின் தோட்டத்தில் புகுந்தார்கள். ஒருவன் ஏணியைச் சாய்த்து வைத்து கொடியில் ஏறினான்.

"தோட்டத்துலே பூந்து மொளகைப் பறிக்கிறது யாரு?"

அரிவாளும் கல்லும் கம்புகளுமாக குஞ்ஞிக்கேளாவும் குடும்பமும் வந்தார்கள்.

கொச்சீப்பன் தைரியமாகவே திரும்பி நின்றான்.

"எடா கேளா, நீங்க யாருமே பாட்டம் அளக்கமாட்டேங் குறீங்க. கூப்பிள்ளி முதல் காக்கொம்புவரையுள்ள மலைகளுக்கு ஜமீன், குஞ்ஞிண்ணிப்பிள்ளைதான். ஒவ்வொரு அரயனும் கிடைக்குற மொளகுலே மூணுலே ஒரு பாகம் பாட்டம் அளக்கணும். யாராவது அளந்தீங்களாடா? மூணு வருச பாட்டம் நிலுவைலே இருக்குறதுனால இப்ப நாங்களே பறிக்கிறோம். போலீசும் வந்துட்டிருக்கு. பாத்து நடந்துக்குங்க..."

குஞ்ஞிக்கேள கொஞ்சம் தளர்ந்துதான் போனான். போலீசின் கைச் சூட்டை ஏற்கனவே அனுபவித்தவன். கொடியை யெல்லாம் அப்படியே வெட்டியெறிந்துவிடத் தோன்றியது. எதிரில் நின்றதை ஓங்கி வெட்டினான்.

"அப்பா..."

நீர் நிறைந்த கண்களுடன் திரும்பிப் பார்த்தான். மண் புரண்ட தோள் துண்டை இடுப்பில் சுற்றிய மகன். அரிவாளைப் பற்றியிருந்த கை தளர்ந்ததுபோலிருந்தது. அதைப் பார்த்துக் கொண்டிருந்த கொச்சீப்பன் சிரித்தான்: "ஒன்னாலே ஒண்ணும் பண்ண முடியாதுடா."

அரயக்குடில்களில் காட்டுத் தீ படர்ந்து பிடித்ததுபோன்ற பதற்றம். குஞ்சுக் குருமான்கள் உட்பட கூடையையும் குட்டை களையும் எடுத்துக்கொண்டன. விளைந்ததும் பிஞ்சுமான மிளகை முடிந்த அளவுக்கு பறித்தார்கள்.

கொச்சீப்பனும் குழுவும், நிறைந்த மூட்டைகளுடன் மலையிறங்கினார்கள். திரும்பவும் வந்தார்கள். அரயன்கள் எதிர்க்க மாட்டார்கள் என்ற தைரியமும் அவர்களிடம் உருவானது.

"எங்கொடியிலே ஏர்றவனோட தலையை நான் எறிஞ்சு ஒடைப்பேன்."

"எடா, நீ கொஞ்சம் பேசாம இரு. அவன் நடவன் . . ."

"ம் . . . எங்க உள்ள நடவன்? அரயனுங்க பட்டினிக் கெடந்து செத்த நேரத்துலே எந்த நாயும் வரல்லே. அரயத்தி யோட கொதம் வீங்கியிருக்கான்னு அறியறதுக்கு இப்ப எறங்கியிருக்கானுவ, புள்ளூத் தம்புரான்மாருங்க. ஃபூ . . ."

"நீ என்னடா சொன்னே, புள்ளூத் தம்புரான்னா? நீங்களெல்லாம் வேடிக்கைப் பாக்குறதுக்காடா வந்திருக் கிறீங்க? ஏறிப் பறியுங்கடா."

கொச்சீப்பன் ஆதரவாளர்களைப் பார்த்து அலறினான்.

"செத்தா, செத்துட்டுப் போறோம். தைரியமிருந்தா ஏறுங்கடா பாக்கலாம், நாய்களே . . ."

கையில் கற்களுடன் குஞ்ஞப்பன் பாய்ந்து வந்தபோது கொச்சீப்பன் விலகி நின்று சொன்னான்:

"எடா தெம்மாடி, நீ போலீசுட்டே இருந்து உதை வாங்கித் தான் சாவே."

"அதுக்கு முன்னால நான் ஒருத்தனையாவது தீத்துடுவேன். எறங்குடா கொடியிலே இருந்து."

கற்கள் சரசரவென்று பாயத் துவங்கியதும் இறங்கி விட்டார்கள். கொச்சீப்பன் குஞ்ஞப்பனின் கன்னத்தில் ஓங்கி அறைந்தான். அவன் அரிவாளை வீசினான். பக்கத்தில் நின்றிருந்த வனின் கையில் வெட்டுப்பட்டது.

"அந்த நாயைக் கொல்லுங்கடா."

கொச்சீப்பன் அலறினான். நான்கைந்துபேர் குஞ்ஞப்பனைச் சுற்றிக்கொண்டார்கள். அரிவாள் பிடி விட்டுப்போன அவன், அடியையும் உதையையும் தாக்குப் பிடிக்க முடியாமல் ஓடினான். குஞ்ஞப்பனின் அரையத்தி கற்களையெடுத்து விடாமல் எறிந்துகொண்டிருந்தாள். வீட்டில் கூட்ட அலறல் சத்தம். கொஞ்ச நேரத்தில் மேற்பகுதிலிருந்து கற்கள் சிதறி விழத் துவங்கின. ஒரு கல் வந்து விழுந்ததில் முருக்கு முறிந்தது. அதில் ஏணியைச் சாய்த்து மிளகு பறித்துக்கொண்டிருந்தவர்கள் கீழே விழுந்தார்கள். எப்படி யாவது உயிரைப் பாதுகாத்துக் கொள்ள வேண்டும். கொச்சீப்ப னும் குழுவும் தெறித்து ஓடத் துவங்கினார்கள். கூக்குரலும் கெட்ட வார்த்தைகளும் கேட்டன.

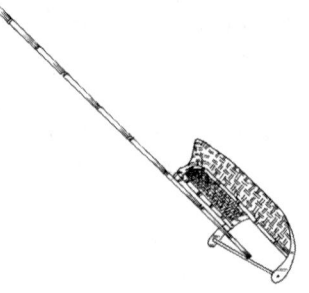

இருட்டத் துவங்கியதும் அரயன்கள் கொச்சுராமனின் வீட்டில் கூடினார்கள். ஒவ்வொருவரும் போட்டியிட்டுத் தங்கள் ஆட்களையே குற்றம் சொல்லவும் காட்டிக்கொடுக்கவும் செய்தார்கள்.

“மகன், அப்பன் சொல்வதைவிடவும், அங்கத்தை சொல்வதையும் முதலாளி சொல்வதையும்தான் நம்புகிறான். இப்பிடி ஒரு மோசமான கூட்டம் இது.” சிலர் சாபமிட்டனர்.

குஞ்ஞப்பன் செய்தது தவறுதான். தண்டனை கிடைத்தால் அனுபவிக்கவேண்டும். காரணவர்களின் வாதம் இதுதான். இளைஞர்கள் ஒப்புக்கொள்ளவில்லை. குஞ்ஞுண்ணிப்பிள்ளை திருடன். அயோக்கியன். அவன் ராஜாவொன்றுமில்லை. அரயன்களின் மிளகைப் பறிக்க அவனுக்கென்ன உரிமை இருக்கிறது? யாராவது நமக்கு உதவியாக வர வேண்டும்; இனிமேல் வந்தால் கல்லும் கம்புமாகத்தான் எதிர்கொள்ள வேண்டும்.

“எடா கொழந்தைங்களே, கூம்புத் தொப்பிக்காரன் எல்லாத்தையும் ஈஞ்சையைச் சதைக்கிறாட்டம் போட்டுச் சதைச்சிடுவான். விலங்கு போட்டு ஜெயில்ல தள்ளிடுவான். முடியுமா?”

அதை எப்படி எதிர்கொள்வதென்று யாருக்கும் தெரியவில்லை. சீக்கிரமாகவே கூட்டம் கலைந்து விட்டது.

“இந்தா பாருங்க. ஒருத்தனுக்கு அரிவாள் வெட்டு. இன்னொருத்தனை அடிச்சு, உதைச்சு, முதுகை ஒடிச்சுட்டானுங்க. இன்னும் மூணு பேருக்கு சதைவும் காயமும் உண்டு.”

“ஓஹோ . . . அந்த அளவுக்கு வந்துட்டானுங்களா? வாருங்கடா, நமக்கு ஒரு கை பாத்துடலாம்.”

கோபத்துடன் காவல் நிலையத்திற்குச் சென்றார்கள். கொச்சீப்பன் பின்னால் சென்றான்.

காவல் நிலையப் பொறுப்பிலிருந்தவன் குஞ்ஞுண்ணியின் புகார்களுக்கு செவி கூர்ந்தான். கள்ளோ, பெண்ணோ எது வேண்டுமானாலும் ஏற்பாடு செய்து தருகிற குஞ்ஞுண்ணி முக்கியஸ்தனும்கூட. எப்படி தவிர்த்துவிட முடியும்? இது இப்படியே விட்டுவிட வேண்டிய வழக்குமில்லை.

“எதுக்குமே நீங்க கவலைப்பட வேண்டாம். நான் ஏற்றிருக்கேன். ஸ்ரீபத்மநாபனோட முத்திரையைத்தலையிலே தேவையில்லாமலா சொமக்குறோம்? அவனுங்களோட எலும்பை உடைச்சுட்டுத்தான் அடுத்த வேலை. பிள்ளை, தைரியமாக வீட்டுக்குப் போகலாம்.”

அயோக்கியன்களையும் அழைத்துக்கொண்டு போலீஸ் வருவதாக தகவல் கிடைத்தது. வயதானவர்களையும் குழந்தை களையும் தவிர ஆண்களும் பெண்களும் பாறைகளின் பின்னா லும் காடுகளிலும் ஒளிந்துகொண்டார்கள். போலீஸ்காரர்களும் அடியாட்களும் எதிரில் தென்பட்டவர்களையெல்லாம் அடித்தார் கள். வீடுகளைக் கொள்ளையடித்தார்கள். அரயன்கள், எதுவும் செய்ய முடியாமல் பதைபதைக்கும் மனதுடன் பரஸ்பரம் பார்த்தார்கள். துணிச்சலுடன் முன்வந்தவர்களை மற்றவர்கள் தடுத்தார்கள்.

“என் தெய்வமே, கொஞ்சம் சீக்கிரமா போயிடுங்களேன் . . .”

குஞ்ஞிப்பெண்ணு கொச்சுராமனைப் பிடித்துத் தள்ளிவிட்டு அழுதாள். ஒன்றையாவது காய்ச்சித் தள்ளிவிட்டுச் செத்துவிட வேண்டுமென்று நின்றான் அவன்.

“என் கண்ணு முன்னால போட்டு உதைக்கிறத என்னால பாக்க ஏலாது. போகலேன்னா இந்தா அரிவாளு, இதால என் கழுத்தை நான் சீவிக்குவேன்.”

“எடீ குஞ்ஞெண்ணே, சொந்தங்களைப்போட்டு அடிச்சுக் கொல்ல விட்டுட்டு எப்புடிடீ போய் ஒளிஞ்சுக்குறது? வர்ற வனுங்க தாயையும் கூடப்பிறந்தவளையும் அடையாளம் தெரியாத ஜாதிடி. அவனுங்க உன்னைப் பிடிச்சு . . . வேணாம். நான் போகமாட்டேன். நமக்கு ஒண்ணு ரெண்டண்ணத்தைக் கொன்னுட்டு இந்த முற்றத்திலேயே கெடந்து செத்துடலாம்டீ.”

“அப்ப, இந்தக் கொழந்தைங்க? தெய்வமே . . .”

குஞ்ஞிப்பெண்ணு பயந்து நடுங்கத் துவங்கினாள்.

“அய்யோ காலன்மாருங்க வந்துட்டானுங்களே.”

வீட்டின் மேற்குப் பகுதியில் ஓடைக்கரையில் சில போலீஸ்காரர்களும் அடியாட்களும்.

“சீக்கிரம் வந்துடு.”

குழந்தைகளையும் தூக்கிக்கொண்டு அவர்கள் இருவரும் கிழக்குப் புறமாக, மேட்டுப்பகுதியை இலட்சியமாக்கி ஓடினார்கள். வந்து பிடிக்கமாட்டார்கள் என்பது உறுதியாகத் தெரிந்தது. யானையின் உயரமுள்ள புற்களினிடையில் ஒரு பாறையின்கீழ் ஒளிந்துகொண்டார்கள்.

வீட்டைச் சுற்றியும், தென்னையின், கொடிகளின் மறைவிலு மாக ஒவ்வொருவரும் ஒளிந்து நின்றிருந்தார்கள். தன்னைப் பிடிப்பதற்கும் தன்னுடைய மனைவியைப் பலாத்காரம்

செய்வதற்கும் ஒரு வயிறு பெருத்த போலீஸ்காரனும் இரண்டு தெம்மாடிகளும் பதுங்கியபடியே முற்றத்தில் ஏறினார்கள். வீட்டிலிருப்பதையெல்லாம் கொள்ளையடித்து விடுவார்களே? கொச்சுராமனுக்கு மூர்க்கம் ஏறியது. குரல் தழுதழுக்க நின்றிருக்கும் குஞ்ஞிப்பெண்ணின் சூடான மூச்சு முகத்தில் பட்டது.

முற்றத்தின் அருகில் நிற்கும் தென்னையிலிருந்து ஒரு குலை இளநீர் விழுந்து நாலாபக்கமும் சிதறியது. எல்லா வற்றையும் வெட்டித் தீர்க்கிறார்கள். கொச்சுராமன் துடித் தெழுந்தான். குஞ்ஞிப்பெண்ணு அவனைக் கட்டிப்பிடித்துக் கொண்டு அழுதாள்.

பதிமூன்று

போலீசின், அடியாட்களின் அட்டகாசம் தொடர்ந்தது. பலரை குற்றுயிர் ஆக்கினார்கள். யார் யார் செத்தார்கள் என்று யாருக்கும் தெரியாது. பெண்கள் வாய்விட்டு அழவும்கூட பயந்தார்கள். ஒற்றுமையாகவில்லை யென்றால் ஒவ்வொன்றாக எல்லாமே முடிந்து போய்விடும். ஒன்று சேருவதற்கான துடிப்பு ஒவ்வொரு மனதிலும். பலன் தருவதுபோல் யாராவது உதவி செய்தால் – யார் உதவுவார்கள்.

"சாகவும் பயப்படாத யாராவது ஒரு ரெண்டுபேர் என்கூட வாங்க. செத்தா ஒருவேளை நாம மூணுபேருமே சேந்துதான் சாவோம். போய் ஒரு ஆளைப் பார்ப்போம்."

"பொறந்தா என்னைக்காவது சாகவேண்டியதுதான். நான் வர்றேன்... நானும் வர்றேன்." இளைஞர்கள்தான். எந்த ஆபத்தையும் எதிர்கொள்ளும் தைரியமுள்ளவர்கள்.

"இருட்டுன பெறகு போனால் போதும்."

"ஆமா, நீங்க பாக்கப்போற அந்த ஆள் யாருன்னு சொல்லு. உயிரோட திரும்பி வரலேன்னா, புள்ளைங்களே, துஷ்டிக்காவது நாங்க வரணுமே, அதுக்குத்தான்."

"கண்டத்தில் கிருஷ்ணபிள்ளை."

ஏதோ இரகசியம்போல் அந்தப் பெயரைச் சொன்ன கொச்சுராமன் விவரித்தான்:

"கண்டத்தில்காரங்களும் பாட்டக்காரங்களும் முன்னமயே எதிரிங்கதான். ஒருவேளை நமக்கு உதவலாம். இல்லேன்னா போலீசிலே பிடிச்சுக் கொடுக்கலாம். நடக்குறது எதுவாக இருந்தாலும் போயிட வேண்டியதுதான்."

இருளின் மறைவில் இடைவழிகளினூடே அவர்கள் நடந்தார்கள். முன்கூடத்தில் வெளிச்சமிருந்தது. வழுக்கை விழுந்த அந்த மனிதன் கையில் விசிறியுடன் சாய்வு நாற்காலியில் சாய்ந்து கிடந்தான். கொச்சுராமனும் மற்றவர்களும் கவனமாக படிப்புரையில் மறைந்து நின்றார்கள்.

"யாரது? தாமோதரா, யார்னு பாரு."

"நாங்க மலையிலே இருந்து வர்ற அரயனுங்க. தம்புரான் கிட்டே சங்கடம் சொல்ல வந்துருக்கோம்." தாமோதரன்பிள்ளை விளக்கின் திரியை உயர்த்தினான்.

"நீ கொச்சுராமனில்லியா? இப்பவும் மலையிலேயா இருக்கே? ஏறி வாங்க. என்ன இந்த ராத்திரி நேரத்துலே வந்திருக்கீங்க. இந்த வராந்தாவுக்கு வாங்க."

தயங்கினாலும் அதில் உட்கார்ந்தார்கள். தங்களின் பரிதாபமான நிலைமையை அவர்கள் கிருஷ்ணபிள்ளையிடம் சொன்னார்கள். அழுத்தமாக முனகி வைத்துவிட்டு கிருஷ்ணபிள்ளை சொன்னார்:

"மலையிலயும் காட்டுலயும் கெடக்குற அரயனும் ஊராளியும் எதையாவது நட்டுப் பெறுக்கித் திங்கிறதுக்கெல்லாம் மகாராஜாவுக்கு எதுவும் கொடுக்க வேண்டியதில்லை. மௌளகைப் பறிக்க வந்தவனுங்களோட தலையை வெட்டிட்டு இங்கே வந்திருக்கக் கூடாதா? எத்தனைபேரை போலீஸ் பிடிச்சுக் கொண்டுபோயிருக்கு?"

"பதினேழு பேரை, தம்புரானே."

"ஹோ... கஷ்டம்தான். அடிச்சுச் சரிப்படுத்தி இருப்பானுங்க. சரி, நேரம் விடியட்டும். இதுக்குப் பரிகாரம் கண்டு பிடிச்சிட்டுதான் அடுத்த வேலை. தாமோதரா, நேரம் விடிஞ்சதும் மாத்தச்சன் வக்கீல் வீட்டுக்குப் போகணும். அரயனுங்கள நாளைக்கே விடுதலை செய்யணும். நீங்க கஞ்சியோ ஏதாவது குடிச்சீங்களா, ராமா..."

"இல்ல, தம்புரானே. அடிக்குப் பயந்துபோய் மரத்தடியிலேயும் பாறைக்கிடையிலேயும் ஒளிச்சிருந்தோம்."

"பாருக்குட்டீ, சோறில்லைன்னா குஞ்ஞிட்டே இவங்களுக்கு வேற ஏதாவது கொடுக்கச் சொல்லு. நீங்க உரல்புரையிலயோ இந்தத் திண்ணையிலயோ படுத்துக்குங்க. ஒண்ணும் பயப்பட வேண்டியதில்லை."

கிடைத்ததை அள்ளித் தின்றுவிட்டு மூன்றுபேரும் உரப் புரையின் இருட்டில் உட்கார்ந்திருந்தார்கள். மெதுவான

குரலில் பரஸ்பரம் அவர்கள் வருத்தங்களைப் பகிர்ந்து கொண்டார்கள்.

"நாம இங்க கெடந்தா, அவனுங்க ஊட்டுலே ஏறி பொண்ணுங்களைத் தொந்தரவு செய்வானுங்களா?"

"எந்தக் குடில்லே இப்ப பொண்ணிருக்கா? அப்புடியே இருக்குற ஊட்டுக்குப் போனா, அங்க அருவாளும் இருக்கும். அரயத்தியோட உடம்பைத் தொட்டா சூடு தெரியுங்குறது மட்டுமல்ல, ரெத்தமும் வரும். நீ பயப்படாம இருடா."

"வந்த விசயம் நடக்குமான்னு எனக்குப் பயமா இருந்தது . . ."

"தம்புரான் உதவுறதா சொல்லிட்டாரே . . ."

மாத்தச்சன் வக்கீல், கிருஷ்ணபிள்ளையை வரவேற்று உட்கார வைத்தார். விஷயங்களைக் கேட்டறிந்த பிறகு கொச்சு ராமனையும் மற்றவர்களையும் கூப்பிட்டு விசாரித்தார். அவர்கள் தங்களது வேதனைகளைச் சொல்லி அழுதார்கள்.

"நீங்க எதுக்குமே பயப்படவேண்டாம். குஞ்ஞுண்ணியோட கொள்ளையை முடிவுக்குக் கொண்டு வந்துடுவோம். இனி மேல் உங்களை அவன் தொந்தரவு பண்ணவும் மாட்டான்."

"ஏமானுக்கு தெய்வம் உதவி செய்யும்."

அநியாயமாகக் கைது செய்யப்பட்ட எல்லா அரயன்களையும் விடுதலை செய்யும்படி போலீஸ் சூப்பிரண்ட் உத்தரவு. அரயன்களின் விவசாயத்தையும் விளைநிலங்களையும் கைப் பற்றுவதற்கு பாட்டத்தில் குஞ்ஞிக்கிருஷ்ணபிள்ளையை நியமித்தது யாரென்பதைப் பற்றி உடனடியாக தகவல் அனுப்பி வைக்க வேண்டுமென்று இன்ஸ்பெக்டருக்கு அறிவுறுத்தல்.

கிருஷ்ணபிள்ளையும் மாத்தச்சனும் தாசில்தாரைப் போய்ப் பார்த்தார்கள்.

"மலையும் காடும் யாதொரு கோயில்வகை சொத்தும் கிடையாது. அரயனும் ஊராளிங்களும் நிலத்துக்கு உரிமையாளர்களில்லை. ஆனா, அவங்க எந்த இடத்திலே வேணும்னாலும் விவசாயம் செய்து வாழலாம்னு ராஜாங்க உத்தரவு இருக்கு. மற்றபடி, அவங்ககிட்டே இருந்து நிலவாரம் வசூலிக்கிற பொறுப்புக்கு யாரும் நியமிக்கப்படவுமில்லை. குஞ்ஞுண்ணியின் பேர்லே கிரிமினல் நடவடிக்கை மேற்கொள்ளப்படணும். நான் போலீஸ் சூப்பிரண்டுக்கு எழுதித் தர்றேன். நீங்க, அரயங்க கிட்டே ஒரு புகார் மனு எழுதித் தரச் சொல்லுங்க, மிஸ்டர் பிள்ளை."

காவலிலிருந்து விடுதலையானவர்களின் நிலைமை மிகவும் மோசமாக இருந்தது. ஒருவரால்கூட நிமிர்ந்து நிற்க முடியவில்லை. நடக்க முடியவில்லை. தண்ணீர்கூட குடிக்க முடியவில்லை. வீங்கிய முகங்களும்.

"பின்னால நின்னு ஒரு உதை. மூஞ்சு அடிக்கக் குப்புற விழுந்ததும் நாலுகட்டுல மூட்டுக்காலால இடிக்கிறான். ஜெயில் கதவைத் தெறந்து உள்ள தள்றான். சொவத்துல சாத்தி நிறுத்திட்டு வயித்துல குத்துறான்; கொரவளையில குத்துறான். குஞ்ஞாதிச்சன் அண்ணன் துடிக்கிறதைப் பாத்துட்டு நின்ன என் மூக்குல ஒரு அடி. கீழ விழுந்ததும் தகிதிகிம்னு உதைக்கிறான். ஒரு பண்ணிப் போலீஸ்காரனை எனக்குத் தெரியும். என்னிக்காவது அவன் எங்கண்ணுல படட்டும். அவன் இறைச்சியை நான் மண்ணு திங்க வைப்பேன். ஆங் . . ."

உடைந்துபோன பல்லைத் தடவியபடியே ஈச்சரன் குனிந்த படி அமர்ந்திருந்தான்.

"ஹோ . . . போலீசோட கெட்ட வார்த்தைதான், கெட்ட வார்த்தை. காதுல விழுந்தா தோல் அப்புடியே உரிஞ்சுபோயிடும். இவனுங்கள தாய் பெத்திருக்கமுடியாதுனு தோணுது. வாயில மொதமொதலா இவனுங்களுக்கு சேனை தேய்ச்சது கெட்ட வார்த்தையாத்தான் இருக்கும். ஈஞ்சையைச் சதைக்கிறாட்டம் சடைச்சிட்டு மூணுபேரை மோண்டு குடிக்க வெச்சான். தண்ணித் தாகத்துல கெடந்து தவிக்கும்போது மொகத்துல என்னமோ தெறிச்சு விழுது. தலையைத் தூக்கிப் பாத்தா, ஒரு போலீஸ்நாய் நீட்டிப் பிடிச்சிட்டு ஒண்ணுக்கு அடிக்குது. என்னவோ புளியும் நாத்தமும். குடிடான்னு சொல்லி கொரவளைய மிதிக்கிறான். இவனுங்க குடும்பமெல்லாம் முடிஞ்சி குத்துப்பாளைதான் எடுக்கும். இவனுங்களோட அம்மைமாருங்க புழுத்து தண்ணி யிறங்காம சாகணும் தெய்வமே."

சித்திரவதைக்குள்ளாகி அவஸ்தைப்படுபவர்களுக்கு சிகிச்சையளிக்க வேண்டும். அவசரத் தேவைகள் பல இருக்கின்றன. துரதிருஷ்டசாலிகளின் குடில்களில் பாதுகாப்பாக இருப்பது வறுமை மட்டும்தான். மலையரனின் பிறவி, மற்றவர்களைப்போல் இல்லையோ? வாழ்க்கையே அவனுக்குப் போராட்டம்தான். ஒருபோதும் வெற்றி பெற இயலாத, எப்போதுமே தோற்று வேதனையை மட்டுமே அனுபவிக்க விதிக்கப்பட்ட போராட்டம்.

மழையும் வேனலும் விதைக்கும் நாசங்களிலிருந்து மீண்டுவர நினைக்கும்போது கௌரவமானவர்கள் என்றும் மேன்மை யானவர்கள் என்றும் பாவிப்பவர்களின் அக்கிரமம். மனித மனம் வக்கிரங்களின் விளைநிலமல்லவா? அவனுடைய குணத்தைக் காட்டுக்கு ஒப்பிடுவது காட்டின, மலையின மக்களுக்கு அவமானம். பயமுறுத்தி பிடித்துப் பறிக்க இயலாம லிருந்தால் சதிக்குழிகள் தோண்டி வைப்பார்கள். மனிதன் மனிதனைக் கொன்று தின்பானாக இருந்தால் அதையும் ஒரு நாகரீக மனத்தின் செயல்பாடாகக் கருதிக்கொள்ள மாட்டார்களென்று எப்படி உறுதியாகச் சொல்லமுடியும்?

குஞ்செறுக்கன் கொச்சுராமனிடம் சொன்னான்:

“கொரல்வளையும் ஈரலும் சதைஞ்சு வீக்கம் போட்டிருக்கு அண்ணா. எனக்கொரு வர்மாணி வைத்தியனைத் தெரியும். நான் போய் பாத்துட்டு வர்றேன்.”

“நீ தனியாப் போக வேணாம். கொச்சீப்பனோட ரவுடிக் கூட்டம் நம்ம யாரைக் கண்டாலும் அடிப்பானுங்க. ஒண்ணு ரெண்டு பேரை நீ ஏதாவது செய்ஞ்சி வெச்சாலும் நம்ம காரியங்கள்லாம் முடங்கிப்போயிடும். யாரையாவது நீ தொணைக்குக் கூட்டிட்டுப் போ.”

கொச்சுராமனின் யூகம் சரியாகவே இருந்தது. வைத்தியன் சொன்னதற்கிணங்க மூலிகை மருந்துகள் வாங்குவதற்கு குஞ்செறுக்கனும் குஞ்ஞாப்பனும் சென்றார்கள். அவர்களை நான்கைந்து பேர் வழிமறித்தார்கள்.

“நாங்க சண்டைக்கு வரல்லே. யாருட்டே இருந்தும் எதையும் பறிக்கவும் வரல்லே. அடிக்கிறதா இருந்தா நாங்க ஓடப்போறதுமில்லே.”

‘அரய நாய்களே எல்லாவனையும் அடிச்சி எலும்பை உடைப்போம்டா.”

“உடையுறது அரயனோட எலும்பு மட்டுமில்லே, உங்க அந்தச் செட்டிகிட்டே கேட்டுப்பாருங்க.”

“அடிடா, அவனை.”

“குஞ்ஞாப்பா, ஓடுனா கல்லெறிஞ்சி விழ வைப்பானுங்க. என்ன செய்யலாம்?”

“பயந்து ஓடுனதாவும் ஆயிடும். வேண்டாம். செத்தாலும் பரவாயில்லை. உடம்புலே கையை வெச்சான்னா மத்ததைக் கலக்கிடு. ஒண்ணை நான் சரியாக்கிடுறேன்.”

“அம்மைட்டே இருந்து மொலைப்பாலு குடிச்சவன் எவனாவது இருந்தா வாங்கடா பாக்கலாம்.”

“அவன் பல்லை ஒடைடா.”

“ வாடா, நீ”

குஞ்ஞாப்பன் கைக்கு அடக்கமான ஒரு கல்லையெடுத்து தோள் சீலையில் கட்டிக்கொண்டான். பாய்ந்து வந்த ஒருவனின் முதுகில் குஞ்செறுக்கன் ஒன்று வைத்தான். மற்றொருவனின் கையிலிருந்த கட்டைக் கம்பின் நடுப்பகுதியை எட்டிப் பிடித்து இலேசாகத் திருப்பி, அடிவயிற்றைக் குறிவைத்து கால் பெரு விரலால் ஏந்தியதும் அவன் கீழே சாய்ந்தான்.

“தொண்ணூறு நாளுதான் தொந்தரவா இருக்கும். மறுநாளு குழியில போனதும் மாறிடும். இந்தா வாங்கிக்க . . .”

இடது மார்பின் கீழ்ப்பகுதியில் கம்பால் குத்துப்பட்டவன் குனிந்து உட்கார்ந்திருந்து இரத்தமாகத் துப்பினான்.

“கொச்சீப்பா நாயே, நீ மலைக்கு வந்திருந்தபோது உன்னைக் கொல்லாம விட்டோம். இந்தா, வாங்கிட்டு ஓடையிலே தண்ணி கெடந்தா குளிச்சிட்டுப் போயிடு . . .”

கொச்சீப்பனுக்கு துணியில் கட்டப்பட்ட கல்லடி கிடைத்தது. தலை ஒருபுறமாகச் சாய்ந்தது. கத்தியை ஓங்கிய வனின் புஜத்தில் குஞ்செறுக்கன் கையால் ஒரு வெட்டு கொடுத் தான். அசிங்கமான வார்த்தைகளும் அலறலும். குஞ்செறுக்க னின் கை கால்களுக்கு உறுதியும் அனுபவமும்.

சத்தமும் கூக்குரலும் கேட்டு ஆட்கள் ஓடி வந்தார்கள். குஞ்ஞுண்ணிப் படையுடன் சிங்கங்கள்போல் மோதும் இரண்டு அரயன்கள். குஞ்ஞாப்பன் இரத்தத்தில் முழுகியிருந்தான். குஞ்செறுக்கனின் தோளிலும் கையிலும் காயங்கள். செத்து விடுவோம் என்று உறுதியாகத் தெரிந்ததும் இரண்டு பேரும் பரஸ்பரம் கை தாங்கினார்கள். அதனிடையிலும் சில கிடைத்தது.

ஓடி வந்தவர்கள் அமைதிப்படுத்த முயற்சி செய்தார்கள். குஞ்செறுக்கன் குஞ்ஞாப்பனின் கையைப் பிடித்துக்கொண்டு ஓடினான். கொச்சீப்பன் குழந்தையாக இருந்தபோது குடித்த தாய்ப்பால் முழுவதும் வியர்வையாகப் பெருக்கெடுத்தோட உட்கார்ந்து அவஸ்தைப்பட்டான். இரத்த வாந்தியெடுத்த அவனால் பேச முடியவில்லை.

கொச்சுராமன், குஞ்செறுக்கனையும் குஞ்ஞாப்பனையும் அழைத்துக்கொண்டு கிருஷ்ணபிள்ளையைப் போய்ப் பார்த்தான். “நீங்க புலிக்குட்டிகள்தாண்டா. எல்லாத்தையும் நானும்

கேள்விப்பட்டேன். பயப்படாதீங்க. போலீஸ்காரன்கிட்ட நான் சொல்லிக்கிறேன்."

கிருஷ்ணபிள்ளைதான் அக்கிரமிகளுக்குப் பாதுகாப்பு தருகிறார். போலீசுக்கு புகார் போனது. ஒரு சாயங்கால நேரம் கண்டத்தில் வீட்டுக்குச் சென்றார், இன்ஸ்பெக்டர். காப்பியும் குடித்துவிட்டு வெற்றிலையும் போட்டு அமர்ந்திருக்கும் போது கிருஷ்ணபிள்ளை சொன்னார்:

"இங்கே சில முக்கியஸ்தர்கள் இருக்காங்க. ஊரே தங்களோட துங்குற நினைப்புலே. ஆறேழுபேர் சேந்து ரெண்டுபேரைக் கொல்ல முயற்சி செய்யும்போது அவங்க பாவம், என்ன செய்வாங்க? ஓடுனாலும் தங்களைப் பாதுகாத்துக்க முடியாது. தற்காப்புக்காக அவங்க போராடினாங்க. இதுலே என்ன தவறு? இன்ஸ்பெக்டர் முதல்லே ஒண்ணு பண்ணணும். இந்தப் பாவப்பட்டதுங்களை விட்டுட்டு குஞ்ஞுண்ணிபேர்லயும் கொச்சீப்பன் பேர்லயும் கேசைப் பதிவு செய்யுங்க."

"நானும் விசாரிச்சேன். நீங்க சொல்றது சரிதான். அதிருக்கட்டும். அந்த அரயன் நல்ல வித்தைப் படிச்சவன். எனக்கு அவனைப் பாக்கணுமே."

"தொந்தரவு செய்ய மாட்டேன்னு உறுதி தந்தா நான் அவனைக் காட்டுறேன்."

"ஒருபோதுமே அப்படிப் பண்ண மாட்டேன். அவனோட குரு யாருன்னு அறிஞ்சிக்கணும்னுதான்."

குஞ்செறுக்கன் இன்ஸ்பெக்டரின் முன்னால் ஏந்திவிட தயாராக நின்றிருந்தான்.

"ஏமானே, வர்மாணியான ஒரு லாடகுரு தான் எனக்கு இதைப் படிச்சுத் தந்தாரு. உயிரைப் பாதுகாக்குறதுக்கு உபயோகிக்குறதைத் தவிர மத்தபடி இதப் பிரயோகிக்கப்புடாதுன்னு சத்தியம் வாங்கிட்டுதான் விட்டாரு. அவனுங்க கொல்லாம விடமாட்டானுங்கனு தெரிஞ்ச பெறகுதான் அப்புடி செய்துட்டேன் ஏமானே."

"நீ வேற யாருக்காவது இதைப் படிச்சுக் கொடுத்திருக்கிறியா?"

"அடியேனோட குருமேல ஆணையாச் சொல்லுறேன் ஏமானே, யாருக்குமே படிச்சுக் குடுக்கலே."

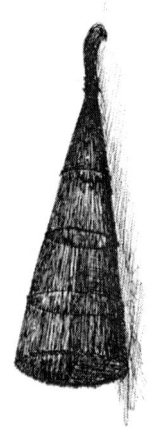

போலீஸ்காரர்களில் சிலருக்கு இதைப் படிக்கவேண்டு மாம். துஷ்ட வர்க்கத்தினருக்கு இதையும் படித்துக் கொடுத்து விடக்கூடாதென்று கிருஷ்ணபிள்ளை சொல்லிவிட்டார்.

குஞ்செறுக்கன் கொச்சுராமனிடம் சொன்னான்:

"இனி இப்புடி இருக்கக் கூடாது அண்ணா, அஞ்சாறு நம்ம புள்ளைங்களுக்கு நான் இதைப் படிச்சுக் குடுப்பேன். ஒரு அடியாள் படை நமக்கும் தேவைப்படுது. எண்ணெய்க் காய்ச்சவும் கச்சைக் கட்டவும் கொஞ்சம் செலவாகும். பிச்சை யெடுத்தாவது நாம அதைச் செய்துடணும்."

"பத்துபேருக்கான செலவுக்கு நான் போதுமாடா?"

"போதும்."

மலையில் அரயனின் கொடியில் இலை தெரியாமல் மிளகு காய்த்தால் பணம் குவிந்து கிடக்கும் பெட்டியுள்ளவர் கள் – காஞ்ஞாற்றின் சில வியாபாரிகள் – குஞ்ஞுண்ணியுடன் அவர்களுக்கும் பகையிருந்தது.

"கழிஞ்ச வருசம் இந்தக் கூடை முழுசும் குடுத்து ஒரு துலாம் எடை போட்டானுங்க. இப்ப ரெண்டு ராத்தலு குறைவா இருக்கு. அதெப்புடி?"

"ஆமா, குஞ்ஞுமுண்டா, எல்லா வருசமும் மொளகு ஒரே எடையில இருக்காது. காய்பலன் அதிகமா இருக்கும் போது மொளகுமணி பருமனும் எடையும் குறைஞ்சிடும். நீயே பாரு, இந்தக் கட்டியாலதானே கழிஞ்ச வருசமும் எடை போட்டது?"

சொல்வது சரிதான். இருந்தாலும் ஒரு சந்தேகம். கட்டி தேயும்போது பாரம் கூடவா செய்யும். ஈராயி மேத்தனின் கட்டியும் அவனது சேனைத் தலைபோல்தான் இருக்கும்.

மலையிலிருந்து சந்தைக்குப் போகும் ஒற்றையடிப் பாதை கள் இடையிடையே மாறத் துவங்கியிருந்தன. வியாபாரிகளின் மனதில் கனல் புகைந்தது. அவர்கள் அரயன்களைத் தேடி குடில்களுக்கு வர ஆரம்பித்தார்கள்.

"என்ன வீட்டுக்காரா, குடுக்கல் வாங்கல் ஒண்ணுமே கிடையாதா?"

"மடியில சக்கரமிருந்தா எங்க இருந்துதான் வாங்கக் கூடாது அங்கத்தே?"

"அது சரிதான், சகோதரா. எங்க யாருக்குமே உங்ககூட விரோதம் கிடையாது. சில யாபாரிங்க ஏமாத்துறாங்க

எங்குறதும் தெரியும். அண்ணைக்குள்ள அந்த கேசுல நாங்க உங்களுக்கு ஆதரவாகத்தான் பேசினோம். மலையிலே இருந்து யாரும் காஞ்ஞாற்றுக்கு வராம இருந்ததுலே எங்களுக்குத்தான் அவமானம். நாங்க எல்லாருமே கொள்ளைக்காரங்கன்னு நீங்க நெனைக்கிறது சரியில்லே."

அவர்கள் சொல்லுவதையெல்லாம் பொறுமையாகக் கேட்டுக் கொண்டிருந்த குஞ்ஞாதிச்சன் சொன்னான்:

"காஞ்ஞாற்றுல அரயனுங்கள அடிச்சுக் கொல்லுறதப் பாத்ததும் பக்கத்துக் கடைக்காரன் சொல்லுவான், குஞ்ஞா ஐம்பது ரூபா பாக்கி தர வேண்டியதிருக்கு. இப்ப இல்லேன் னாலும் மொளகு பறிக்கும்போது தந்தாப் போதும்னு. எல்லா வனையும் எனக்குத் தெரியும். எதுவானாலும் மலையேறி வந்துட்டீங்க, காப்பியும் குடிச்சிட்டு வெத்திலயும் போட்டுட்டுப் போங்க."

கொச்சுராமன் சொன்னான்:

"கையில கொப்புளம் வர அளவுக்கு நல்லதுபோல வேலை செய்ஞ்சு உண்டாக்குறதை யாருக்குக் குடுக்கணும்னு எனக்குத் தெரியாதா? காஞ்ஞாற்றுக்காரங்களோட யாபாரம் வேண்டாம். போதுமா?"

படிப்பதற்கான சூழ்நிலைகள் இல்லை. ஆகவேதான், எழுத படிக்கத் தெரியவில்லை. அதற்காக இவர்களை மடையன் கள் என்று சொல்லி விட முடியாது. திருடர்களுடனும் ஏமாற்றுக் காரர்களுடன் வியாபாரம் செய்ய மாட்டோம் என்றுதானே சொன்னார்கள்? கிருஷ்ணபிள்ளை ஒரு வியாபாரியிடம் வெளிப் படையாகச் சொல்லிவிட்டார்.

"அறிவில்லாதவனை வஞ்சகம் செய்தா ஆண்டவன் சும்மா விடமாட்டான்."

அரயன்களை திசை திருப்பி விடுபவர் கிருஷ்ணபிள்ளை தான் என்று பலர் சொல்ல ஆரம்பித்தார்கள். கொச்சுராமன் அடிக்கடி கிருஷ்ணபிள்ளையைப் பார்ப்பதற்காகப் போவதுண்டு. ஏதாவது விஷயத்திற்காக அவரது ஆலோசனையை வேண்டி. "கண்டத்தில் அங்கத்தை சொன்னா சொன்னதுதான். தவறவே தவறாது."

"ராமா, நீங்கள்லாம் என்னைப் பாக்க வர்றது, எம்பேர்ல வெச்சிருக்குற அன்புனாலதான். ரொம்ப சந்தோசம். என்னால முடிஞ்சதை நான் உங்களுக்கு செய்து தரவும் செய்வேன். என்னுடைய எந்த லாபத்தையும் கருதியில்லே. எப்போ வேணும் னாலும் நீங்க இங்கே வரலாம். மொளகையும் பாக்கையுமெல்

லாம் தோண்றதுபோல விக்காதீங்க. ரொக்கமாக பணம் வாங்க வும் படிக்கணும். பணம் கெடைச்சதும் சாராயக் கடைக்கும் கள்ளுக்கடைக்கும் போகாதீங்க. குடிக்கணும்னா குப்பியோட வாங்கிட்டு வீட்டுக்குப் போயிடுங்க."

சிலர் பழைய வழிகளுக்குத் திரும்பவும் சென்றார்கள். கொச்சுராமனும் குஞ்செறுக்கனும் சொல்வதில் அவர்களுக்கு நம்பிக்கை வரவில்லை.

"வீட்டிக்கை தங்கப்பன் எவ்வளவு உதை வாங்கியிருப் பான்? இருந்த பெறகும் அவனோட குடுக்கலும் வாங்கலும் கொச்சீப்பனோட மச்சுனன்கிட்டதான். ஆங், ஓரிக்கச் செத்தா பெரிய ஓடையில கெடக்கும். நமக்கு ஓலை கட்டி இழுக்கத் தான் யோகம் இருக்குதாட்டாம்."

தோட்டத்தில் எதையாவது நோட்டமிட்டபடியே நடப்பான். மத்தியானம் சாப்பிடுவான். வெயில் தாழ்ந்ததும் குளித்து மாற்று வேட்டியையும் உடுத்தி நான்குபேர் கூடுமிடத் திற்குப் போய் விடுவான். கொச்சுராமன் இந்த வழக்கத்தை விடவே இல்லை. வீட்டிலும் எந்தப் பிரச்சினைகளுமில்லை. அடுப்படி வேலைக்கு மாதவியே போதும். குஞ்ஞிப்பெண்ணுக்கு ஒரு நூறு செய்திகள் சொல்ல இருக்கும். அதற்கு இரவாக வேண்டும்.

சாயங்காலத்திற்கு முன் முற்றத்தையும் திண்ணையையு மெல்லாம் பெருக்கி சுத்தமாக்குவாள். தண்ணீர் தெளிப்பாள். விளக்கு வைப்பாள். இளைய குழந்தையை மடியிலிருத்தி நாமம் சொல்லிக்கொண்டிருந்தாள் குஞ்ஞிப்பெண்ணு. பக்கத்தில் பார்வதியையும் உட்காரவைத்து மாதவியும் இருந்தாள்.

மேற்குப் புறமாக முற்றத்தில் ஒரு ஆள் நின்றிருந்தான். சட்டையுமணிந்து கழுத்தைச் சுற்றி துண்டும். தோளில் சுமாரான அளவிலான ஒரு மாராப்பு. இனத்தான் அல்ல என்பது பார்க்கும் போதே தெரிந்தது. குஞ்ஞிப்பெண்ணின் மனதில் சிறு பயம் உருவானது.

"மாதீ, அது யாருன்னு பாருடீ."

மாதவி முற்றத்திலிறங்கியதும் அவன் நெருங்கி வந்தான்.

"இது கொச்சுராமன் வைத்தியன் வீடுதானே?"

"ஆமா."

"நீ, வைத்தியனோட மகளா?"

"இல்லே, என்ன விசயம்?"

“வீட்டாளு இல்லியா?”

குஞ்ஞிப்பெண்ணு எழுந்தாள். வீட்டுக்காரன் இருக்கிறானா இல்லையா என்று சொல்லவில்லை. வந்து நிற்பவன் யார், எதற்காக வந்திருக்கிறான் என்று தெரியவில்லை அல்லவா?

“எங்க இருந்து?”

“நானா? கொஞ்சம் தூரத்திலே இருந்து. பேரு கொச்சு பிள்ளை. ஒரு ஆசான் . . .”

“கொச்சுபிள்ளை – இந்தப் பேரு . . ?” காஞ்ஞூற்றிலும் மற்ற இடங்களிலும் நடந்த தீவெட்டிக் கொள்ளை அவளது நினைவுக்கு வந்தது. குஞ்ஞிப்பெண்ணுக்கு பயமும் வெறுப்பும் தோன்றியது. கொஞ்சம் வயதான ஆள்தான். இருந்தாலும் இருட்டுகிற நேரத்தில் இந்த ஆள் எதற்காக வரவேண்டும்.

“இங்க இப்ப பொண்ணுங்க மட்டும்தான் இருக்கோம்.”

போய் விடும்படி சொல்ல விரும்பாமல்தான் அவள் இப்படிச் சொல்லுகிறாள் என்பதை அந்த ஆள் புரிந்து கொண்டான்.

“பொன்னு சகோதரீ, எம் பேருதான் கொச்சுபிள்ளைன்னு. நான் நான் திருடனோ தெம்மாடியோ இல்லை. கொச்சு ராமனைப் பாக்கலாம்னுதான் வந்திருக்கேன்.”

மனதிற்குக் கொஞ்சம் ஆறுதல் கிடைத்தது. குஞ்ஞிப் பெண்ணு பெருமூச்சு விட்டாள்.

“மாதீ, அந்தப் பலகை நாக்காலியை எடுத்துக்குடு. திண்ணை யில ஒக்காந்துக்கலாம்.”

“குடிக்கக் கொஞ்சம் தண்ணி கெடைக்குமா? மலயேறி வந்ததுல சிரமப்பட்டுப் போனேன்.”

“கஞ்சித் தண்ணி தர்றேன். மாதீ, கொழந்தையை எடுத்துட்டு உள்ள போ.”

“கொண்டா மவளே, வழி கேட்டுக் கேட்டு நடந்து தளந்து போனேன். இல்லேன்னா சாயங்காலத்துக்குள்ளால வந்திருக்கலாமாக இருந்தது.”

இங்கெல்லாம் நிறைய ஆட்கள் இருக்கிறார்களா, விவசாய மெல்லாம் நன்றாக நடக்கிறதா என்றெல்லால் ஆசான் கேட்டார். வாசலில் மறைந்து நின்றபடியே குஞ்ஞிப்பெண்ணு பதில் சொல்லிக்கொண்டுமிருந்தாள்.

வீட்டின் கீழ்ப் பகுதியில் சூட்டு மின்னும் வெளிச்சம். பாட்டுச் சத்தமும் கேட்டது.

"இன்னச்சன் கீழ்ப் பக்கம் வந்துட்டாரு, மாமி."

"கண்டகச் சனி ஹேதுவாயிட்டா காட்டுல போய்தான் வாழணும்... கோவிந்தா... கோவிந்தா... ஹரி கோவிந்த பாஹிமாம்."

கொச்சுராமன் முற்றத்தில் வந்து நின்று சூட்டைத் தரையில் குத்தி அணைத்தான். ஆசான் முற்றத்தில் இறங்கினான்.

"வீட்டுக்காரா, இன்னைக்கொரு விருந்துக்காரனுண்டு."

"யாரது?"

கையிலிருந்த பொதியையும் மேல்துண்டையும் மாதவியிடம் கொடுத்தான்.

"அப்பா..."

பார்வதி ஓடி வந்து கொச்சுராமனைக் கட்டிப் பிடித்துக் கொண்டாள்.

"எம் பொன்னு மவளுக்கு என்ன வேணும். குஞ்ஞுமவன் ஒறங்கிட்டானாடீ?"

"ம்."

"மாதியக்கா பொல்லாதவ. அவளுக்குக் குடுக்காதே. குஞ்ஞூஞ்ஞிக்கு குஞ்சிப்பெண்ணுக்கு மட்டும் ஒண்ணு குடுக்கணும் என்ன?"

"ஆங், எனக்குத் தர வேணாம். உன்னை சொமந்திட்டு நடக்குறது யாருன்னு நான் பாக்குறேன்." – மாதவி பிணக்கம் காட்டினாள்.

விருந்துக்காரன் யார்? எதற்காக வந்திருக்கிறான். விளக்கைத் திண்ணையில் வைத்துவிட்டு கொச்சுராமனும் உட்கார்ந்தான்.

"நான் குழந்தைங்களுக்கு எழுத்து சொல்லிக் கொடுக்குற ஆசான். புராணக் கதைகளும் நீதி போதனைகளுமெல்லாம் தெரியும். பணவசதி கிடையாது. ஒரு மகன் இருக்கிறான். அவனோட பொஞ்சாதிக்கு என்னைப் பிடிக்கலே. மனசு வெறுத்து இறங்கி நடந்துட்டேன். கண்டத்தில் கிருஷ்ணபிள்ளையை ரொம்ப காலமாத் தெரியும். கொச்சுராமனைப் பற்றி அவர் தான் சொன்னாரு."

எழுதவும் வாசிக்கவும் தெரிஞ்சிருக்குறதுல உள்ள நன்மைகள்; தெரியாமலிப்பதால் தனது கூட்டத்திற்கு ஏற்படுகிற துயரங்கள் . . . ஆசானின் சொற்கள் கொச்சுராமனின் மனதில் ஆழ்ந்திறங்கியது. யோசனைகள். எத்தனை குழந்தைகள் கிடைப்பார்கள் என்றவர் கேட்டதும் கொச்சுராமன் சொன்னான்:

"ஆசானுக்கு இந்த மலையிலேயே தங்கியிருந்து கொழந்தைங்களுக்குச் சொல்லிக்கொடுக்க முடியுமா?"

"நிச்சயமா! இங்க நடந்த பல விஷயங்களையும் கிருஷ்ண பிள்ளை எங்கிட்ட சொல்லியிருக்கார். வருத்தமா இருந்தது."

இரவுச் சாப்பாடு முடிந்த பின்பும் பேச்சு தொடர்ந்தது. மாதவி அடுப்படியில் படுத்துக்கொண்டாள். ஆசானுக்கு நடுவிலுள்ள அறையில் பாய் விரிக்கப்பட்டிருந்தது.

"அர்க்கஸூர்ய திவாகரா, புவனத்ரயத்தினுமீஸ்வரா . . ."

விடியும் நேரம்தான் ஆகிறது. நல்ல குளிர். அப்போதுதான் திண்ணையிலிருந்து கீர்த்தனை வரிகள் கேட்டன. குஞ்ஞிப்பெண்ணு தலையுயர்த்தினாள். தன்னைச் சுற்றியிருந்த கையை விலக்கி வைத்துவிட்டு உடைகளை சரியாக்கிவிட்டு தலை முடியைக் கட்டினாள். பிறகு கணவனை எழுப்பினாள்.

"தே, அங்க கவனிங்க. கீர்த்தனம் பாடுறது கேக்குதா? ஆசான்தான் . . ."

கொச்சுராமன் சோம்பல் முறித்துவிட்டு போர்வையை இழுத்துத் தோளிலிட்டான்.

"ஆதித்ய பகவானின் கிருபையால் குழந்தைகளுக்கு நீண்ட ஆயுள் அருளுவாய் எம்பெருமாளே, பயமும் மகாவியாதியும் தீர்த்தருள் பாலித்தருளுவாய் பகவானே."

கொச்சுராமன் மனம் நிறைந்த மகிழ்ச்சியோடு மனைவியைப் பார்த்தான். அவளும் அதைக் கேட்டுக்கொண்டுதானிருந்தாள். போர்வையைப் பாயில் போட்டுவிட்டு கொச்சுராமன் திண்ணைக்கு வந்தான்.

கிழக்கு மலையின் இடைவெளியினூடே, பூமியைச் சுற்றிப் புதைந்துகிடக்கும் பனிப்புகைமீது ஒளி படைத்த முகமுமாய் தன் பொற்கிரணங்களை வீசி நிற்கும் செவ்விளங் கதிரவனைத் தொழுது நிலம் தொட்டு வணங்கும் ஆசான்.

"இதோ சூடான காப்பி."

"இப்ப வேண்டாம். பல் விளக்கிட்டு முடியும்னா குளிச்ச பிறகுதான் குடிக்கறதும் சாப்பிடறதும்."

தனது தினசரியைகளைப் பற்றி சொன்னார், ஆசான்.

பதினான்கு

வெளுத்து, மெலிந்து முடி நரைத்து, சிறிய கூனுள்ள கொச்சுபிள்ளை ஆசான் பேசுவதைக் கேட்டிருப்பது நல்ல சுவாரஸ்யமாக இருந்தது.

கொச்சுராமன், மகள் பார்வதியையும் ஆசானையும் பார்த்துக்கொண்டே இருந்தான். குழந்தைக்கு படிப்பு சொல்லிக் கொடுப்பதற்கான வயதாகியிருக்கிறதா?

மனதில் குவிந்துகூடிய இருளில் ஒரு பிளவேற்பட்ட உணர்வு. எழுத்துகளின் உலகம் தொட்டருகில். கல்வி யென்பது சரஸ்வதிதேவி. தேவி கடாட்சம் இல்லையென் றால் இந்த உலகமே இருளில்தான். ஆசான் சொன்னதை கொச்சுராமன் புரிந்துகொண்டான்.

அவர்கள் இருவருமாகச் சேர்ந்து பல வீடுகளுக்குச் சென்றார்கள். குழந்தைகளைப் படிக்கவைக்க வேண்டும். மகனுக்கும் மகளுக்கும் கொஞ்சம் வயது அதிகமாகப் போய்விட்டதே என்றார்கள் சிலர். வந்து உட்கார முடியு மென்றால் பெற்றோர்களுக்கும் சொல்லித்தர முடியும் என்றார் ஆசான். நம்மைச் சுற்றிலும் என்ன நடக்கிறதென் பதைப் புரிந்துகொள்ள வெறும் வாய்மொழி மட்டுமே போதாது. எழுத்து மொழியும் தேவை.

சுமார், பதினான்கு பேர் – ஐந்துமுதல் பதினைந்து வரை வயதிலானவர்கள் – வருவார்களென்று உறுதியாகத் தெரிந்தபோது மகிழ்ச்சியாக இருந்தது. இனி, குழந்தை களை உட்கார வைக்க ஒரு இடம் தேவை.

அதற்குத் தோதான வீடு யாருக்குமில்லை. தன்னுடைய வீட்டில் வைத்து ஆகலாமே என்றான் கொச்சுராமன்.

“கொழந்தைங்க நம்ம ஊட்டுக்கே வந்துடட்டும். எடமில் லேன்னா ஒரு கூடம்போல வெச்சு கட்டலாமே?” என்றாள், குஞ்ஞிப்பெண்ணு.

குஞ்ஞிப்பெண்ணு சொன்னது சரிதான். ஆசான் தங்கி யிருப்பது தன்னுடைய வீட்டில். பள்ளிக்கூடமும் இங்கேயே இருக்கட்டும்.

கொச்சுராமன் சிலரை அழைத்துக் கூட்டினான். களரி என்ற சொல் யாருக்கும் பிடி கிடைக்கவில்லை. குழந்தைகளுக்குப் படிப்பு சொல்லித் தருகிற வீடு. அதை வேண்டுமானால் உடனே கட்டி விடலாம் என்று சொல்லி விட்டார்கள் அனைவரும்.

“நம்ம அந்த கீழ்ப் பக்கமிருக்குற பள்ளத்துல கட்டுவோம்.”

குஞ்ஞிப்பெண்ணு திரும்பவும் சொன்னாள். அங்கே பள்ளத் தில் மண்ணில்லை என்பதால் தாய் வேர்களுள்ள மரங்களில்லை.

“அந்த ஏழிலம்பால மரத்தை என்ன செய்யிறது ஆசானே?”

“அது அங்கேயே நின்னுட்டுப்போகட்டும். நிழல் கிடைக்கும் தானே?”

குஞ்ஞுமுண்டனுக்கும் மிகுந்த உற்சாகம். அவனும் அவ னுடைய மகன் கேசவன்குட்டியும் களரி வேலை ஆரம்பம் முதல் முடிவுவரையிலும் கூடவே நின்றார்கள்.

குழந்தைகளுக்கு மதிய நேரத்தில் ஏதாவது ஆகாரம் கொடுக்க வேண்டும். அதற்கு தன்னால் இயன்றதைக் கொடுக் கிறேன் என்று குஞ்ஞுமுண்டன் ஏற்றான்.

சரஸ்வதி விலாசம் களரி சுற்றிலும் பாதியளவு மறைக்கப் பட்டு, தரையை சமப்படுத்தி மெழுகப்பட்ட அழகான கட்டிடம். பிரம்புகளாலும் மூங்கில்களாலும் கட்டப்பட்டது.

ஆசான் ஊரிலெங்கோ போய் காய்ந்த கரும்பனை யோலைகளை ஒரு முழம் நீளத்தில் கீறி அடுக்கிக்கொண்டு வந்தார். பஞ்சாங்கம் பார்த்து நல்ல நாளையும் முகூர்த்த நேரத்தையும் நிச்சயித்தார்.

சின்னதாக ஒரு பூஜையும் நடந்தது. அவல், பொரி, பழம், சர்க்கரை, சாம்பிராணி. குளித்து ஈர உடையுடன் ஆசான். சரஸ்வதிதேவியின் படத்திற்கு விளக்கு வைத்து சிறு அளவிலான பூஜையும் நடந்தது. கம்பை ஊன்றியவாறும் சிலர் வந்திருந்தனர். குளித்து சந்தனத் திலகமணிந்து சிறு வேட்டியும் தோள் துண்டு மணிந்து வந்திருந்தார்கள் மாணவர்கள். அவர்களது உடைகள் விலையுயர்ந்ததாகவோ அழகாகவோ இல்லை. இருந்தாலும்

அவர்களது மனம் நூறு சதவிகிதம் சுத்தமென்று ஆசானுக்குத் தோன்றியது.

வெற்றிலையும் பாக்கும் தட்சணையாக வாங்கினார். தங்க மோதிரத்தால் குழந்தைகளின் நாவில் அவர் ஓம் என்று எழுதினார். இலையில் வைக்கப்பட்ட அரிசியில் அவர்களது விரல் பிடித்து ஹரி ஸ்ரீ கணபதயே நம என்று எழுதினார். எழுதத் துவங்கும் முன் ஆசானின் கால்தொட்டு வணங்கும் போது ஆசான் கேட்டார்:

"உன் பெயரென்ன குழந்தை?"

"கல்லாணி."

"கல்லாணி இல்லை குழந்தை. கல்யாணி. அதுபோல், பாருதி இல்லை. பார்வதி. நாரேணன்குட்டியோட பெயரென்ன? நாராயணன்குட்டி . . . புரிகிறதா?"

அவலும் பொரியும் அனைவருக்கும் பிரசாதமாகக் கிடைத்தது.

மலையின் இதயத்தில் ஒரு கைவிளக்கு எரிய ஆரம்பித்தது. அது அணைந்துவிடக் கூடாது. களரியை ஒரு புனித ஸ்தலமாகவே பலரும் கருதினார்கள். படிக்கப்போகும் குழந்தைகள் காலையில் எழுந்திருப்பார்கள். பல் விளக்கவும் குளிக்கவுமெல்லாம் செய்தார்கள். காலையிலும் மாலையிலும் ஓலையிலெழுதிய எழுத்துகளை மணலில் எழுதி மனப்பாடம் செய்தார்கள். ஆடைகள் வெளுப்பாக இல்லையென்று அம்மாவிடம் குறை சொன்னார்கள். சந்தியா நாமத்திற்கு யாரும் சொல்லாமலேயே வந்து உட்கார்ந்தார்கள்.

கொச்சுபிள்ளை ஆசான் ஒரு ஓரத்தில் மடித்துக் கட்டிய ஓலையில் எழுத்தாணியால் எழுதுவதை குஞ்ஞிப்பெண்ணு ஒளிந்திருந்து பார்த்தாள். மகள் வாசித்துச் சொன்னால்தான் அது என்ன என்று தெரிந்துகொள்ள முடியும்.

திண்ணையில் சதுர வடிவில் பரப்பிய மணலில் ஓலையிலுள்ள எழுத்துகளைப் பார்த்து விரலால் எழுதிப் படிக்கத் துவங்கினாள் பார்வதி. "அ . . . ஆ . . ."

மகள் அதிலிருந்து எழுந்ததும் அம்மாவுக்கொரு ஆசை. எழுத்துகளை எழுதிப் பார்ப்பதற்கு . . .

"ஆசானோட செலவுகள மாப்ளதானே பாத்துக்குறே. படிக்கிற கொழந்தைங்களும் ஏதாவது குடுக்கணும். இந்தக் களரி ஒருபோதுமே இல்லாமலாகி விடக்கூடாது."

குஞ்ஞாதிச்சன் சொன்னது முக்கியமான விஷயம்தான். ஆசான்கிட்டயே கேட்டுடலாம். ஆசான் சொன்னார்:

"சகோதரர்களே, வயிறுதான் எல்லாருக்குமே முதல் பிரச்சினை. மாதத்துக்கு ஒரு இடங்கழி* அரிசியும் ஒரு சக்கரமும். தர இயலாதவங்க தர வேண்டாம். படிக்க வந்தாலே போதும். அரிசி, கஞ்சி வைக்கவும் சக்கரம், மற்ற செலவுகளுக்காகவும்தான். நான் சம்பாதிக்கவெல்லாம் ஆசைப்படல்லே. மத்தியானம் பட்டினி கிடக்குற முகங்கள் ... அதை நானும் நிறையவே அனுபவிச்சிருக்குறேன். நானும் உங்கள்லே ஒருத்தன் தான். இந்த கல்விக் கோயிலை எப்பவும் பாதுகாக்கணும். இது நம்முடைய பொறுப்பு.

ஹா ... எவ்வளவு நிம்மதி. பத்து நாளைக்கு தினமும் ஒரு நுள்ளு அரிசியை எடுத்து ஒதுக்கி வைத்துவிட்டால் போதுமே.

"ராகவன் இன்னைக்குக் குளிக்கலையா?"– "கல்யாணிக் குட்டி இன்னைக்கு ஏன் தலைமுடியைக் கட்டாம வந்திருக்கே?" – "ஸ்ரீதரா, தினமும் கை நகம் வெட்டணும்." – "முதல் ஓலையை எல்லாரும் வாசிச்சீங்களா? சொல்லுங்க, கேப்போம்." – "உச்சரிப்பு சரியா வரல்லே. தப்பா வாசிக்கிறே." ஆசான் எல்லாவற்றையும் திருத்திக் கொடுப்பார்.

பார்வதியைக் களரிக்கு பெரும்பாலும் அழைத்து வருவது குஞ்ஞிப்பெண்ணுதான். ஆசான் சின்னதாக ஒரு மணியை எடுத்து ஆட்டியதும் அனைவரும் எழுந்து கை தொழுது நிற்பார்கள். நிசப்தமான சூழலில் முதலில் தவழ்ந்து வருவது ஆசானின் குரல்தான். "தெய்வமே, கை தொழுது நிற்கிறோம். இரங்குவாயாக!" தொடர்ந்து குழந்தைகளின் குரல்.

குஞ்ஞிப்பெண்ணு தினமும் இந்தப் பிரார்த்தனையைக் கேட்க எதிர்பார்த்து நிற்பாள். தானும் ஒரு குழந்தையாக இருந்துவிட மாட்டோமா என்ற ஆசை உருவாகும். எழுத்து படிப்பதென்பது ஏதோ ஒரு பெரிய விஷயம் தான்.

* கிட்டத்தட்ட 750 gm

தான் பாவிய தரை எந்த அளவுக்கு உறுதியாக இருக்கிறது என்பதையறிவதற்காக ஆசான் சில நாட்களில் குழந்தைகளின் வீடுகளில் ஏறியிறங்குவார். அவர்களது படிப்பில் நீங்களும் கவனம் செலுத்த வேண்டுமென்று பெற்றோர்களிடம் சொல்லு வார். இதை அவர் வழக்கமாக்கிக்கொண்டபோது பெற்றோர் களுக்கும் பிள்ளைகளைப் படிக்க வைக்க வேண்டுமென்ற உணர்வு அதிகரித்தது.

புராணக் கதைகளையும் நன்றாகத் தெரிந்து வைத்திருந்தார் ஆசான். ராமலட்சுமணர்கள், ஸ்ரீகிருஷ்ண பகவான், ஹனுமான், போர் வீரர்களாகிய பாண்டவர்கள், தேவீமகாத்மியம் போன்ற வற்றை கேட்டுக்கொண்டிருப்பதில் அனைவருக்கும் மிகுந்த ஆர்வமிருந்தது. களரியிலோ கொச்சுராமனின் வீட்டிலோ சபை கூடும். சாயங்காலப் பொழுதுகள் அப்படி, பயனுடையதாக அமைந்தன.

“இந்த அரயனுங்க எப்புடி உருவானாங்கன்னு ஆசானுக்குத் தெரியுமா?”

கேள்வி எதிர்பாராததும் ஆளை தடுமாற வைப்பதாகவு மிருந்தது.

“எல்லாரும் உங்களைக் கூப்பிடுற ஜாதிப் பெயர்தானே அரயனுங்குறது? மகாபாரதக் கதையில படகோட்டியாக ஒரு அரயனோட மக வர்றா. காளி. பராசர முனிவர் ஒருமுறை ஆற்றைக் கடப்பதற்காக படகில் ஏறினார். படகைச் செலுத்திய வள் காளிதான். அவளுடைய உடலின் வடிவத்தையும் அழகையும் கண்ட முனிபுங்கவருக்கு அடங்காத மோகம் மேலிட்டது. நிமிடங்களுக்குள் காளிக்கு ஒரு புத்திர பாக்கியம் உண்டானது – வேதவியாசன். ராமாயணத்திலும் உண்டு. சக்தி படைத்த ஒரு அரயன் – ஸ்ரீராமர், சீதா லட்சுமணர்களுமாக வனவாசம் போகும்போது அவர்கள் ஆற்றைக் கடக்க உதவும் குகன். அவன் சாதாரண மனிதனில்லை. ராஜ்ய பாரிபாலனைக்கான உதவியை ஸ்ரீராமர் குகனிடம்தான் கேட்டார்.

மகாபாரதமும் ராமாயணமும் எல்லாம் உருவாவதற்கு முன்பே அரயன்கள் இங்கு வாழ்ந்து வருகிறார்கள். ஒருவேளை பெயர் வேறாக இருக்கலாம். இப்போது கடலில் மீன் பிடித்து வாழும் கடல் அரயனுக்கும் மலையில் விவசாயம் செய்து வாழும் மலை அரயனுக்குமிடையே பெயரைத் தவிர வேறு ஏதாவது தொடர்பிருக்கிறதா? அரயன்கள் யாராக இருந்தாலும் இந்த பூமியின் ஆதிகுடிகள் அவர்கள்தான். இதை நிரூபிப்ப தற்கு எழுத்துபூர்வமான எந்த வரலாறுகளும் கிடையாது. சில பண்டிதர்கள் மிகச் சுலபமாக அரயன்கள் இந்தியாவின்

வடகிழக்குப் பகுதிகளிலிருந்து வந்தவர்கள் என்று எழுதி வைத்திருக்கிறார்கள். அந்தக் கதை இருக்கட்டும். தரையெழுத்தும் கணக்கும் படித்த மாணவர்களைப் பள்ளிக்கூடத்திற்கு அனுப்பி வைக்க வேண்டும்.

மனதில் இலேசாக முள் தைத்ததுபோலிருந்தது. பள்ளிக் கூடம் சற்றுத் தொலைவில் இருக்கிறது. போக வர சரியான வழிப்பாதைகளுமில்லை. நாகரிகம் தெரிந்தவர்கள்; மேல் ஜாதியினர் என்றெல்லாம் பாவிப்பவர்களுக்குப் பயப்பட வேண்டும். காட்டில் வாழ்கிற ஓநாய்க்கு இரையைக் கொன்று தின்ன வேண்டும் என்கிற ஒரே நோக்கம் மட்டும்தானிருக்கும். நாட்டில் வாழ்கிற மனிதர்களுக்கு? மனிதர்கள் அனைவரும் சமம் என்று நாகரிகமடைந்த எந்த மனிதனாவது ஒப்புக் கொள்வானா? மனிதர்களுக்கு சமத்துவ சிந்தனை உருவாவது வறுமையில் மட்டும்தான். எதுவுமில்லாத நிலையில் இன்னொரு வன் நமக்கு சதி செய்து விடுவான் என்ற பயமிருக்காது. பசியைப் போக்கிக்கொள்ளுவதைத் தவிர மேலாதிக்கத்தை நிறுவ வேண்டுமென்ற சிந்தனை அங்கே உருவாகாது. செழுமை யென்பது இதன் எதிர்நிலையில் செயல்படுவது – கொச்சு பிள்ளை ஆசான் இப்படியெல்லாம் சிந்திக்கத் துவங்கினார்.

கிராமப் பள்ளிக்கூடத்தில் அரயன்களின் குழந்தைகளைச் சேர்ப்பார்களா? எழுதவும் படிக்கவும் கற்பது முக்கியமான தேவையாகவும் இருக்கிறது.

கல்விச் செல்வம்தான் தலையானது. யாராலும் திருட இயலாதது. இறைக்கும்தோறும் ஊறுவது கல்விக் கேணி என்று கேள்விப்பட்டிருக்கிறோம் அல்லவா? பிள்ளைகளெல் லாம் மரச்சீனியும் சேனைக்கிழங்கும் நட்டு வளர்த்து நல்ல மரமேறிகளானால் மட்டும் போதாது. படித்து திறமைசாலிகளாக, நல்ல ஆடைகளணிந்து அரசாங்க வேலைகளுக்கும் வரவேண்டும்.

“போலீசாகணும்னா எதுவரை படிக்கணும் ஆசானே?”

“இப்ப உள்ள போலீசுன்னா அடிக்கவும் உதைக்கவும் கெட்ட வார்த்தை பேசவும் திறமையிருந்து யாராவது சிபாரிசும் செய்தால் எடுத்துக்குவாங்க. ஏழாம் வகுப்பு படிச்சு இங்கிலீசும் தெரிந்தால் வேற ஏதாவது வேலை கிடைக்கும்.”

“அரயனுங்களுக்கு அதெல்லாம் கெடைக்குமா ஆசானே?”

“ஒரு உபாத்தியராகவாவது வரலாம். குஞ்ஞிக்கேள மகனைப் பள்ளிக்கூடத்துக்கு விடணும்.”

“எனக்கு அவனை போலீசாக்கணும்.”

“போலீசுக்காரனோட அப்பனை யாரும் உதைக்க மாட்டாங்க இல்லியா, அது சரி.”

களரியின் பக்கத்தில் வளர்ந்து கிடந்த ஐமுச்செடிகளினிடையே வளர்ந்து கிடப்பதனிடையே அந்த ஏழிலம்பாலை நின்றது. அதன்கீழ் புற்களை மிதித்துச் சாய்த்த ஒரு வழிப் பாதை. ஆசான் மரத்தினடியில் வந்தார். பால மரத்தடி சுத்த மாக்கப்பட்டு கொஞ்சம் நீளமான ஒரு கல்லும் அதில் சாய்த்து வைக்கப்பட்டிருந்தது. வாழைநாரால் தொடுக்கப்பட்ட காட்டுப் பூக்களும் இலைகளும் கல்மீது சூடப்பட்டிருந்தது. கல்லின் முன்புறமிருந்த வழித் தடத்தில் கொஞ்சம் புளியம்விதைகள். அதில் தெரியும் கால் தடங்கள் குழந்தைகளுடையது. அப்படியென்றால் இவர்கள் . . ?

திடீரென்று ஆசான் குழந்தைகளிடம் சொன்னார்:

“நீங்களெல்லாம் கொஞ்ச நேரம் விளையாடிட்டிருங்க. நான் வீட்டுக்குப் போயிட்டு வந்துடுறேன்.”

பாலமரத்தடியும் அந்தப் பகுதியும் நன்கு தெரிவதுபோல் ஒரு இடத்தில் ஆசான் மறைந்து நின்றார். குழந்தைகளில் இரண்டுபேர்கள் நீளமான மூங்கில் குச்சால் முள் முருங்கையின் பூக்களை அடித்து உதிர வைத்தார்கள். அவற்றைக் கூட்டியெடுத்து மாலையாகத் தொடுத்தார்கள். மாதவன்தான் இதற்குத் தலைவன். அவன் முதலில் பாலை மரத்தினடியில் சென்று உடுத்தியிருந்த வேட்டியை மடித்துடுத்து கல்லில் கிடந்த, உலர்ந்த மாலையை எடுத்து மாற்றினான். தண்ணீர் தெளிப்பது போல் பாவனை செய்துவிட்டு புதிய மாலையைச் சூட்டினான். பச்சிலைகளாலும் பூக்களாலும் அர்ச்சனை செய்தான். மற்ற பிள்ளைகள் புளியம் விதைகளை காணிக்கை செலுத்திக் கும்பிட்டார்கள். எங்கிருந்தோ கிடைத்த துருப்பிடித்த, பகுதி ஒடிந்த பிடியில்லாத வாள்

துண்டு. மாதவன் அதைக் கையிலெடுத்து வைத்துக்கொண்டு சாமியாடினான். தாளம் பிடித்து ஆடியபடியே அவன் சுற்றி வந்தான். ராகவன் கூப்பிய கைகளுடன் நின்றிருந்தான். நோய் பிடித்திருந்த கல்யாணியை பார்வதியும் லட்சுமியும் தாங்கிப் பிடித்து சாமியாடியின் முன் நிறுத்தியிருந்தார்கள். ராகவன் வெளிச்சப்பாடுவிடம் என்னவோ சொல்கிறான். மூர்த்திபாவம் வந்த மாதவன் வாள்துண்டைச் சுழற்றி கல்யாணியின் தலையில் திருஷ்டி கழிக்கிறான். பார்வதி கையிலிருந்த புளியம் விதையை திருஷ்டி காட்டி கோமரத்தாடியிடம் கொடுக்கிறாள். அதை வாங்கிய மாதவன் பாலைமரத்தை வெட்டினான்.

யாருக்கும் தெரியாமல் திரும்பி களரிக்கு வந்த ஆசான் மணியடித்தார். பதறியடித்துக்கொண்டு அனைவரும் ஓடி வந்தார்கள். ஆசான் ஒவ்வொருவருடைய முகத்தையும் கூர்ந்துப் பார்த்தார். அசாதாரணமாக எதுவும் தென்படவில்லை. சில முகங்கள் வியர்த்திருந்தன. எந்தவிதக் களங்கமுமற்ற முகங்கள்.

“எல்லாரும் கவனமாக் கேளுங்க. இப்ப நமக்கு ஒரு குட்டி வெளிச்சப்பாடு வேணும்! அதற்குப் பொருத்தமான ஆள் யாரிருக்கிறீங்க?”

புன்சிரிப்புடன் சிலர் மாதவனை ஓரக்கண்ணால் பார்த்தார்கள்.

“மாதவனோட தாத்தா துள்ளல்காரன்தான்.”

குஞ்ஞிக்குட்டன் சொன்னான்.

“தாத்தாதானே? இப்ப நமக்கு யாரிருக்குறீங்க?”

“மாதவன்.”

“சரி, மாதவனுக்கு சாமியாடத் தெரியும். கல்யாணி உடம்பு சரியில்லாதவ. பால மரத்தடியில நீங்க யாருக்கு பூஜை நடத்துறீங்க?”

சிலருக்கு சிரிப்பு வந்தது. சிலருக்கு இரகசியம் வெளியாகி விட்ட வருத்தம்.

“புளியாம்புள்ளி.” கல்யாணி சொன்னாள்.

“சரி, உனக்கு உடம்புக்கு சரியாயிட்டுதா?”

“எனக்கு உடம்புக்கு ஒண்ணுமில்லே.”

“பிறகு நீ எதுக்கு புளியம்விதையை தலையைச் சுற்றி வழிபாடு செய்தே?”

“சும்மா . . . ஹஹஹ . . .”

சாத்தானையும் மருதாவையும் பூஜை செய்யக்கூடாது என்று சொல்லவா? யோசித்து நின்று விட்டு ஆசான் சொன்னார்:

"எல்லா மனிதர்களுக்கும் தெய்வம் ஒன்றுதான். அப்பா, அம்மா, அரசன் – எல்லாமே ஒன்று வீதம்தான்."

அப்பனின் புரைக்குள் வெந்திக்கோத்து வந்திருக்கிறார்கள். குஞ்ஞிப்பெண்ணுக்கு இருப்புக் கொள்ளவில்லை. அவள் மாதவியையும் அழைத்துக்கொண்டு வேகமாக நடந்தாள். "அப்பனையும் மத்த வேதத்துல சேத்துட்டாங்களா?" அவளது பயம் இதுதான். குஞ்ஞிப்பெண்ணு வீட்டின் பக்கத்தில் வரும் போது பாடல் முடிந்திருந்தது. ஒருவர் பிரசங்கம் செய்ய ஆரம்பித்தார்.

"வெந்திக்கோத்தில்லை சகோதரர்களே, பெந்திகோஸ்த். நாங்கள், ஞானஸ்நானம் பெற்று கிறிஸ்தவர்களாக மாறியவர்கள். ஈசோமிஸிகாவைத் தவிர வேறு தெய்வங்கள் கிடையாது. கல்லையும் மரங்களையும் பூஜனை செய்வது பாவம். மனிதர்கள் பாவம் செய்தவர்கள். பாவத்தின் சம்பளம்தான் மரணம். பாவத்திலிருந்து விமோசனம் தேடி சுவர்க்க ராஜ்ஜியத்திற்குப் போக வேண்டுமா, யேசுவிடம் மண்டியிட்டு பிரார்த்தனை செய்குவீர். சகோதர சகோதரிகளே, நீங்கள் அனைவரும் ஞானஸ்நானம் பெற வேண்டும். அந்தக் கிறிஸ்து அனைத்தையும் சுட்டுச் சாம்பலாக்குவார். விசுவாசிகளைக் காப்பார். ஆகவே, சகோதர சகோதரிகளே, ஞானஸ்நானம் செய்து கர்த்தராகிய யேசுகிறிஸ்துவில் பாதுகாப்பு நாடுவீர்."

"கஷ்டப்பட்டு வேலை செய்றதையெல்லாம் தட்டிப்பறிக்கிற வனுங்கள அந்திக்கோத்து கொல்லுமா?"

குஞ்ஞிப்பெண்ணின் கேள்விக்கு மௌனம்தான் பதில். கொஞ்ச நேரத்திற்குப் பிறகு ஒருவன் சொன்னான்:

"அவர் எல்லா துஷ்டர்களையும் நிஷ்டூரம் செய்வார். உன்னைப் பாவங்களிலிருந்து விடுவிப்பதற்காக அல்லவோ அவர் சிலுவையில் மரணமடைந்தார். சுவர்க்க ராஜ்ஜியத்தில் வாழும் எங்களின் பிதாவே . . ."

"நான் அப்புடி ஒரு பாவமும் செய்யல." குஞ்ஞிப்பெண்ணு தனக்குள் சொல்லிக்கொண்டாள். இதென்ன? எல்லோரும் முழங்காலில் நின்று இரைச்சல்போல் முணுமுணுக்கிறார்களே? பாப்பி, குழந்தையை மடியிலிருத்தி அவர்களைப் பார்த்தபடியே உட்கார்ந்திருக்கிறாள். அப்பன், பாக்கையோ புகையிலையையோ தொப்பியில் துப்புகிறான். குஞ்ஞிப்பெண்ணு முற்றத்தில் நிற்பவர்களை மாறி மாறிப் பார்த்துக்கொண்டிருந்

தாள். அனைவரும் ஒன்றுபோல் வெள்ளை ஆடைகளை அணிந் திருக்கிறார்கள். யாரிடமும் ஆபரணங்களில்லை. கையில் கறுத்த உறையிட்ட ஒரு புத்தகம். பிரார்த்தனை முடிந்தது.

"கேளுங்கள் ஐயா ... பெரியவரே, சகோதரிகளே நீங்களும் குடும்பத்தோடு எங்களுடன் சேர வேண்டும். நாங்கள் இனியும் வருவோம். மேலுகாவிலும் இருவாபிரயிலும் ஒரு அரயன்கூட கிடையாது. எல்லோருமே மாமோதீஸாவில் மூழ்கி விட்டார்கள். விசுவாசிகளாக மாறிவிட்டார்கள். இப்போது தீர்வைக்கார முக்கியஸ்தர்களும் ரவுடிகளும் அந்தப் பக்கம் வருவதே இல்லை. இந்திய ராஜ்ஜியத்தை ஆளுபவர், இங்கிலீஸ் ராஜாதான். நாங்கள் அந்த ராஜாவின் பிரஜைகளாக ஆகிவிட்டோம். எங்களுக்கான எந்தக் காரியமாக இருந்தாலும் மலங்கர எஸ்டேட்டு சூப்பிரெண்டு மத்தாயி சாரிடம் சொன்னால் போதும். சார் துரையிடம் சொல்லி விடுவார்.

இங்குள்ள அரயன்களை குஞ்ஞுண்ணிப்பிள்ளையும் ஆட்களும் தினமும் தொந்தரவு செய்கிறார்கள். அவர்களிடம் கேட்கவும் யாருமில்லை. அரயனைக் கொன்று அவனது குடிலுக்குத் தீ வைத்தால் கேட்க யாரிருக்கிறார்கள்? இங்குள்ள ஆண்கள் பயமில்லாமல் காஞ்ஞாற்றுக்கோ அரைக்குளத்திற்கோ போக முடிகிறதா? உங்களுடைய பாதுகாப்பிற்கு யாரிருக் கிறார்கள்.

யாரிருக்கிறார்கள்? – குஞ்ஞிப்பெண்ணு முணுமுணுக்கும் போது உபதேசியார் தொடர்ந்தார்: "நீங்களும் ஞானஸ்நானம் பெற வேண்டும். அப்படியென்றால் உங்களை ரெட்சிக்கவும் சுவர்க்க ராஜ்ஜியத்திற்கு உங்களை அழைத்துச் செல்லவும் யேசுவாகிய தேவகுமாரன் வருவார்."

"நாத்தூனே, பெந்துக்கோத்துக்காரனுங்க கன்னுகாலிகள திம்பாங்க."

பாப்பி குஞ்ஞிப் பெண்ணின் காதில் கிசுகிசுத்தாள்.

"கன்னுகாலிகள திங்கிறவங்ககிட்ட ஐய்யப்பனும் செயித்தானு மெல்லாம் நெருங்க மாட்டாங்க."

"யாருக்குத் தெரியும் இதெல்லாம் நட்டா முளைக்காத பொய் யின்னு?"

“தெரியாதுன்னா விட்டுடு. இந்த மலையிலிருந்தும் ஐந்தாறு பேர்கள் சீயெம்மெஸ் ஆனாங்க.”

“அப்புடின்னா பெந்திகோத்து?”

“மொதல்லே சீயெம்மெஸ்சுதான். பெறகு பெந்திகோஸ்து.”

குஞ்ஞிப்பெண்ணுக்கு எதுவுமே விளங்கவில்லை.

“குஞ்ஞிப்பெண்ணே, தெய்வம் எல்லாருக்கும் சேந்து ஒண்ணுதான் இருக்கு. கிருஷ்ணன், ராமன், நபி, கிறிஸ்து – இப்பிடி நெறைய பேருங்க. மதமும் ஜாதியுமெல்லாம் மனுசங்க உண்டாக்கியதுதான். அயோக்கியனுங்க நரகத்துக்கும் நல்லவங்க சொர்க்கத்துக்கும் போவாங்க எங்கிறது பொதுவான ஒரு நம்பிக்கைதான். கிறிஸ்துவனாக மார்றதுல பெரிய நன்மை யொண்ணும் கிடையாது. சொர்க்கம் அவங்களுக்கு சொந்த மானதும் கிடையாது. மத்தவங்களத் தொந்தரவு செய்யாமலும் முடிஞ்சா உதவி செய்தும் வாழணும். அப்பனோ அம்மையோ செய்த குற்றத்துக்காகப் பிள்ளைங்களைத் தண்டிக்கிறது நியாய மில்லே. இன்னொரு தடவை ஞாபகப்படுத்துறேன். எந்த மதத்திலேயும் உள்ள தீவிரமான தீர்க்கதரிசி அதுல கடைசியா சேந்தவன்தான். காரணம் அவன் அதிகமா அறிந்தது கிடையாது.”

தனக்கும் இன்னொரு உபதேசியாக மாற வேண்டியதாகி விடுமோ? – ஆசான் இப்படியாக சிந்திக்கும்போது கொச்சு ராமன் சொன்னான்:

“எம் பேரு, கொச்சுராமன்தான். இனி மதத்தை மாத்திட்டு அரயன் மத்தாயின்னெல்லாம் கூப்பிட வேணாம். எனக்குத் தெரியும், இப்புடியெல்லாம் கூப்பிறது – பெலத்தோம்மா, சோதியவரான்னுல்லாம்.”

இருட்டுவதற்குள் குளித்து விடலாமென்று ஆசான் ஓடைக்குப்போனார். இளம்வயதான மாதவி ஒரு துண்டை மட்டுமுடுத்து முழங்காலளவு தண்ணீரில் நின்று ஈஞ்சை தேய்த்துக்கொண்டிருந்தாள். பக்கத்தில் கிடந்த கல்லிலிருந்து பங்குலைபோல் கறுத்து மினுமினுத்த தலை முடியைத் துவட்டிக்கொண்டிருந்தாள் குஞ்ஞிப்பெண்ணு. அவளும் ஒரு துண்டை மட்டுமே உடுத்தியிருந்தாள். இந்த வயதிலும் எவ்வளவு அழகாக இருக்கிறாள்? கடைந்தெடுத்ததுபோல் பளபளப்பும் உறுதியுமுள்ள உடல். நீண்ட காலத் தாம்பத்தியத்தால் அந்த உடலை அதிகமாக ஒன்றும் தளர வைத்துவிட முடியவில்லை.

இவளது இளமைக்காலம் பாறையிலும் காட்டிலும் ததும்பித் தெறித்துக் கழிந்தது. கொச்சுராமன் மிகவும் அதிர்ஷ்டசாலி. குஞ்ஞிப்பெண்ணு – சே, இளமை முழுவதும் வற்றி இல்லாமலாகி

விட்ட பிறகும் தனது மனது ஏன் தேவையற்ற சிந்தனைகளில் மூழ்குகிறது? ஒரு சகோதரனைப்போல் அவள் தனக்கு உணவு பறிமாறித் தருகிறாள். அந்த மனதில் எவ்வித களங்கமுமில்லை. இவள் தன்னுடைய சகோதரி. இலேசாகக் கறுத்திருக்கும் இந்த அழகியின் சகோதரனாக இருப்பதில் தனக்குப் பெருமை. "தவறான வழியினூடே சஞ்சரிப்பவர்களிடம் இவனுக்குத் தோல்வியென்பதே இல்லையடா." நாவின் நுனியில் வந்தது ஹனுமானின் வார்த்தைகள்தான். ஆசான் திரும்பி நடந்தார்.

பதினைந்து

பிள்ளைகளின் கல்விக்கான விஷயம். கொச்சுராமனும் மற்ற சிலருமாக கண்டத்தில் கிருஷ்ணபிள்ளையைப் போய்ப் பார்த்தார்கள்.

"படிச்சாதான் நீங்களெல்லாம் முன்னேற முடியும். ஏழுவயசான எல்லாப் பிள்ளைகளை அரசாங்கப் பள்ளிக் கூடத்துல சேக்கணும். யாருக்கும் பயப்பட வேண்டாம். தைரியமா இருங்க. உதவி செய்ய நானிருக்கேன்."

"நீங்க எல்லாருமா சேந்து கூட்டமாப் போங்க. எதுக்குப் பயப்படணும்?"

ஆசானின் வார்த்தைகளுக்கு மயக்கும் சக்தியுண்டு. ஆறேழு பேர்கள் முதலில் சேர்ந்தார்கள். ஆசிரியர்களில் சிலர் மலையின் குழந்தைகளுக்குத் தைரியமூட்டினார்கள். தயக்கத்துடன் நின்றவர்களும் பிறகு சேர்ந்தார்கள்.

"நீ திறமையானவடீ, முன்னுக்கு வருவே."

பார்வதியை ஆசான் தலையில் கை வைத்து ஆசீர்வதித்தார்.

குஞ்ஞிக்குட்டன், ராகவன், கொச்சுமாதவன், நாராயணன்குட்டி – இவர்கள்தான் முதலில் சேர்ந்தவர்கள். கல்யாணி, லட்சுமி, தேவகி – இப்படி சிலபேர்கள் இரண்டாவதாகச் சேர்ந்தார்கள். சிலேட்டும் புத்தகமும் இலையை வாட்டிக் கட்டிய கட்டுச் சோறும் . . .

"கல்யாணி, தம்பியைக் கவனிச்சிக்கோ."

குஞ்ஞிப்பெண்ணு தைரியத்திற்காகச் சத்தமாகச் சொல்லுவாள். மலையிலிருந்து செல்லும் சிறு வழிகள் பெரிய ஓடையின் பக்கத்தில் ஒன்று கூடும். வெவ்வேறு

வழியாக வந்தவர்கள் கூட்டமாக எதையாவது பேசிக்கொண்டே பள்ளிக்கூடத்திற்குச் செல்வார்கள்.

சில நாட்களில் பள்ளிக்கூடம் விடுவதை எதிர்பார்த்து கொச்சுராமனும் நின்றிருப்பான், மகளிடமிருந்து புத்தகங்களை வாங்குவதற்காக. அவளுக்குக் கூட்டத்திலிருந்து பிரிந்து அப்பனுடன் போவதில் விருப்பமில்லை. அவள் சொல்வாள்:

“அப்பன் மெதுவா வா. நாங்க போறோம்.”

வழியருகில், புளிக்கும் ஞாளப்பழம். நெல்லிக்காய், இலை முளச்சிகளெல்லாம் கிடைக்கும். ராகவனும் மாதவனும் நெல்லி மரத்தில் ஏறுவார்கள். அவர்களுக்காகக் காத்து நின்று சோர்வடையும்போது பெண்பிள்ளைகள் சொல்வார்கள்:

“ஒரெண்ணம் எனக்குத் தா.”

சிலநேரங்களில் கிடைக்கும். கிடைக்கவில்லையென்றால் ஆமா, பெரிய இவன் என்று சொல்லிவிட்டுத் திரும்பி விடுவார்கள்.

ராகவன் ஏதாவது ஒன்றைப் பார்வதிக்குக் கொடுப்பான். அது கை மாறுவதைப் பார்க்கும்போது கல்யாணியோ பவானியோ சொல்வார்கள்:

“ம், முறைப்பெண்ணுகிட்ட பாசத்தைப் பாரேன்.”

“பார்வதியோட அப்பன் பெரிய ஆளில்லியா? ராகவனுக்குக் கெட்டிக் கொடுப்பானா?”

பார்வதிக்கு ராகவனிடம் பெரிய அளவிலான அன்பெதுவும் கிடையாது. சிரிப்பாள். பேசிக்கொள்வாள்.

மாதவனுக்கு கல்யாணி; ராகவனுக்கு பார்வதி; குஞ்ஞிக்குட்டனுக்கு லட்சுமி – ஒவ்வொருவருக்குமான வருங்கால உறவுகள் குடும்ப பந்தங்கள் வழியாகத்தான். ஆனால், யாருக்குமே இந்த சிந்தனைகளுக்கான வயதுகளில்லை. சிலநேரங்களில் கைகளிலிருப்பதை தட்டிப் பறிப்பதுமுண்டு. சண்டை வரும். மறுநாள் வருத்தப்படுவார்கள். “ஆமா, நீ என்னைத் தள்ளி விட்டியே? “நீ என் பென்சிலை ஒடிச்சியே?”

“நெல்லிக்கா வேணும்னா ஏறிப் பறிச்சுக்கோ. எடியே பாரோதி. நீ மரத்திலே ஏறி காப்பிப் பறிப்பே இல்லியா? அதைப்போல ஏறி நெல்லிக்காயும் பறி.”

“அப்பா, எனக்கு பேனாவும் இங்கும் வாங்கணும். ஒரு துணிக்குடையும் வேணும்.”

இடையிடையே ஏதாவது வாங்க வேண்டுமென்று அப்பாவிடம் சொல்வாள் பார்வதி.

அழகான பாவாடையும் துணிக்குடையுமாக வருகிற பார்வதியை கல்யாணிக்கும் மற்றவர்களுக்கும் மிகவும் பிடிக்கும். தங்களுக்கு இதெல்லாம் வாங்கக் கிடைக்காது. பார்வதி அழகாக வும் நிறமாகவும் இருப்பாள். அவளது அப்பாவுக்கு தோட்டம் நிறைய கொடியும் கமுகுமிருக்கிறது. பணத்துக்குப் பஞ்சமில்லை. போதாக்குறைக்கு ஊரில் பிரபலமான வைத்தியனும்.

அவர்கள் சற்று முதிர்ச்சியடைந்தார்கள். வழிகளும் சுற்றுப் புறங்களும் பரிச்சயமாயின. யாரும் தங்களை எதுவும் செய்ய மாட்டார்களென்ற நம்பிக்கையும் ஏற்பட்டது. ஆண்களின் சற்று பின்னால் பெண்கள். ஆண்கள் பெண்கள் என்கிற புரிதல் அவர்களை வேறுபடுத்தியது. கல்யாணியின் கையிலிருக் கும் நெல்லிக்காயைத் தட்டிப்பறிக்க மாதவனுக்கு வெட்கமாக இருந்தது. தாவென்று கேட்க அவளுக்கும் வெட்கம்.

“அப்பா, திருநாளைக்கு எல்லாருமே பள்ளிக்கூடத்துக்கு வரணும்னு ஹெட்மாஸ்டர் சொல்லியிருக்கார். அப்பன் ஒரு உடுப்பு வாங்கிக்க.”

மகாராஜாவின் பிறந்த நாள் கொண்டாட்டம். இரண்டு மூன்று வருடங்களாக தொடர்ந்து கொச்சுராமனும் அதில் கலந்துகொள்கிறான். அப்போதெல்லாம் உடுப்பு வாங்கச் சொல்லி மகள் சொல்லவில்லை. வட்டக் கழுத்தும் நெஞ்சிலும் வலது பக்கமும் பாக்கெட் வைத்த ஒரு சட்டையை அவனும் வாங்கினான்.

மகாராஜாவின் பெரிய படத்துக்கு பூமாலைகளும் ஜரிகை மாலைகளும் அணிவித்து தோளிலேந்தினார் ஹெட்மாஸ்டர். கூடவே மாணவர்களும் பெற்றோர்களும். ஸ்ரீசித்திரைத் திருநாள் மகாராஜா . . . பீ பீ ஹுரேய். யாரோ இப்படி சத்தமாகச் சொல்கிறார்கள்.

கடவுள் பிரார்த்தனை. வஞ்சீச மங்களம். சிறு சொற் பொழிவுகள். மிட்டாய் வினியோகம். விளையாட்டுகளில் வெற்றி பெற்றவர்களுக்கு பரிசுகள்.

பத்மநாபனுக்கு ஓட்டப்பந்தயத்தில் இரண்டாம் பரிசு. அவன் மேடையேறி கும்பிட்டு விட்டு ஹெட் மாஸ்டரிடமிருந்து பரிசைப் பெற்றான்.

“பல்பநாவன் காக்கொம்பிலுள்ள ஒரு அரயன் மாணவன் . . .”

கொச்சுராமனிடம் ஒருவன் சொன்னான்: திறமைசாலி. பார்வைக்கும் பரவாயில்லாமல் இருக்கிறான்.

பலவற்றையும் யோசித்தபடியே மலையேறிய கொச்சு ராமன் தோளிலிருந்த சுமடை ஒரு கல்லில் வைத்துவிட்டு

உட்கார்ந்தான். அப்போது கீழேயிருந்து யாரோ கூப்பிடும் சத்தம் கேட்டது:

“ஏய், கொச்சுராமன் அண்ணா ...”

“ஓ ... அப்புறம் சொல்லு குஞ்ஞாப்பா என்ன?”

“எம் பேரை மாத்தினது தெரியாதா? நாங்க ஞானஸ்நானம் முங்கினோம். இப்ப எம் பேரு தானியேல். பொஞ்சாதியோட பேரு, சின்னா. கொழந்தைங்க ஈசாக்கும் அன்னாவும்.”

கொச்சுராமன் அவனைக் கூர்ந்து பார்த்தான். வருத்தத்துடன்! தைரியசாலியான ஒருவன் கூட்டத்திலிருந்து பிரிந்து போய்விட்டான். தானியேல் எனும் குஞ்ஞாப்பனின் தோளில் காயம்பட்ட தழும்பு இப்போதும் இருந்தது. குஞ்செறுக்கனுடன் நின்று அக்கிரமக்காரர்களுடன் வீரத்துடன் போராடியவன். தலைமுடியை ஒட்ட வெட்டியிருந்தான். நல்ல ஆடைகளும். கொச்சுட்டி எனும் சின்னே பின்னால் நிற்கிறாளா? இல்லை. அரயன்களுக்கு ஒரு பாதுகாவலன் ஒருபோதுமே உருவாகப் போவதில்லை. எல்லாரையும் ஒன்றாக ஒருங்கிணைக்கும் சக்தி வாய்ந்த ஒருவன் எங்காவது பிறந்திருக்கக்கூடும். அவனாகவே இருக்கும் அந்தி கிறிஸ்து.

“எங்க கௌம்பிட்டே?”

“இருமாபிற பள்ளியில பெருநாளு. தாயும் பிள்ளைங்களும் மேலுகாவுக்குப் போனாங்க. இத்தாக்கு பேரப்பனும் பெண்ணம்மா மாமியும் கூட வந்தாங்க.”

இவர்களெல்லாம் யார்? கொச்சுராமனுக்குப் பிடிபடவில்லை. ஒன்று மட்டும் புரிந்தது. மதம் மாறினாலும் அவனது நாக்குக்கு மாற்றமில்லை.

“அப்ப ஜாதி மாறினாலும் கூப்பிடுறது முன்போலதானே இல்லியா?”

“அப்புடியில்ல அண்ணா ...”

“குஞ்ஞப்பா, இல்லே ... தானியேலு இனி என்னை நீ என்னை அண்ணானு கூப்பிடலாம்தானே?”

சிறிது நேரம் மௌனம். இரண்டுபேருமே எதையோ யோசிக்கிறார்கள்.

“பிள்ளைங்களெல்லாம் படிக்குதா?”

“ஆமா, பார்வதி சர்க்கார் பள்ளிக்கூடத்தில நாலாங் கிளாஸ் பாசாயிட்டா.”

"எங்களுக்கு பள்ளியும் பள்ளிக்கூடமும் இருமாபிறயில தான். இந்த மலையிலே உள்ள எங்களோட பிள்ளைங்கள அங்கேதான் கொண்டு போகணும்."

"தெனசரி அங்கே போய் வர்றதுக்கா?"

"இல்ல, அங்கே ஒரு ஹாஸ்டல் இருக்கு. இங்கிலீஸ் சர்க்கார் உதவி செய்யும்."

"அப்ப செலவுக்கு?"

"அதெல்லாம் பிரச்சினையில்லை. எல்லாத்துக்குமே வெள்ளைக்காரங்களோட மெசினரிங்க இருக்காங்க. நல்ல படிப்பு. அண்ணனும் இங்க வந்துடேன் . . ."

"அது எப்புடியானாலும் வேணாம், குஞ்ஞாப்பா."

முதலில் ஒன்றாம் படிவத்திற்கு வந்தவர்கள் – பத்மநாபன், கொச்சுமாதவன், குஞ்ஞிக்குட்டன் ஆகியவர்கள். ராகவன், ஐந்தில் இரண்டு தடவை தோற்றான். கல்யாணி ஐந்தில் வெற்றி பெற்று படிப்பை நிறுத்தினாள். லட்சுமியும் பவானியும் தொடர்ந்து படிக்க வேண்டுமா என்று யோசித்தார்கள். குழந்தைப் பருவத்தைக் கடந்த பெண் மக்களைப் படிக்க அனுப்பினால் அடுக்களை யிலும் தோட்டத்திலும் வேலைக்கு ஆளில்லை. யாராவது பிடித்துக்கொண்டு போய்விடுவார்களோ என்ற பயம்வேறு.

"எனக்குப் படிக்கத்தான் விருப்பம். படித்துப் படித்து மஜிஸ்ட்ரேட் ஆகணும்."

பார்வதி கல்யாணியிடம் சொன்னாள்.

"ஆனா, எவ்வளவு நாளைக்கு பார்வதி?"

"ம்..? ஏன்?"

"இப்பவே பெரிய பொண்ணாயிட்டே."

"அதனால படிக்க முடியாதுன்னா சொல்லுறே? சீக்கிரமா வளந்தது எம்பேர்ல உள்ள குத்தமா?"

"வீட்டுல அம்மா விடுவாளா?"

"விடலேன்னா எனக்கு விடவைக்கத் தெரியும். இந்தப் பார்வதி இருக்காளே, இவ மருதுங் கல் கொச்சுராமன் குஞ்ஞிப்பெண்ணோட மவ. அந்த சொரணை

நாராயண்

யெல்லாம் எனக்கும் இருக்குடீ. என் விஷயத்தை நானே முடிவு செய்ஞ்சுக்குவேன்."

மதியச் சாப்பாடு பாடசாலையின் பக்கத்திலிருக்கும் ஆற்றங்கரையில்தான். நான்கைந்துபேர்கள் கொண்ட குழுக்கள். பெரும்பாலும் இலைப் பொதிகள்தான். அபூர்வமாக சிலருக்கு பித்தளைத் தூக்கு.

பத்மநாபன் பார்வதியை அடிக்கடிக் கூர்ந்துப் பார்ப்பான். சிரிக்க முயற்சி செய்வான். ஏதாவது பேசவேண்டும்போல் அவளுக்கும் தோன்றும். சாப்பிட்டு முடித்துவிட்டுத் திரும்பிக் கொண்டிருந்த ஒருநாள்...

"மருதங்கல் குஞ்ஞுராமனோட மவதானே..?"

"இல்லே, அப்பா பேரு கொச்சுராமன்."

"ம்... அம்மா பேருதான் குஞ்ஞிப்பெண்ணு? ஊட்டு பேரை தெருவுக்காடுன்னு சொல்லுவாங்க, இல்லியா?"

"இதெல்லாம் உனக்கு எப்புடித் தெரியும். எனக்கொரு தம்பியும் இருக்கான்."

"தெரியும். அவன் பேரு சேகரன்தானே?"

"அது சரி. உங்க ஊட்டுப்பேரு என்ன?"

"கொச்சுப்பரம்பில் குஞ்ஞுகுஞ்ஞுனோட மவன் பத்மநாபன். பப்பன்னு சொல்லுவாங்க."

"ஆனா, பப்பு எதையும் காணோமே..?"

"பயங்கரமான ஆளா இருக்கியே நீ..."

கேள்விகள் எதுவும் மிச்சமில்லாததுபோல். ஆடைகளை யும் முகத்தையும் அவனது கண்கள் மேயத் துவங்கியபோது அவளுக்கு வெட்கமாக இருந்தது.

"யாருடீ, அந்தப் பையன்..?"

தோழிகள் கேட்டார்கள்.

"அம்மாவோட குடும்பத்திலே உள்ளவன்தான்..."

"உங்களுக்குள்ளே..."

"ஆமா... சும்மா போ, பொண்ணே."

"நீ எதையும் மறைக்க வேணாம்டி. இந்த நோயோட பேருதான் காதல்னு சொல்றது. பண்ணிக்கோ..."

சின்ன அரயத்தி

மகள் படித்து திறமையானவளாக ஆவாள். அவளது முறைப் பையன் படிப்பில் தேறாமல் மரமேறிக்கொண்டிருக் கிறான். இவர்களுக்கிடையிலான திருமணம் நடக்குமா? இரண்டு பேரும் சமமாக இல்லையென்றால் ... இந்த நிலைமை முன்பு எப்போதாவது அரயன்களிடம் இருந்திருக்கிறதா?

பாடசாலைக்குப் புறப்படும் மகளை குஞ்ஞிப்பெண்ணு பார்த்தபடியே உட்கார்ந்திருப்பாள். வயதைவிடவும் சற்று அதிகமான உடல் வளர்ச்சி. முகமும் கன்னங்களும் தடித்திருக் கின்றன. மார்பும் பெரிதாகிவிட்டது. இன்னும் இவள் வயதுக்கு வரவில்லையே? ரவுக்கை போட வேண்டாமா? தானொரு முலைக்கச்சைகூட அணிந்ததில்லை. இரண்டு தோள்களையும் மறைக்குமளவிலான ஒரு துண்டுத் துணியை பின்பக்கமாகப் போட்டிருப்பாள். அப்போதெல்லாம் இப்படித்தான் ...

பள்ளித் தோழியருடன் காலையில் மலையிறங்கும் மகள் திரும்பி வருவது வரையிலும் குஞ்ஞிப்பெண்ணுக்கு இருப்புக் கொள்ளாது. கூட யாருமில்லாமல் தனியாக வந்து விடுவாளோ? ஏதாவது அயோக்கியன்கள் வழியில் ... படித்தது போதுமென்று நிறுத்திவிட்டால் என்ன? அப்பனும் மகளும் ஒப்புக்கொள்ள மாட்டார்கள். மகள் வளர்ந்திருக்கிறாள் என்கிற நினைப்புகூட அப்பனுக்கில்லை.

“யாரும் இல்லைன்னா என்ன? நானே தனியாப் போயிடு வேன். நான் வந்து கொச்சுராமன் வைத்தியனோட மவ பார்வதியாக்கும்.”

அம்மாவின் சந்தேகத்திற்கு மகளிடமிருந்து வந்த பதில் இதுதான்.

பார்வதி இங்கிலீஷ் படிக்கும் சத்தம் வீட்டிலும் தோட்டத் திலும் கேட்கும். ஸ்மால் ராமன், ஷார்ட் பெண்ணு, மருதுங்கல், கோக்கனட் என்றெல்லாம் சாக்கட்டியால் எழுதி வைப்பாள்.

“தென்னையும் கமுகுமெல்லாம் இங்கிலீசிலா காய்க்கும் மவளே?”

சிரித்தவாறே கேட்டார், கொச்சுபிள்ளை ஆசான்.

மூன்றாவது படிவத்தின் பொதுத் தேர்வுக்கான கேள்வித் தாள்களை வகுப்பாசிரியர்கள் திருத்தக்கூடாது. ஆகவே, கவன மாகப் படிக்க வேண்டும்.

பார்வதி தனியாக உட்கார்ந்து படிக்கத் துவங்கினாள். இது என்ன படிப்போ? மகள் சோறு சாப்பிடுவதற்குக்கூட எழமாட்டேன் என்று உட்கார்ந்திருக்கிறாள். குஞ்ஞிப்பெண்ணு பலதடவை வந்து பார்த்து விட்டாள்.

“பயப்படாதே, அவ படிக்கட்டும். மக பரீட்சையில ஃபஸ்ட் கிளாஸ்ல வந்தா இந்த ஆசான் ஒரு அன்பளிப்பு தருவேன். அதை நீ வாங்கிக்கணும் என்ன?”

“என்ன அன்பளிப்பு?”

“அதை இப்ப சொல்ல மாட்டேன். நீ நல்லாப் படி.”

மூளையைப் பிசைந்துகொண்டு உட்கார்ந்திருக்கும்போது, தோட்டத்தில் மருத மரத்தின்கீழ் பாட்டுச் சத்தம் கேட்டது. பார்வதி படிப்பதை நிறுத்திவிட்டு பாட்டைக் கவனித்தாள். நகத்தால் தரையைக் கீறினாள். பிறகு பாடல் வந்த திசையை நோக்கித் தலையைத் திருப்பினாள்.

ராகவன்தான் பாடியவன். மருதின் கிளையிலிருந்து பாடிக் கொண்டிருந்தான்.

“ஏய், செக்கட்டே ...”

ராகவனை பார்வதி அப்படித்தான் அழைப்பாள். காலையில் வெயில் படரும்போது புதர்க்காட்டிலிருந்து சிலம்புகிற காட்டுக்கோழியை செக்கட்டை என்று சொல்வார்கள். முறைப் பெண்ணு இப்படிக் கூப்பிடும்போது அவனுக்குக் கோபம் வரும். மரக்கிளையைப் பிடித்து உலுக்கியபடியே அவன் கீ...கீ யென்று பழித்துக் காட்டியபடியே திருப்பிக் கூப்பிடுவான்:

“மருதுங்கல் கொம்பியே.”

தொடர்ந்து தங்களுக்குக் காட்டத் தெரிந்த எல்லா பழிப்பு களையும் பரஸ்பரம் காட்டிக்கொள்ளுவார்கள்.

பார்வதியிடம் குழந்தைத்தனம் விட்டு விலகவே இல்லை. சிறு முந்திரி மரத்திலும் காப்பி மரத்திலுமெல்லாம் அவள் பற்றிப் பிடித்து ஏறுவாள். அதைப் பார்க்கும்போது குஞ்ஞிப் பெண்ணுக்கு நாக்கு அரிக்கும்.

“அந்தத் தென்னையில ஏறி ரெண்டு தேங்காப் பறியேண்டி குருத்துவம் கெட்டவளே ...”

“அம்மா, அந்த ஏணியைக் கொஞ்சம் எடுத்துட்டு வாயேன். பறிச்சுத் தர்றேன்.”

“உன்ன ... எறங்குடி கீழ. தலையும் மொலையும் வளந்த பொண்ணாப் பெறந்தவ மரம் ஏர்றத பாரேன் ...”

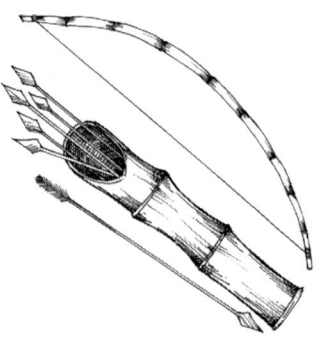

"பாக்காதே, கண்ணை மூடிக்க. ஈ... நான் இப்ப அந்தப் பனையில ஏறப்போறேன் ..."

அவளிடம் பேசி மாளாது. அம்மா திரும்பப் போய்விடுவாள்.

ஒரு மத்தியான நேரத்திற்குப் பிறகு, பார்வதி வீட்டின் பக்கத்திலுள்ள காப்பி மரத்தின் கீழிருந்து அம்மாவைக் கூப்பிட்டாள். பொதுவாக அவள் அப்படிக் கூப்பிடும் வழக்கம் கிடையாது. அந்தக் குரலில் ஏதோ ஒரு அசாதாரணத் தன்மை இருந்தது. குஞ்ஞிப்பெண்ணு பதறிப்போனாள். மாதவியையும் அழைத்துக்கொண்டு ஓடிச் சென்றபோது மகளின் ஆடைகளில் இரத்த அடையாளங்கள். அம்மாவின் மனம் நிறைந்தது. ஹோ... இதற்காகக் காத்திருக்கத் துவங்கி எவ்வளவு நாட்களாகின்றன ? மகள் பெண்ணாகியிருக்கிறாள். அன்று, தான் எவ்வளவு நேரம் கல்லில் மறைந்து நின்றிருக்கிறோம். கூப்பிட்டுச் சொல்வதற்கு தனக்கு அம்மா இல்லை...

மகளையும் அழைத்துக்கொண்டு அம்மா பின்பக்கம் வந்தாள். அவளைத் திண்ணையில் உட்காரவைத்து விட்டு மாதவியிடம் இரகசியமாகச் சொன்னாள்:

"மாதீ, நீ சீக்கிரமா அப்பன் ஊட்டுக்குப் போய் நாத்தூன் கிட்டே பார்வதி தெரண்டுட்டான்னு சொல்லு."

வேறு பாவாடையும் உடுத்தி உடலில் சுற்றிக்கொள்ள ஒரு வேட்டியும். கையில் ஒரு அரிவாளும் கிடைத்தபோது பார்வதிக்கு வெட்கமாக இருந்தது.

பாப்பியும் நான்கைந்து பெண்களும் வந்தனர். குஞ்ஞாதிச்சன் மூங்கில் குச்சால் தெற்குப் புற திண்ணையில் ஒரு மறைவு கட்டினான். பச்சை மஞ்சளை இடித்துப் பிழிந்த நீரை தேங்கா யெண்ணெயில் கலந்து பார்வதியின் உடலில் தேய்த்தாள் பாப்பி. இது மாமி உரிமை. பார்வதியின் அப்பாவுக்கு சகோதரி களில்லையென்பதால் அம்மாவின் சகோதரனின் மனைவிக்குத் தான் இந்த உரிமை. பெண்கள் சுற்றிலும் நின்று குரவையிட்ட போது பார்வதி தலைகுனிந்து உட்கார்ந்திருந்தாள்.

"எந்த ஊட்டுல பொண்ணு தெரண்டுருக்கா..?"
குரவையைக் கேட்டவர்கள் தங்களுக்குள் கேட்டுக்கொண்டார்கள்.

"கொரவை, மருதுங்கல்லே இருந்து வருது..."

"அப்புடின்னா பாரோதியா இருக்கும்."

கொச்சுராமனின் குடில் பக்கத்தில் மூங்கில்புரை கிடையாது. குஞ்ஞிப்பெண்ணு தீண்டாரியாக இருக்கும்போது தெற்குப்புறத் திண்ணையின் ஒரு ஓரத்தில்தான் இருப்பாள். அந்த இடத்தைதான் மறைத்துக் கட்டினான் கொச்சுராமன்.

மாமிமார், நாத்தூன்மார், பேரம்மை, சித்தி போன்ற உறவின் முறைக்காரர்கள் நெய்யப்பம் பொரித்து திரண்ட பெண்ணுக்குக் கொண்டு வந்து கொடுத்தார்கள்.

ஏழாம்நாள்தான் திரண்ட கல்யாணம். அதை விமரிசையாக நடத்த வேண்டுமென்பது குஞ்ஞிப்பெண்ணின் ஆசை. செலவு செய்யவும் இருக்கிறதல்லவா?

நாத்தூனாக யார் இருக்கிறார்கள்? பார்வதிக்கு அண்ணன் கிடையாது. அண்ணனின் மனைவி; மாமியின் மகள்; அப்பாவின் சகோதரனின் மகனின் மனைவியெனும் உறவுமுறைகள் எல்லாமே நாத்தூன் முறைதான். பார்வதிக்கு இப்படியாக யாருமே இல்லை. பவானிதான் பார்வதியின் நாத்தூனாக ஆனாள்.

சடங்குக் குளிக்கும் பெண்ணுக்கு பாப்பி மாமியும் பவானி நாத்தூனும் சேர்ந்து எண்ணெய் தேய்த்தார்கள். ஈஞ்சையும் குறுந்தோட்டியும் சேர்த்து தாளி பதைத்தார்கள். நாத்தூனுடன் சேர்ந்து பெண் நீரில் மூழ்கியெழும்போது கரையில் நின்றிருந்த பெண்கள் குரவையிட்டார்கள். முறைப் பையனான ராகவன் வெட்கமும் தயக்கமுமாக ஒரு கல்லின்மீது நின்று பழுத்தப் பாக்கையும் வெற்றிலையையும் நீரில் போட்டுவிட்டு எங்கோ ஓடினான். ஒரு வெற்றிலையை பெண் பிடித்தெடுக்க வேண்டும்.

குடிலுக்கு வந்து புத்தாடைகள் அணிந்து ஏற்றி வைத்தக் குத்துவிளக்கைக் கும்பிட்டாள். பாப்பியும் மற்றவர்களும் ராகவனைத் தேடினார்கள். குஞ்ஞிப்பெண்ணு இதில் சிறிதளவு கூட ஆர்வம் காட்டவில்லை. கறுத்தச் சரடில் கோர்த்த கொக்குறியை – அரை அங்குல அகலத்திலான தங்கத் தகடு – பாப்பியிடம் கொடுத்தாள். முகத்தைக் கைகளால் மூடி வெட்கத்துடனிருந்த பார்வதியின் கழுத்தில் அதைக் கட்டினாள் பாப்பி. ராகவனுக்கு மனைவியாக வர வேண்டியவள் பார்வதி. இது வொரு சடங்குதான். இப்படித்தான் நடக்க வேண்டுமென்ற நிர்ப்பந்தம் எதுவுமில்லை. நண்பர்களும் உறவினர்களுமாக நிறைய ஆட்கள் வந்திருந்தார்கள். கொச்சுபிள்ளை ஆசான் ஒரு சாய்வு நாற்காலியில் உட்கார்ந்திருந்தார். சாப்பாட்டுக்கு இன்னும் கொஞ்சம் நேரமாகும். ஆசான் முன்பு சொன்ன கதையைப் பற்றி ஒரு ஆளுக்கு சந்தேகம். ஹனுமானும் பீமனும் ஒரே ஆளின் மக்கள். இரண்டு பேருக்கும் எப்படி மாருதியென்று பெயர் வந்தது?

"குஞ்ஞுமுண்டா, மருதுன்னு சொன்னால் வாயு பகவான்னு அர்த்தம். மருதின் புத்திரன் மாருதியும். வாயுதேவனுக்கு ஆயிரம் மக்களிருந்தால் அவங்க எல்லாரையுமே மாருதின்னே சொல்லலாம்."

எல்லாவற்றையும் முடித்து வெற்றிலையும் போட்டு தனியாக உட்கார்ந்திருக்கும்போது குஞ்ஞிப்பெண்ணு நினைத்தாள்: எட்டுப் பத்து நாட்களாகின்றன மகளின் படிப்பு நின்றுபோய். இனி எப்படி அவளைப் பாடசாலைக்கு அனுப்புவது? மாதம் தோறும் வருகிற தீண்டாரி ... அன்றெல்லாம் புத்தகத்தைத் தொடவோ எங்கேயும் போகவோ கூடாது. ஆகவே படிப்பை நிறுத்தி விடுவதுதான் நல்லது. பவானியும் கல்யாணியுமெல் லாம் அப்படித்தான் படிப்பை நிறுத்தினார்கள்.

பார்வதி கழுத்தில் கிடந்த கறுத்தச் சரடை அவிழ்த்துப் போட்டு விட்டு குளித்துத் தயாராக நின்றாள்.

"நீ எங்கடீ போற?"

"தெரியாதா? பள்ளிக்கூடத்துக்குத்தான்."

"நீ இனி பள்ளிக்கூடத்துக்குப் போக வேணாம்."

"ஆமா, பின்னே ..."

அம்மாவின் தடைகள் எதையுமே அவள் காரியமாக எடுத்துக்கொள்ளவில்லை. கொச்சுராமனாலும் சரியாக எந்த முடிவுக்கும் வர இயலவில்லை. அவன் யோசித்தவாறே இருந் தான். இதுவரையிலும் கடைப்பிடித்து வந்த வழக்கங்கள் மீறப்படுகின்றன. குஞ்ஞிப்பெண்ணு முறைப் பையனை ஏற்றுக் கொள்ளவில்லை. தீண்டாரி காலங்களில் அவள் தெற்குப் புறத்திண்ணையில் கிடந்தாள். வாசலைத் திறந்து போட்டபடி காவலிருந்தவனும் நான்தான் ...

மகள் இப்போது தீண்டாரி எதையும் கணக்கில் எடுத்துக் கொள்ளாமல் படிக்கப் போகிறேன் என்கிறாள். கல்வியென்பது சரஸ்வதியல்லவா? அசுத்தப்பட்டு விடாதா?

தயக்கமிருந்தாலும் அவன் ஆசானிடம் பகிர்ந்து கொண்டான். மெல்லச் சிரித்த ஆசான் தாடியைத் தடவிய படியே சொன்னார்:

"குஞ்ஞிப்பெண்ணைக் கூப்பிடு. பார்வதியைப் படிக்க அனுப்புறதுலே எந்தத் தப்பும் கிடையாது. அப்புறம், தீண்டாரி ... அது மாசத்திற்கொரு முறை நடக்கும்தான். அப்போது சில விஷயங்களைச் செய்யக் கூடாதுதான். பார்வதி கன்னிப் பெண்ணு. கல்விங்குறது சரஸ்வதிதேவின்னா அந்த தேவியும் கூட ஒரு பெண்தானே? தேவிக்கும் தீண்டாரி வரக்கூடும் தானே? இதெல்லாமே நம்முடைய வெறும் நம்பிக்கைகள் தான். ஹை ஸ்கூல்லேயும் காலேஜ்லேயும் படிக்கிற பெரிய பெரிய பெண்ணுங்க; ஆசிரியைங்க, உத்தியோகம் பாக்குற வுங்க – இவங்கள்லாம் யாருமே விடுமுறை எடுத்து வீட்டுல இருந்துக்குறது கிடையாதல்லவா ..?"

குஞ்ஞிப்பெண்ணு பிறகு சந்தேகம் எதுவும் கேட்கவில்லை. மகளின் மூளியான கழுத்து . . . மனதிற்குள் என்னவோ ஒரு போதாமை . . .

"அந்தக் கொக்குறியை எங்கடீ?"

"நான் என்ன கன்னுகாலியா? கழுத்துல கயிறையும் கட்டிட்டு நடக்குறதுக்கு?"

"அப்பன்கிட்டே ஒரு மாலை வாங்கித் தரச்சொல்லு."

கழுத்தில் சரடு அணிவது, திரண்ட பெண் என்ற அடையாளத்திற்காகத்தான். அவளுக்கு அதில் விருப்பமில்லையாக இருக்கும். மகள் ஒரு அசுர வித்துதான் என்று குஞ்ஞிப்பெண்ணுக்குத் தோன்ற ஆரம்பித்தது.

பத்மநாபனிடம் பேசுவதில் பார்வதிக்கு ஆர்வமிருந்தது. பார்க்கும்போது இலேசாக சிரித்துவிட்டு அவன் நகர்ந்து விடுவான். இடையே ஒருதடவை திரும்பிப் பார்த்துவிட்டுச் சிரிப்பான்.

தலைமையாசிரியரும் இரண்டு ஆசிரியர்களும் வழக்கத்துக்கு மாறாக பிரம்புடன் வராந்தாவில் வந்து நின்றிருந்தார்கள். மாணவர்கள் ஏதோ கிசுகித்தார்கள். வகுப்பாசிரியை மிகுந்த கௌரவத்துடன் பாடம் நடத்திக்கொண்டிருந்தார்.

வெளியே என்னமோ சிறு சலசலப்பு. மாணவர்கள் அனைவரும் வெளியே எட்டிப் பார்த்தார்கள்.

"சைலன்ஸ்." மேஜையில் இரண்டு முறை தட்டினார்.

"ஆல் ஸ்டாண்ட். லெஃப்டேர்ன், ஃபிரண்ட். ரைட்டேர்ன், ஃபிரண்ட் – ஸிட்டௌன்."

ஆசிரியர்கள் வகுப்பறையைக் கட்டுக்குள் கொண்டுவருவதற்கு முயற்சி செய்யும்போது பாடசாலையின் முன்புறம் ஆட்கள் கூடி நின்றிருந்தார்கள். வெள்ளைச் சட்டையும் தொப்பியுமணிந்த கொஞ்சம் பேர்கள். அவர்கள் 'பாரத்மாதா கீ ஜய்', 'மகாத்மா காந்திக்கு ஜய்' என்றெல்லாம் கோஷங்களை எழுப்பிக்கொண்டிருந்தார்கள். பெரிய வகுப்புகளில் படிக்கும் மாணவர்களில் சிலரும் அந்தக் கூட்டத்திருந்தார்கள். கொச்சு மாதவனும் அதில் நிற்பதை பார்வதி பார்த்தாள். அவளது நாயகன், பத்மநாபன் உரத்தக் குரலில் எதையோ சொல்கிறான் . . .

எங்கிருந்தோ பாய்ந்து வந்த போலீஸ்காரர்கள் லத்தியை வீசினார்கள். கூடி நின்றிருந்தவர்கள் பிரிந்து திரும்பவும் கோஷமிட்டார்கள்.

“சுய ராஜ்ஜியம் எங்களின் பிறப்புரிமை . . . பாரத்மாதா கீ ஜய் . . .”

சிப்பாய் வந்து ஏதோ சொன்னதும் வகுப்பாசிரியை தலைமையாசிரியரின் அறைக்குள் சென்றார்.

மாணவன் ஒருவன் சொன்னான்: “போலீஸ்காரங்க அடித்து விரட்டியவங்க காங்கிரஸ்.”

காந்தி என்றொரு ஆள்தான் இவர்களுடைய தலைவன். காங்கிரஸ் என்றால் என்ன? காந்தி என்பவர் யார்? இவர்களுடைய நோக்கமென்ன? போலீஸ்காரர்கள் ஏன் இவர்களை அடிக்கிறார்கள்? ஓராயிரம் கேள்விகள் . . .

ஆசிரியர் திடீரென்று திரும்பி வந்தார். வந்து அறிவுரை சொன்னார்:

“வந்தவங்க காங்கிரஸ். இவங்கள ராஜதுரோகிகள்னு என்று சர்க்கார் அறிவிச்சிருக்கு. இங்கே படிக்கிற சில மாணவர்களும் இவங்ககூட சேந்திருக்காங்க. மன்னிப்புக் கடிதம் எழுதித் தரலைனா இனி இவங்களைப் பள்ளிக்கூடத்தில் சேத்துக்க மாட்டோம். உங்கள்லே யாருமே காங்கிரசுடன் பேசக்கூடாது . . .”

காங்கிரஸ் மீண்டும் வந்தது. வரும்போதெல்லாம் மாணவர்களினிடயே சலசலப்பு உருவானது. பிரம்புடன் வரும் ஆசிரியரைக் கண்டதும் எல்லாமே நிசப்தமாகும். பிறகு வாய்மூடிச் சிரிக்கும் ஓசை; இரகசியம் பேசுவது. இதிலெல்லாம் பங்கு வகிப்பதில் பார்வதிக்கு மிகுந்த சுவாரஸ்யமாக இருந்தது. அவள் வீட்டுக்குச் சென்றதும் அப்பாவிடம் விவரங்களையெல்லாம் சொன்னாள்.

“அப்படின்னா உனக்கும் காங்கிரஸ் வேணுமா?”

சாயங்காலம் வீட்டுக்குத் திரும்பிய ஒருநாள் லட்சுமி கேட்டாள்:

“அங்க பாருடீ, காங்கிரஸ் மாதவன் . . .”

பார்வதியின் இதயத் துடிப்பு அதிகரித்தது. மாதவன் பக்கத்தில் வந்து நின்று சிரித்தான்.

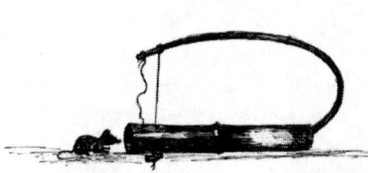

“ஸ்கூல்லே நாங்க ஏழு குற்றவாளிங்க. எங்களையெல்லாம் வெளியேத்திட்டாங்க. அதில நானும் ஒருத்தன். இனி நாங்க சத்தியாக்கிரகத்துக்கு

போகப்போறோம். இந்தியா நம்முடைய தேசம். வெள்ளைக் காரனுக்கு இங்க எந்த உரிமையுமே கிடையாது..."

"அடி கெடைச்சுதா காங்கிரசே?"

"கெடைச்சுதே, இந்தா பாரு..."

தோளிலும் முதுகிலுமெல்லாம் கறுத்த அடையாளங்கள்.

"நீங்களும் காங்கிரசுல சேரணும். எங்களை வெளியே அனுப்பிய ஹெட்மாஸ்டர்கூட சீக்கிரமாகவே காங்கிரசுல சேந்துடுவார்."

மாதவன் அங்கிருந்து சென்றதும் மாணவிகள் நடந்தார்கள்.

நினைத்துப்பார்த்தால் மாதவிக்குச் சிரிப்புதான் வரும். பத்மநாபன் ஐந்தாம் படிவத்தில் படிக்கிறான். தங்களுக்கிடையே ஒரு வகுப்பு வித்தியாசமிருக்கிறது. ஒன்றாகப் படிக்க வேண்டுமென்றால்..? ஓ, அது நடக்காது.

ஒருநாள் அவன் தைரியமாக வந்து கேட்டான்:

"பார்வதி, சிஸ்த் பாஸான பிறகு என்ன பண்றதா பிளான்?"

"அதை பாஸான பிறகுதானே பாக்கணும்? பப்பனோட பிளான்?"

"காலேஜ்ல சேரலாம்னு இருக்கேன். ஆனா..."

"ஆனா..?"

"கொச்சுராமன் அச்சனோட இந்த விளைஞ்ச வித்தை எப்படி விட்டுட்டுப் போறது? அந்தப் புஸ்தகத்தை இங்க தாயேன்."

சிறிது அதிகாரபாவத்துடன் அவளது புத்தகங்களில் ஒன்றை எடுத்தான். ஓரக்கண்ணால் பார்த்துச் சிரித்துக்கொண்டான். பார்வதியின் மனம் இனம்புரியாத ஒரு அவஸ்தைக்குள்ளானது. நாவின் நுனியின் ஒரு சொல் வந்து தங்கி நின்றது – விளைஞ்ச வித்து?

பதினாறு

"பண்டிட் ஜவஹர்லால் நேருதான் நமது பிரதம மந்திரி."

"அப்ப, காந்திதான் ராஜாவா?"

கேள்வியைப் புரிந்துகொண்டதும் கேசவன் யோசித்தான். அதிகமாக எதுவும் சொன்னால் இவர்களால் புரிந்துகொள்ள முடியாது. வெள்ளந்தியான மனிதர்கள். சந்தேகங்கள் அறியாமையிலிருந்து உருவாகின்றன.

இந்தியாவில் முன்பு மன்னர்களும் சக்கரவர்த்திகளும் இருந்தார்கள். இப்போது அவர்கள் யாரும் நாட்டை ஆளவில்லை. இப்போதைய ஆட்சியாளர்கள் மக்களின் பிரதிநிதிகள்.

பலரால் இதை நம்பவே முடியவில்லை. பரஸ்பரம் பார்த்துக் கிசுகிசுப்பதனிடையே ஒருவன் சொன்னான்:

"அண்ணைக்கு காங்கிரசை போலீஸ் வந்து அடிச்சு விரட்டுனது ராஜா இல்லாம எப்புடி நடந்தது? இந்த ஆளுக்கு ஜெயில்ல கெடந்து அடி வாங்குனதுல மூளைப் பிசகிடுச்சுபோலிருக்கு. அப்புடியே இந்தப் பக்கமா வந்திட்டான் ..."

இந்தியன் யூனியனில் இணைந்துகொள்ளத் தயாராக இல்லாத மன்னர்களை ராஜாங்க மந்திரி சர்தார் வல்லபாய் பட்டேல் இரும்புக் கரங்களால் பணிய வைப்பார். திருவாங்கூர் மன்னரால் தன்னைப் பாது காத்துக்கொள்ள முடியாது.

கூடிநின்றிருந்தவர்கள் பிரியத் துவங்கினார்கள். எந்த நேரத்திலும் போலீஸ் பாய்ந்து வரக்கூடும்.

"முன்பு, பத்திருபது காங்கிரஸ் வந்தபோது எத்தனை போலீஸ் வந்தது? ம்... பணிய வெச்சுடுவாராமே? இந்த எலும்பன் நாயரோட பொய்யை எந்த நாய் கண்டுக்கப் போகுது?"

கொச்சுராமன் ஒவ்வொரு முகத்தையும் உற்றுப் பார்த்தான். தலைக்குள் என்னவெல்லாமோ புகைச்சல்கள்.

எதையெல்லாமோ தெரிந்துகொள்ள வேண்டும்போலிருந்தது. எந்தக் கேள்விக்குமே பதில் கிடைக்கவில்லை. ஒரு ஆள் சொன்னான்: மலையில் உடனடியாக நிலச்சரிவு ஏற்படப் போகிறது.

கள்ளுக்கடை, சாயாக்கடை, பலசரக்குக் கடை என நான்கு ஆட்கள் கூடுகிற எல்லா இடங்களிலுமே காங்கிரசைப் பற்றிதான் பேசினார்கள். யாருக்கும் எந்த பயமுமிருக்கவில்லை. போலீஸ்காரர்களெல்லாம் எங்கே போய் விட்டார்கள்?

"இஸ்லாமின் ராஜ்ஜியம் பாக்கிஸ்தான்."

"அப்ப, நீங்களெல்லாம் அங்க போயிடுவீங்களா?"

"எடா, நாங்க இருக்கிற இடமெல்லாமே பாக்கிஸ்தான் தான். ஜின்னாதான் எங்களோட ராஜா."

"கொஞ்சம் பேசாம இரு குஞ்ஞாலி, பாக்கிஸ்தான்னு சொல்லுறது வடக்கேயும் மேக்கேயும் ஒவ்வொரு துண்டை வெட்டிக் கொடுக்கறதுதான். உங்களோட ஜின்னா ராஜா அங்கதான் இருப்பாரு. இது திருவாங்கூர் ராஜ்ஜியம், தெரியுமா?"

பாக்கிஸ்தானிலுள்ள ஹிந்துக்களைக் கொன்று ரெயில் நிறைய இங்கும், இங்குள்ள முஸ்லிம்களைக் கொன்று ரெயிலை நிறைத்து அங்குமாக அனுப்பிக்கொண்டிருக்கிறார்கள். இரவுபகலென்று பாராமல் தீவட்டிக் கொள்ளைகள் நடந்து கொண்டிருக்கின்றன. இராணுவமும் ஓடியோடி தொடர்ந்துச் சுட்டுத் தள்ளிக் கொண்டிருக்கிறது. மனித இரத்தம் ஆறுபோல் ஓடுகிறது. பெண்களும் குழந்தைகளுமெல்லாம் வழிப்பாதைகளிலும் தோட்டங்களிலும் இறந்து கிடக்கிறார்கள். கலவரம் இங்கும் வந்துவிடுமோ? எல்லோருக்கும் பயம். எதுவுமே புரியாமல் கொச்சுராமன் திரும்பி நடந்தான். திண்ணையில் குந்தியமர்ந்து பலவற்றை பற்றியும் யோசித்துக்கொண்டிருக்கும் போது குஞ்ஞிப்பெண்ணு பக்கத்தில் வந்து உட்கார்ந்தாள்.

"இன்னைக்கு ஏன் கள்ளு கிடையாதா?"

"எடீ, இந்தியாவுக்கு சொதந்திரம் கெடைச்சாச்சாம். காங்கிரஸ்தான் இப்ப ஆளுது. வெள்ளைக்காரங்கள மூட்டைக்

கட்டி அனுப்பியாச்சுன்னும் சொல்லுறாங்க. பிரிட்டீஷ் எல்லாம் இப்ப இல்ல."

"பிரிட்டீஷ்னா யாரு அவங்க?"

"அன்னைக்கு பெந்திகொஸ்துக்காரங்க சொன்னாங்க இல்லியா? எங்க ராஜா இங்கிலீஸ்னு?"

"அப்புடீன்னா பெந்திகோஸ்தையும் கொண்டுபோயிட் டாங்களா?"

"இந்தியா ஹிந்துக்களோடது. வடக்கே எங்கியோ வெட்டி முறிச்சு முஸ்லீங்களுக்கு பாக்கிஸ்தான் கொடுத்துருக்காங்களாட் டம் தெரியுது. அங்க எல்லாம் ஆளுங்கள சும்மா கொன்னுட் டிருக்காங்க. சாகாம இருக்குறவங்கள பட்டாளம் சுட்டுக் கொல்லுது. யாரோ பட்டேலாம், ராஜாக்களையெல்லாம் அவரு பணிய வெக்கிறாராம். பணியாதவங்களை இரும்புக் கரத்தை வெச்சிப் பணிய வெக்கிறாராம். நம்ம ராஜாவும் தப்பமாட்டார்னு கேள்வி. காங்கிரசை அடிச்சு வெரட்டுறதுக் குனு போலீசை அனுப்பினாங்கள்லே அதுக்குப் பழிக்குப் பழி வாங்குறது."

"இதெல்லாம் சும்மா பொய் சொல்றது. யாரோ புளிச்ச கள்ளை ஊத்திட்டு குரைச்சதா இருக்கும்."

"எடீ ராஜாகிட்டே போலீஸ் மட்டும்தானிருக்கு. காங்கிரஸ் கிட்ட பட்டாளமும் இரும்புக் கரமும் இருக்கு. இவங்களுக் கிடையில நடக்குற வெளையாட்டு பாக்குறதுக்கு நல்ல வேடிக்கையா இருக்கும்."

"இந்த இரும்புக் கரம்னா அது என்னது?"

"அந்த காங்கிரஸ் கேசவன்நாயர்தான் சொன்னாரு. எனக்கும் தெரியல. அது என்னான்னு கேட்டா எவன் வாயிலயும் நாக்கு இருக்கறதாட்டம் தோணல."

"இனி ராஜ்ஜியமில்லாதவுங்கள்லாம் எங்க போறது?"

"யாரு?"

"மாப்ளைங்களும் பெந்திகோஸ்தும் அப்புறம் நம்ம அரயனுங்களும்."

"எடீ குருட்டுப் பொணமே, நம்ம எல்லாம் ஹிந்துக்கள்னு கண்டத்தில் கிருஷ்ணபிள்ளை சொல்றாருடீ"

"அவரு காங்கிரசா?"

"இருக்கும். நான் அங்க போகவே இல்லை. ஒருதடவை போயிட்டு வரணும்."

பாடசாலையின் பக்கத்தில் சிறு மைதானம் ஒன்றின் கமுகு மரத்தில் காங்கிரஸ் கொடி பறந்தது. பாலத்தின் மறுபுறம் வெள்ளை சந்திரனுடன்கூடிய பச்சைக்கொடியும் பறந்தது.

"அவங்களெல்லாம் பாக்கிஸ்தான். மேத்தனுங்க. நாம அங்க போகலாமா?"

"இப்ப போக்குவரத்தெல்லாம் இருக்கு. பெறகு எப்பிடியோ? எதுவானாலும் நீங்க அரயனுங்க அவனுங்ககூட உள்ள யாபாரத்தையெல்லாம் ஏற்கனவே நிறுத்திட்டீங்க, அது நல்லது தான். இனியெல்லாமே காங்கிரஸ் சொல்றதுபோலத்தான் நடக்கும்."

என்ன நடந்துகொண்டிருக்கிறது என்று பலருக்கும் புரிய வில்லை. யூகங்களும் பொய்யும்தான் வெளிவந்துகொண்டிருந்தன. கதராடைகளும் காந்தித் தொப்பியும் அணிந்த கொச்சுமாதவனும் நான்கைந்து பேர்களுமாக முற்றத்தில் வந்து நின்றதும் நடுங்கிப் போன கொச்சுராமன் கூர்ந்து பார்த்தான். கையில் ஆயுதங்கள் எதுவுமில்லை. சிரிக்கிறார்கள். சண்டைக்காக இருக்காது. அதிலிருந்த பலபேரை காஞ்ஞாறு மற்றும் பல இடங்களிலும் வைத்துப் பார்த்த ஞாபகம். அப்போது கொச்சுமாதவன், பக்கத்தில் நின்றிருந்தவர்களிடம் சொன்னான்:

"இவரு என்னோட மாமன், கொச்சுராமன். தெரியுமா?"

"தெரியுமான்னா? வைத்தியன்தானே? இருக்கட்டும், நான் யாருன்னு தெரியுதா?"

"பாத்துருக்கேன்."

"நான் ஹமீதுராவுத்தரோட மகன். சுலைமான். வழிப் பறியோ யாபாரமோ எதுவும் கிடையாது. இப்படியான ஒரு கூட்டமும் இருக்கு."

"நீங்க பாக்கிஸ்தானே?"

கொச்சுராமனின் கேள்வியைக் கேட்டதும் சுலைமான் சிரித்தான்.

"வைத்தியரே, நாமெல்லாம் இந்தியனுங்க. ஹிந்து, கிறிஸ்தவர், முஸ்லிம் – நாம எல்லோருமே முன்போலவே இங்க வாழலாம். வெள்ளைக்காரன் போயிட்டான். நாட்டை இப்ப நாமதான் ஆளுறோம். இனிமேல்

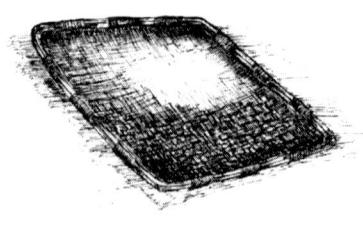

குஞ்ஞுண்ணிப்பிள்ளைங்களும் கொச்சீப்பன்களுமெல்லாம் மலையேறி வரமாட்டானுங்க. மீறி வந்தானுங்கன்னா திரும்பிப் போறது இரும்புக் கம்பி போட்ட அறைக்குள்தான்..”

“ஆங் . . . எல்லாரும் உக்காருங்க.”

உட்கார்ந்தார்கள். மலையேறிய தளர்வில் சிலர் தண்ணீர் குடித்தார்கள். வெற்றிலை போட்டார்கள். கொஞ்சம் ஆட்களுட னாவது நெருங்கிய தொடர்பு வைத்துக்கொள்வது நல்லது தான் என்று நினைத்துக்கொண்டிருந்தான் கொச்சுராமன். முற்றத்திலிருந்து வெளியே எட்டித் துப்பிவிட்டு சுலைமான் சொன்னான்:

“வைத்தியரே, நீங்களும் காங்கிரசில் சேரணும். நாலணா கொடுத்து உறுப்பினராகணும். கூட்டங்களுக்கும் வரணும். உங்களுடைய எல்லா விஷயங்களுக்கும் எங்களுடைய உதவி இருக்கும்.”

“ஞாயிற்றுக்கிழமை தொடுபுழா கடற்கரையில மாநாடு நடக்கப்போகுது. நாம அந்தக் கூட்டத்துக்கு ஊர்வலமாகப் போகணும்.”

“ஆமா, போனோம்னா போலீஸ்காரங்கிட்ட இருந்து அடியும் உதையும் வாங்கலாம்.”

“அதெல்லாம் இப்ப கிடையாது. அந்தக் காலம் மலையேறி யாச்சு. இப்ப போலீஸ் நம்முடையது.”

பாடசாலை மைதானத்தில் கொஞ்சம் பேர்கள் கூட்ட மாக நின்றிருந்தார்கள். எல்லாருமே காந்தித் தொப்பியுடனிருந் தார்கள். சுலைமானும் கொச்சுமாதவனுமெல்லாம் அதில் முக்கியஸ்தர்கள். கொடி கட்டிய கமுகு மரத்தின்கீழ் மேஜை யும் நாற்காலிகளும். பக்கத்தில் ஒரு பெஞ்சுமிருந்தது.

ஒரு சிறு கூட்டம். நீண்டுமெலிந்து, நரைத்து வெளுத்த, கதராடையணிந்த ஒருவரை வரவேற்று அழைத்து வந்தார்கள். கூட்டம் ஆரம்பித்தது.

“பாரத்மாதா கீ ஜய் . . .”, “மகாத்மா காந்திக்கு ஜய் . . .” மாதவனும் சுலைமானும் சத்தமாகச் சொன்னதை மற்ற வர்கள் தொடர்ந்து உரத்தக் குரலில் சொன்னார்கள். கொச்சு ராமன் மெதுவாகச் சொன்னான்.

மெலிந்த அந்த ஆள் நாற்காலியில் அமர்ந்தார். பக்கத்தில் கண்டத்தில் கிருஷ்ணபிள்ளையும் மற்றொரு நபரும். சுலைமானும் மாதவனுமெல்லாம் பெஞ்சில் அமர்ந்தார்கள்.

வரவேற்புரை நிகழ்த்தியவன் சுலைமான். தலைமையுரை யாற்றியவர் சொன்ன பல விஷயங்கள் கொச்சுராமனுக்குப் புரியவில்லை. ஊருக்குள் காங்கிரஸ் செயல்பாட்டில் மறைந்தும் வெளிப்படையாகவும் தேவைப்பட்ட பல உதவிகளைச் செய்தவராம் கண்டத்தில் கிருஷ்ணபிள்ளை. கொச்சுராமனுக்கு இதுவொரு புதிய தகவலாக இருந்தது. தம்புரான் பேசத் துவங்கியபோது அரயன்கள் காதுகளைக் கூர்மையாக்கி நின்றிருந்தார்கள்.

"காங்கிரஸ் எல்லா மக்களுக்குமான ஒன்று. இந்த மலையடிவாரக் கிராமத்தில் முதன்முதலாக பாரத்மாதா கீ ஜே! என்ற கோஷத்துடன் வந்த இளைஞர்களை போலீஸ்காரர்கள் உதைத்த நிகழ்ச்சியும் நடந்திருக்கிறது. காங்கிரஸ்காரர்களுடன் பேசக்கூடாது என்று பள்ளிக்கூடத்தின் தலைமையாசிரியர் மாணவர்களுக்கு தடை விதித்திருந்தார். காங்கிரசுக்கு ஜே என்று சொன்ன பல மாணவர்களை தலைமையாசிரியர் வகுப்பறையிலிருந்து வெளியேற்றிய சம்பவமும் இங்கே நிகழ்ந்தது. மன்னிப்புக் கடிதமெழுதி கொடுக்கவில்லையென்றால் பள்ளிக்கூடத்திற்குள் அனுமதிக்க முடியாதென்றும் சொன்னார். இதோ இருப்பவர்கள். தாய்நாட்டின் விடுதலைப் போராட்டத்தில் கலந்துகொண்டது குற்றமல்ல. ஆகவே, நாங்கள் மன்னிப்புக் கடிதமெழுதித் தரமாட்டோம் என்று சொல்லிவிட்ட வீரர்கள். சுலைமான், பிரபாகரன், கருணாகரபிள்ளை, தோமஸ்குட்டி, ஆதிவாசிகளினிடையே இருந்து கிடைத்த திறமைசாலி – நம்முடைய கொச்சுமாதவன்.

நண்பர்களே, இந்திய தேசத்தில் நாம் அனைவருமே அவரவர் விரும்புகிற மதத்தில் நம்பிக்கை வைக்கலாம். நாம் விரும்புகிற தொழிலைச் செய்யலாம். எந்தக் கடவுளை வேண்டுமானாலும் வணங்குவதற்கு உரிமை இருக்கிறது. அது போலவே எந்த விஷயத்தைப் பற்றியும் அபிப்பிராயம் சொல்வதற்கான உரிமையும் நமக்கு இருக்கிறது."

ஒரு முக்கியஸ்தர்போல் கதராடையணிந்து தாம்பூலமிட்டு ஆட்களினிடையே நடக்கும் கொச்சீப்பன் எனும் கொச்சய்யப்பன் பிள்ளையை குஞ்ஞாதிச்சன் கவனித்தான். சுட்டிக்காட்டவும் செய்தான்.

"அரயனுங்களை உதைச்சதும் பிடிச்சுப் பறிச்சதும் பாட்டக்காரனும் இந்த கொச்சீப்பனும் சேந்துதான். இப்ப, கண்டத்துக்காரனும் பாட்டக்காரனும் ஒண்ணாச் சேந்து காங்கிரஸ்காரனுங்க ஆயிட்டானுங்க. இனிமேல் சேந்துதான் நம்மக் கொல்ல வருவானுங்களாட்டம் இருக்கும்."

"உண்மையாவா?" கொச்சுராமனின் மனதிலும் இப்படியான ஒரு சந்தேகம் இருந்தது.

வஞ்சீசமங்களத்திற்குப் பதிலாக 'ஜனகணமன' பாட வேண்டுமென்று ஆசிரியர்களும் மாணவர்களும் அடங்கிய சபையில் தலைமையாசிரியர் சொன்னார். கைகளைக் கூப்புவதற்குப் பதிலாக அட்டென்ஷனில் நிற்க வேண்டும். ஜனகணமன நம்முடைய தேசிய கீதம். காங்கிரசை அந்தி கிறிஸ்துவென்று சொன்ன ரோசம்மா டீச்சர் தேசிய கீதம் பாடினார்.

காங்கிரசை நாடு கடத்துவதற்கு ராப்பகலாக பாடுபட்டதுடன் மாணவர்களினிடையே காங்கிரசைப் பற்றி வெறுப்பையூட்டிய உபாத்தியார்களில் பலரும் இப்போது கதரில் பொதியப்பட்டு வெளுக்கச் சிரித்து நடக்கிறார்கள்.

அன்று கொச்சுமாதவன் சொன்னது சரிதான் என்று பார்வதி தனது தோழிகளிடம் சொன்னாள்.

"நீ காங்கிரசாக மாறுவியா பார்வதீ?"

"ம்... என்னோட அப்பனும் அதுதான். கொச்சுமாதவனும் சுலைமானும் சேந்துதான் அப்பனை காங்கிரஸ் ஆக்கினாங்க."

"இந்த கொச்சுமாதவனை எங்க போனாலும் பாக்க முடியுதே. கழிஞ்ச வாரம் எங்க ஊட்டுக்கும் வந்திருந்தான்."

"எதுக்கு?"

"ஆள் சேக்கத்தான். எங்க அப்பன் சேரமாட்டேன்னு சொல்லிட்டான். தோமசும் குட்டிச்சாயனும் மாதவனும் நெறைய நேரமா விவாதம் பண்ணாங்க. வர்க்கிச்சாயனும் ஜோனிச்சாயனும் சேந்தாங்க. அரயனும் பொலயனும் இருக்குற காங்கிரஸ் அப்பச்சனுக்கு வேணாமாம். பிரிட்டிஷ்காரன் உடனே திரும்பவும் வந்துடுவான் அப்பிடிங்குறதுதான் அவரோட நம்பிக்கை."

ஆஜர் பட்டியல் வாசித்த பிறகு வகுப்பாசிரியை சில மாணவிகளின் பக்கம் திரும்பினார்.

"பார்வதி என்ன ஜாதி?"

"மலையரயன்."

"தங்கம்மை?"

"நானும் அதேதான் டீச்சர்."

"குமாரன்?"

“வேலன் டீச்சர்.”

“சரி, வேலன், புலையன் – இவங்கள்லாம் அட்டவணை ஜாதிக்காரங்க. மலையரயன், ஆதிவாசி. உங்களுக்கெல்லாம் படிக்கிறதுக்குக் கட்டணம் கிடைக்குதில்லியா? இனி புத்தகங்கள் வாங்குறதுக்கான பணமும் கிடைக்கும். அப்புறம், ஊக்கத் தொகையும் கிடைக்கும். நீங்கள்லாம் நல்ல மாதிரி படிக்கிறதுக் குனு அரசாங்கம் செய்யிற உதவிகள்தான் இதெல்லாம்.”

சில மாதங்கள் கழிந்தன. பெற்றோரை அழைத்துக்கொண்டு வர வேண்டுமென்று வகுப்பாசிரியை பார்வதியிடம் சொன்னார். அவளுக்குள் சிறு பதற்றம். ஏதாவது தவறு செய்து விட்டோமோ என்று யோசித்தாள். கொஞ்ச நாட்களுக்கு முன் நந்தினியிடம் சற்று கோபப்பட்டது நினைவுக்கு வந்தது. எதுவும் தெரியாதவள் போல் பக்கத்து பெஞ்சில் உட்கார்ந்திருந்தாள் நந்தினி. பார்வதி யின் முகபாவத்தைக் கண்டதும் டீச்சர் சிரித்தார். கிண்டலுக்குச் சொல்கிறாரோ? பார்வதி அப்பாவிடம் சொல்லவே இல்லை.

மறுநாள் பதற்றத்துடன்தான் வகுப்பறைக்குள் நுழைந்தாள். டீச்சர் வந்ததுமே தன்னை அழைப்பார். ஒருவேளை வெளியே போகவும் சொல்லலாம். படிப்பை நிறுத்தவேண்டியது வரும். சே . . . அப்பாவிடம் வரச் சொல்லியிருக்க வேண்டும் . . . அவள் யோசித்தபடி அமர்ந்திருந்தாள்.

டீச்சர் திரும்பவும் வாரக் கடைசியில்தான் கேட்டார்.

“என்ன பார்வதி ஸ்டைபண்ட் வேண்டாமா? ஃபாதர் வந்துதான் கையெழுத்துப்போட்டுக் கொடுக்கணும்.”

ஆறுதல். முள்முனையில் போல்தான் இதுவரையும் இருந்தாள்.

“நாளைக்கு அழைச்சிட்டு வர்றேன், டீச்சர்.”

“அப்போவோட பெயரென்ன?”

“கொச்சுராமன்.”

“கொச்சுராமன் வைத்தியரா?”

“ஆமா, டீச்சருக்குத் தெரியுமா?”

“என்னை அவருக்குத் தெரியுமான்னு நீ கேளேன்.”

கொச்சுபிள்ளை ஆசானுக்கு உடம்புக்கு சரியில்லாமலானது. எழுந்தால் தலை சுற்றலும் குளிரும். கொச்சுராமன் பலமுறை மருந்து வாங்கிக் கொடுத்துப் பார்த்தான். கொச்சுராமனைப் பார்த்து மெல்லச் சிரித்துவிட்டுப் பக்கத்தில் உட்காரச்

சொன்னார் ஆசான். வாசல் பக்கம் பார்த்து அழைத்ததும் குஞ்ஞிப்பெண்ணும் வந்தாள்.

"கொச்சுராமா, நீ எந்தம்பி. இவ சகோதரி. கொஞ்ச காலமா நான் உங்ககூட நிம்மதியாகவும் மகிழ்ச்சியாகவும் வாழ்ந்துட்டேன். போதும். நம்ம களரி இனி நடக்காம போனா லும் பிரச்சினை கிடையாது. இங்குள்ள குழந்தைகள் படிக்கப் போயிடுவாங்க."

"இந்த நோய் அஞ்சாறு நாள்ல மாறிடும். நான் இன்னைக்கு வைத்தியனைப் பாக்கப் போறேன்."

"அதெல்லாம் வேணாம். எனக்கு இனி எந்த மருந்தும் தேவையில்லை. அதுக்கான நேரம் வந்துட்டுது. உங்களையெல் லாம் சிரமப்படுத்திடக்கூடாதுங்குற ஒரு ஆசையிருந்தது. என் னுடைய பிரார்த்தனையை தெய்வம் ஏற்றுக்கிட்டதா நினைக் கிறேன். ஒரேயொரு ஆசை. என்னுடைய சடலத்தை நம்ம களரி பக்கத்துல மறைவு செய்யணுங்குறதுதான். நாம ரெண்டு பேரும் சேந்துதானே முதன்முதலா அந்த இடத்துல கால் பதிச்சோம்? இதுவரையிலும் அந்த இடத்துல படிக்க ஆள் இல்லாம ஆகல."

கொச்சுராமன் தலை குனிந்தபடியே நீண்ட நேரமாக அமர்ந்திருந்தான். குஞ்ஞிப்பெண்ணு அழுதாள். ஆசான். தனக் கொரு உற்ற துணையாகவும் இந்த மலைக்கொரு விளக்காக வும் வாழ்பவர் . . .

அந்தந்தக் காலகட்டங்களில் செய்யப்பட வேண்டிய விவசாயங்களை எல்லாம் ஆசானின் அறிவுரைப்படி செய்து கொண்டிருந்தால் இப்போது அல்லல்களில்லை. விளை பொருட் களை விலையறிந்து விற்பது, பணத்தை எப்படி பாதுகாப்பது, ஏமாற்றுகளை முன்கூட்டியே சிந்தித்திருப்பது – எல்லாமே ஆசானின் உபதேசங்களின்மூலம் கை வரப்பெற்றவைதான்.

"அழாதீங்க முட்டாள்களே . . . பிறந்தவன் ஒருநாள் சாகத்தான் வேணும். பிறந்ததுமுதல் இறப்பு வரையிலும் நாம் ஒவ்வொரு வரும் மரணத்தை நெருங்கிட்டுத் தானிருக்கோம். நமக்குத் தெரியாத விஷயம், நாம் எங்கிருந்து வந்தோம்; எங்கே, எப்போது போறோம் என்கிறதுதான்."

ஆசான் மரணப் படுக்கையில் ஆழ்ந்திருப்பதை அறிந்து பலர் வந்து கொண்டிருந்தார்கள்.

"ஆசான் எந்த ஜாதிக்காரன்? இறந்த பிறகு கர்மங்கள் செய்யவேணாமா? நாயராகவோ பிள்ளையாகவோ இருந்தால் எரியூட்டணும்."

"ஆசானோட பேரு கொச்சுபிள்ளை. எந்த ஜாதின்னு சொல்லல. சடலத்தை களரியோட பக்கத்தில் மறைவு செய்யணும்னு மட்டும் சொல்லியிருக்காரு. ஆசான் இங்க வராமலிருந்தால் இங்கிருந்து யாரும் படிக்கப் போயிருக்கவே மாட்டாங்க. உங்ககிட்ட இப்படி பேசவும் எனக்குத் தெரிஞ்சிருக்காது. ஆஸ்பத்திரி இருக்குற ஏதாவதொரு ஊருக்கு நாம தூக்கியாவது கொண்டு போகணும். நான் சில ஆட்கள்கிட்ட சொல்ல வேண்டியதிருக்கு." கொச்சுமாதவன் அவசரமாக நடந்தான்.

நான் எங்குமே வரமாட்டேன் என்று ஆசான் முடிவாகச் சொல்லி விட்டார்.

கொச்சுராமன், கண்டத்தில் கிருஷ்ணபிள்ளையின் வீட்டிற்கு வந்தான்.

"யாரு, கொச்சுராமனா? பாத்துக் கொஞ்ச காலமாகுது? எனக்கு இப்ப கண்பார்வை குறைஞ்சிடுச்சு. வயசு பத்தெழுபது ஆகுதில்லியா? இந்த பெஞ்சில் உக்காரு. வெத்திலை போடுவோம்."

தயக்கத்துடன் உட்கார்ந்தான். வெற்றிலையில் சுண்ணாம்பைத் தடவினான்.

"தம்புரானே . . ."

"எடா, என்னைத் தம்புரான்னு கூப்பிடக்கூடாதுன்னு எத்தனை தடவை சொல்லியிருக்கேன்? நான் யாருக்கும் தம்புரான் கிடையாது. உன்னைப்போல நானும் ஒரு மனுஷன்தான். உன்னை நான் வாடா போடான்னு கூப்பிடறதெல்லாம் ஒரு அன்புனாலதான். வயசுலயும் நீ இளையவன்தானே! அப்புறம் நீ காங்கிரஸ்காரனில்லையா? காங்கிரஸ்காரன் சுயமரியாதையும் சுதந்திர உணர்வும்கொண்டவனாக இருக்கணும். சரி, விஷயத்துக்கு வருவோம். சொல்லு . . ."

கொச்சுராமன் சொன்னதைக் கேட்டுக்கொண்டிருந்த கிருஷ்ணபிள்ளை ஏதோ முணுமுணுத்தார்.

"பாக்கணும்னு நெனைச்சிட்டிருந்தேன். உடம்புக்குக் கொஞ்சமும் முடியல. அவரோட ஜாதி என்னன்னு எனக்கும் தெரியாது. அவர் உங்களோட குருநாதன். மரணத்துக்குப் பிறகு அவர் விருப்பம்போல மறைவு செய்யுங்க. நான் யாரை

யாவது அனுப்பி வைக்கிறேன். மலையில உள்ள எத்தனை குழந்தைங்க ஸ்கூல் ஃபைனல்லே ஜெயிச்சிருக்காங்க?”

“நாலுபேர்.”

“நல்லது. காலேஜுக்கு அவங்க போகலைன்னா வேலைக்கு விண்ணப்பிக்கச் சொல்லு. படிக்கிறது யாரு, உன்னோட மகனா, மகளா?”

“ரெண்டுபேருமே படிக்கிறாங்க. மூத்தவ பார்வதி, இளைய வன் சேகரன்.”

“என் மகளோட மகள் நந்தினிக்குட்டிகூடப் படிக்கிற பார்வதி. அவ திறமையானவடா. தோற்காம படிக்கணும்னு நான் சொன்னதா சொல்லு.”

ஆசான் காலமானார். ஆட்கள் கூடினார்கள். வாய்க்கரிசி போடுகிற விஷயத்தில் சிறு விவாதமெழுந்தது.

“என்னோட விரலைப் பிடிச்சு ஹரிஸ்ரீ எழுத வைத்த குருமகான். ஈமச்சடங்குகளைச் செய்ய வேண்டிய மகன்தான் வீட்டிலிருந்து வெளியேத்துனான். மகனைப் பத்தி அவரு ஒருபோதும் வருத்தப்பட்டதும் கெடையாது. ஈஸ்வரா, என் குருநாதனுக்கு ஆத்மசாந்தியை அளிப்பாயாக.”

பிரார்த்தனையுடன் கொச்சுமாதவன் ஒரு பிடி அரிசியும் பூவும் அர்ப்பணித்தான். களரியின் பக்கத்திலேயே சடலம் மறைவு செய்யப்பட்டது. அருகில் நிற்கும் தென்னங்கன்றிலிருந்து இளநீர் பறித்து வெட்டி குழியின் பக்கத்தில் வைத்துவிட்டு கொச்சுராமன் சொன்னான்:

“இந்தத் தென்னை ஆசான்பேருல தானம் செய்யப்பட் டிருக்கு. பசித்தும் தாகத்தோடும் மலையேறித் தளந்து வருபவங் களுக்கு இதிலிருந்து எளநீர் குடிக்கலாம்.”

எந்நேரமும் மனதிலொரு சூனியபாவம். ஆசான் இருந் திருந்தால் . . . என்றொரு தோணல். தினவாடிக்கையான சவாரியை கொச்சுராமன் கிட்டத்தட்ட இல்லையென்று வைத்தது போல்தான். வீட்டின் ஒரு மூலையில் சாராயக் குப்பியைக் கண்டதும் குஞ்ஞிப்பெண்ணுக்கு வருத்தமாக இருந்தது. காங்கிரசி லிருப்பதால் கள்ளுக்கடைக்குப்போக விருப்பமில்லாமல் இருக்க லாம். ஆகவே, சாராயம் குப்பியுடன் வீட்டிலிருக்கிறது. எந்தக் கேள்விக்குமே பதில் சொல்வதுமில்லை. குஞ்ஞிப்பெண்ணு சிலநேரங்களில் கோபப்படுவாள்.

ஒருமுறை கோபத்துடன் பாய்ந்து வந்த அவன் குஞ்ஞிப் பெண்ணின் தலைமுடியைச் சுற்றிப் பிடித்தான்.

“அடிச்சுக் கொன்னுடுங்க.”

அந்தப் பிடி வலுவுடனில்லையென்பதுபோல் அவளுக்குத் தோன்றியது. பலம் முழுவதும் சோர்ந்து போய்விட்டதா? இந்த எண்ணம் உருவானதும் அவளுக்கு ஏமாற்றமும் வருத்தமும் வந்தது.

“எந்த விஷத்தைக் குடிச்சா எனக்கென்ன, நான் யாரு அதைக் கேக்குறதுக்கு, இல்லியா?”

“நான் உன் அப்பனோட பணத்திலே ஒண்ணும் குடிக்கலே.”

அம்மாவுக்கும் அப்பாவுக்குமிடையே தகராறைக் கண்டதும் பார்வதி சத்தமாகச் சொன்னாள்:

“ஆங்... இதையெல்லாம் இவ்வளவு நாளா மறைச்சு வெச்சிருந்தீங்க இல்லியா? காங்கிரஸ்காரன் வீடு நெறைய பட்டைச் சாராயக் குப்பி. அதைக் குடிச்சிட்டு கட்டுனவளை அடிக்கிறது. வெக்கமா இல்லியா?”

“போடீ, இங்கிருந்து.”

மற்றொரு நாள். ஒரு புதிய நாட்டுத் துப்பாக்கியுடன் கொச்சுராமன் வந்தான். ஆள் உயரமுள்ள ஒரு துப்பாக்கி. இடையே பித்தளையுடன்கூடிய கறுத்த, பளபளக்கும் துப்பாக்கி.

துப்பாக்கியை நிரப்புவதற்காக உலர்ந்த தேங்காய்ச் சவுரியை கையில் வைத்து கசக்கிக்கொண்டிருந்த அப்பாவின் முகத்தப் பார்த்துவிட்டு பார்வதி துப்பாக்கியைக் கையிலெடுத்தாள்.

“இதை விலைக்கா வாங்குனே அப்பா?”

“அதை இருந்த எடத்துல வெச்சுட்டுப் போடீ இங்கிருந்து.”

“இதை நான் குப்பையில எறியப்போறேன்.”

“நீ, சொரணையுள்ள அப்பனுக்குப் பிறந்தவள்னா எறிடீ பாக்கலாம்.”

குஞ்ஞிப்பெண்ணுக்குச் சிரிப்பு வந்தது.

“இப்ப சொன்னதிலுள்ள அர்த்தம், அவளோட அப்பனுக்குச் சொரணை கெடையாதுன்னுதானே? ஹஹஹா”

“நீ தலையில ஏறி உக்காரத் தொடங்கிட்டே. இங்க எடுடீ அதை.”

மகளிடமிருந்து துப்பாக்கியைப் பறித்து வாங்கினான்.

“ஹோ, நினைச்சதுபோல ஒண்ணுமில்லே. அப்பனுக்கு நல்ல பலமிருக்கு.”

ஓடையின் அருகில் மூங்கில் காற்று; ஈஞ்சைப் படர்ப்பு – எங்கும் சிலம்பித் திரிகிற புல்காடைகள், அணில்கள், செக்கடைக் கோழிகள் – எதையாவதொன்றை கொச்சுராமன் சுட்டுக்கொல்வான்.

“கொல்லாம அதுல ஒண்ணைப் பிடிச்சுக் கொண்டுவர முடியுமா அப்பா?”

“எதுக்கு.”

“எனக்கு அதைப் பாக்கணும்.”

காலையில் ஒருநாள் காட்டருகில் செக்கடையின் சிலம்பல் சத்தம். ஒன்றல்ல, இரண்டு மூன்றெண்ணம். பார்வதி புரையிலும் முற்றத்திலுமெல்லாம் பார்த்தாள். அப்பாவைக் காணோம். துப்பாக்கியும் இல்லை. கரிய நிற நாயையும் காணோம். கோழிகள் அப்போதும் சிலம்பிக்கொண்டிருந்தன. பார்வதி தென்னை மரத்தினடியில் காத்து நிற்கும்போது தோட்டா வெடிக்கும் சத்தம் கேட்டது. கிடைத்ததோ..?

மேற்குப் புறத்தின் ஓடையைத் தாண்டி கையில் கோழியும் ஒரு அணிலுமாக கொச்சுராமன் வந்தான். கூடவே கரும்பன் நாயும்.

“இந்தா உன் கோழி.”

அழகான பளபளக்கும் புள்ளித் தூவல்கள் – செத்துப் போயிருந்தது. சிறகொடிந்து இரத்தம் வடிந்துகொண்டிருந்தது. பார்வதிக்கு வருத்தமாக இருந்தது.

“எவ்வளவு அழகா இருக்கு? இதைக் கொல்லுறதுக்கு எப்புடித்தான் மனசு வருதோ?”

“அதெல்லாம் வரும். வாயுக் கோளாறுக்கு நல்ல மருந்துடி இது. அணிலை எனக்கு வறுத்துத் தந்துடு. அவன் எங்கடி போயிட்டான்?”

“அந்த மேலப் பக்கத்துல தேனிருக்குறதாச் சொல்லிட்டு நாராயணன்குட்டிகூடப் போறதைப் பாத்தேன்.”

“அவனுக்கு நல்ல அடி வேணும்னு நெனைக்கிறேன். அம்மா கொடுக்குற செல்லம்.”

குஞ்ஞிப்பெண்ணுக்கு இது பிடிக்கவில்லை.

“எதுவானாலும் உன்னளவுக்கு அவன் அதிகப் பிரசங்கி கெடையாது. உன்னைத்தான் மடியிலும் தோளுலயும் போட்டு வளத்துனேன். அதுனாலதான நீ விளக்கு வெக்கிற நேரத்தில ஊட்டுல உக்காந்து நாமம் சொல்றதில்லை. படிச்சுப் படிச்சு உச்சாணிக்கொம்புல ஏறுனது தெய்வத்தை மறக்குறதுக்காகத் தான் இல்லியா?”

“ஆமாமா ... அந்தி நேரத்துல விளக்கையும் ஏத்திட்டு எல்லாரும் வட்டமா உக்காந்து மராமரான்னு ஜெபிச்சுக்குற துல என்ன பலனிருக்கு? இந்த ஜெபம் செய்யத் தொடங்கி எத்தனை நூற்றாண்டுக ஆகியிருக்கும்?”

“மராமராங்குறது உங்க அப்பன்பேருடீ ...”

“ஆமா, அதேதான். அது பெறகு மராமரான்னு மாறிடுச்சு.”

“உன் வாயில நல்லதே வராதாடீ, குருத்துவம் கெட்டவளே .. ?”

கொச்சுராமன் மகளை சிறு நம்பிக்கையின்மையுடன் பார்த்துக்கொண்டிருந்தான்.

“சரி போதும். மகனைக் கொஞ்சம் குத்தம் சொல்லிட்டேங் குறதுக்காக இவ்வளவும். அம்மா போய்ப் பாரு, கவணை வெச்சு எத்தனை குரும்பலை விழ வெச்சிருக்கான்னு. நான் ஏதாவது சொல்லிட்டா உச்சாணியில உக்காந்துப் பழிச்சுக் காட்டுறான்.”

“குரும்பல் உதுந்து விழுதுன்லே நான் நெனைச்சேன். இவன் செய்யிற வேலைதானா அது ..? சேகரா, எடா சேகரா.”

“பூ . . . ய்.”

“வாடா, இங்க ...”

கொச்சுராமன் கம்பைத் தேடினான்.

பதினேழு

சேகரன் பார்வதியை விடவும் நான்கு வயது இளையவன். ஐந்தாம் வகுப்பில் இரண்டு முறை தோற்றான். அக்காவுடன் போகவும் வரவும் அவன் தயாராக இல்லை.

பாடசாலையிலிருந்து திரும்பி வரும்போது ஏதாவது கல்லின்மீது அவனது புத்தகங்களும் சோற்றுப் பாத்திரமும் இருக்கும். அவன் ஏதாவது மர உச்சியில் உட்கார்ந்திருப்பான். பார்வதி இதை அம்மாவிடம் சொல்வாள். அம்மா எதுவும் சொல்லமாட்டாள். அப்பா விடம் சொன்னால் அடி கிடைக்கும்.

அப்படி அடி கிடைத்த ஒரு மறுநாள் வழியில் வைத்து அக்காவை மிரட்டினான் சேகரன்.

“எடீ பொண்ணீ, உன் அப்பன்கிட்ட நான் இன்னைக்குச் சொல்லப்போறேன் பாரு. அடிச்சு உன் முதுகுத் தோலை உரிக்க வெச்சுடுறேன். உம்படிப்பை நிறுத்திட்டு ராகவன் அத்தான் கழுத்துல உன்னைக் கட்டிவிட்டுடுவாரு.”

“போய்ச் சொல்லுடா. என்னை அடிச்சுக் கொல்லட்டும். எல்லாத்தையும் சேத்து நீயே தின்னுடலாம்.”

“ஆமா . . . என்னோட நாய்க்கும்கூட வேணாம்.”

அவன் பழித்துக் காட்டிவிட்டு முன்னால் நடந்தான். அவன் அப்பாவிடம் என்ன பொய்யைச் சொல்லப் போகிறானோ? வீட்டுக்கு வந்த பார்வதி கவனிக்கத் துவங்கினாள்.

“அம்மா, அம்மா . . . அக்காவை இனி படிக்க அனுப்ப வேணாம்.”

“ஏண்டா?”

“அவ, ஒரு ஆளுக்கு புத்தகத்துக்குள்ள வெச்சு லெட்டர் குடுக்குறதை நான் பாத்தேன்.”

“யாருக்கு?”

“சிஸ்த் படிக்கிற பத்மநாபனுக்கு.”

பார்வதி நடுங்கி விட்டாள். சேகரன் சொன்னது உண்மை தான். குஞ்ஞிப்பெண்ணுக்குக் கோபம் வந்தது. கல்யாணமாகிற வயதிலுள்ள ஒரு பெண்.

“எடீ, பாரோதி . . .”

இரண்டு மூன்று தடவை அழைத்த பிறகு நெஞ்சுத் துடிப்பை நிதானப்படுத்திக்கொண்டு எதுவுமறியாதவள்போல் அம்மாவின் பக்கத்தில் வந்து நின்றாள் பார்வதி.

“ஏம்மா, இப்புடிக் கத்துறே?”

“எடீ, நீ யாருக்குடி லெட்டர் குடுத்தே?”

“லெட்டரா? அப்புடி யாருக்கும் எந்த லெட்டரும் நான் குடுக்கலியே. யாரு சொன்னா இப்புடி?”

“ஆமாம்மா, குடுத்தா. நான் பாத்தேன். இவங்களுக்குள்ள காதல்மா.”

“யாருடா உங்கிட்ட இப்புடிச் சொன்னா?”

“நெறைய பேரு சொன்னாங்கம்மா. மத்தியானம் சாப்பிடப் போகும்போதுதான் இவங்க பேசிக்குவாங்க.”

“நீ உடுத்தொதுங்கிப் போறதெல்லாம் இதுக்குத்தான் இல்லியாடி? உன் அப்பன் இங்க வரட்டும். உன்னோட பொஸ்தகங்களை அள்ளிப்போட்டு எரிச்சுட்டு . . . ஆங் . . .”

பார்வதிக்கு தம்பியைப் பச்சையாகவே தின்று விடலாம் போல் கோபம் வந்தது. இந்த இடத்தில் தோற்றுவிடக்கூடாது. தோற்றால் வாழ்க்கையே பாழாகிவிடும்.

“அம்மா, அவன் சொல்லுற பொய்யையும் கேட்டு தீயா நின்னுக்க. அப்பிடியே என்னையும் தீ வெச்சுக் கொளுத்திடு. ஒரு அரிவாளை எடுத்து எங்கழுத்தை வெட்டுடா நாயே. உன் நாக்கு வௌங்காமப் போயிடும்.”

குஞ்ஞிப்பெண்ணின் கை முதன்முதலாக மகளது கன்னத்தில் பதிந்தது. அவள் அலறினாள்.

“பொய் சொல்லுறவனைப் பாம்புதான் கொத்தும்.”

அவள் இறங்கி எங்கோ சென்றாள். சேகரன் சிரிப்பதைக் கேட்டதும் குஞ்ஞிப்பெண்ணுக்குக் கோபம் வந்தது. அவள் வெற்றிலைப் போட்டுவிட்டு கொச்சுராமனின் வருகைக்காகக் காத்திருந்தாள்.

கணவனின் சாந்தமான முகபாவத்தைக் கண்டதும் விஷயத்தை மெல்ல வெளிப்படுத்தினாள்.

“அப்புறம் . . . மவளை இனிமே படிக்க அனுப்ப வேணாம் . . .”

“ம் . . ? என்ன நடந்தது ?”

“எனக்குத் தெரியாது. அவ ஒருத்தனுக்கு லெட்டர் குடுத்தாளாம் . . .”

“இதை உங்கிட்ட யாரு சொன்னா ?”

“வேற யாரு, சேகரன்தான் . . .”

மகளை அடிப்பதற்கு கொச்சுராமனின் கை உயரவில்லை. எல்லாக் கோபங்களையும் அடக்கியபடி சொன்னான்: “நீ இனி படிக்கப் போக வேணாம். உன்னைக் கட்டிக் குடுத்துடறேன்.”

“அப்புடிச் சொல்லாதப்பா. இந்த ஒரு வருஷங்கூட படிச்சுட றேம்பா.”

“வேணாம், அதுக்கெடையிலே உன்னை எவனாவது கொண்டுபோயிட்டா என்ன செய்ய முடியும் ?”

“அப்புடியெல்லாம் எதுவுமே நடக்காதப்பா. நான் கோழியோ ஆடோ ஒண்ணுமில்லியே? எல்லாப் புள்ளைங்ககிட்டயும் எல்லாப் புஸ்தகங்களும் இருக்காது. இல்லாதவங்க புஸ்தகம் இருக்குறவங்ககிட்ட இருந்து வாங்கிக்க சொல்லி சார்தான் சொன்னாரு. என் இங்கிலீஸ் புஸ்தகத்தை நான் வேறொரு பையனுக்குக் குடுத்தது உண்மைதான்.”

“புஸ்தகமில்லைன்னா பள்ளிக்கூடத்துக்குள்ள விட மாட் டாங்கன்னு நீதான சொன்னே ? அப்புறம் . . ? நீ வெளைஞ்ச வித்துதான். உன்னோட வித்தையெல்லாம் எங்கிட்ட வேணாம். நாளையிலே இருந்து நீ பள்ளிக்கூடத்துக்குப் போக வேணாம்”

“அப்பா . . .”

“பேசக்கூடாது. சொல்லிட்டேன்.”

மகள் கண்ணீர்விடத் துவங்கியதும் அவனது மனம் இளகியது. தவறு எதுவும் செய்திருக்க மாட்டாளோ ? ஆனால், அவளது பருவம் ? அழகாகவும் இருக்கிறாள். குஞ்ஞிப்பெண்ணும் காதலித்தாள். ஆண்தானே பெண்ணுக்குக் கடிதம் கொடுப்பது ?

இப்படித்தானே கேள்விப்பட்டிருக்கிறோம்? எதையுமே நம்பிவிடவும் முடியாது. இப்படியே யோசனை செய்துகொண்டிருக்கும்போது மனைவியின் தரப்பிலிருந்து:

"மகளுக்கு ரொம்பவும் கூடிப்போயிட்டிருக்கு ..."

"ஆமா, உன் வயித்துல பொறந்தவ இல்லியா? கூடாம, அப்புறம் கொறையவா செய்யும்?"

"அது சரிதான். ஆனா, வித்து யாரோடது?"

"அந்த நாராயணனோடதா இருக்கும். போடீ இங்கிருந்து. எல்லாத்தையும் நான் வெட்டிக் கொன்னுடுவேன். என்னைத் தெரியுமாடீ உங்களுக்கு."

நான்கைந்து நாட்களாயின. பார்வதி உண்ணாவிரதமிருந்தாள். பவானி பலதடவை வீட்டுக்கு வந்தாள். மகளும் தோழியும் கிசுகிசுப்பதை குஞ்ஞிப்பெண்ணு கேட்டபடி நின்றாள். எதுவும் நல்லதாக இல்லையென்பது மட்டும் அவளுக்குப் புரிந்தது.

கணவனிடம் எப்படி இதைச் சொல்வது என்ற யோசனை குஞ்ஞிப்பெண்ணுக்கு. முகத்தைப் பார்த்தால் கொன்றுவிடுவான் போலிருந்தது. கொஞ்சநேர தயக்கத்திற்குப் பிறகு யாரிடமோ சொல்வதுபோல் சொன்னாள்:

"பாரோதியைப் படிக்க அனுப்பாம கட்டிக் குடுத்து அனுப்புனா அவ தூக்குப் போட்டுக்குவாளாம்."

"உங்கிட்டே யாரு சொன்னா?"

"அவ பவானிக்கிட்ட பேசிட்டிருந்தா. அதுக்கெல்லாம் தயங்குறவளுமில்லை. எனக்கு இதைக் கேட்டதிலே இருந்து உடம்பு நடுக்கமா இருக்கு."

"ஆங் ... அப்புடின்னா சாகட்டும். போய் தூக்கு மாட்டிட்டுச் சாகச்சொல்லு. அவ சாகலேன்னா நானே கொன்னுடுறேன். ஆங் ..."

"கூடவே என்னையும் கொன்னுடுங்க."

"கலியாணம்னு சொல்லிட்டு யாராவது ஊட்டுக்கு வந்தா அந்த நேரத்தில அவ எங்கியாவது போய் ஒளிஞ்சிக்குவாளாம். பெறகு அவள யாராலுமே உயிரோட பாக்க முடியாதாம். அப்பாவும் அம்மாவும் அவளைக் கொல்றாங்கன்னு தோழிங்களுக்கெல்லாம் எழுதி வெச்சிருக்காளாம். அவ லெட்டர் குடுத்ததாச் சொல்றதெல்லாம்

236 சின்ன அரயத்தி

பொய். அப்பன்காரன் தெனமும் குடிக்கப்போற ஆளுதானே. கொஞ்சம் போய் விசாரிக்கலாமே? இந்த வருசம் மட்டும் தான்? ஜெயிச்சா அவளுக்கொரு வேலையும் கெடச்சுடும்."

பவானிக்கும் இப்படியெல்லாம் பேசத் தெரியுமா? ஆங் . . . இவளும் படிச்சவதானே? – கொச்சுராமனின் மன அழுத்தம் சற்றுத் தணிந்தது.

ஒருபக்கம் பள்ளி இறுதி வகுப்பு பயில்பவர்கள். இன்னொரு பக்கம் ஐந்தாம் படிவம் பயில்பவர்களுக்கான பரீட்சை நடைபெறுகிறது. ஆங்காங்கே கண்காணித்தபடி நடந்துகொண்டிருக்கும் ஆசிரியர்கள்.

பார்வதி வேக வேகமாக எழுதினாள். பதில்கள் சரிதானா என்று மேலும் ஒருதடவை சரி பார்த்துக்கொண்டாள்.

கீழ்வகுப்பு மாணவர்களுக்கு அன்று படிப்பில்லை என்பது பார்வதிக்கு வசதியாகப் போய்விட்டது. தம்பி, அந்தக் கள்ளன் வரவில்லை. ஒரு புன்னகையுடன் அவள் மெதுவாக நடந்தாள். அதிகமான தாமதமில்லாமல் அவள் எதிர்பார்த்திருந்தவன் வந்தான்.

"இவ்வளவு சீக்கிரமாக எழுதி முடிச்சிட்டியா?"

"ஒரு கணக்குக்கான பதில் தவறிட்டுது."

"எப்புடி?"

"தவற விட்டுடுவீங்கள்லே, சில நேரங்கள்லே எல்லாமே தவறிடும்."

"பார்வதி?"

அவள் திரும்பினாள். பத்மநாபனின் முகம் வாடுவதைக் கண்டபோது வருத்தமாக இருந்தது. அதை மறைத்தபடியே மெல்லக் கேட்டாள்:

"பாஸாயிடுவதானே?"

"ஒருவேளை கிளாஸ் கிடைக்கலாம்."

"அப்புடீன்னா காலேஜுக்குப் போக வேணாமா?"

"போகணும். ஆனா, வருத்தமான ஒண்ணு, நாம அடிக்கடி சந்திக்க முடியாதுங்குறதுதான். தோற்றால் தொடர்ந்து படிக்கறதாகவும் இல்லை. பார்வதி காலேஜ்ல சேர்றதானே?"

"ஒருவேளை அதுக்கு முன்னாலயே . . ."

சொல்ல வந்ததை முடிக்காமல் அவள் நகத்தைக் கடித்தாள். விழிகள் கூர்மையடைந்தபோது நீர் கோர்த்துக்கொண்டது.

இந்த நிலையிலும் அவள் அவனை ஓரக்கண்களால் கவனித்தாள். மீசை இன்னும் சரியாகக் கறுக்கவில்லை. அழகான முகம். அவன் எதையோ சொல்வதற்கான வார்த்தைகளைத் தேடுகிறான்.

“எடா பப்பா, பரவாயில்லையேடா . . .”

இரண்டு மூன்று பேர்கள் அந்தப் பக்கமாக வந்தார்கள். கையிலிருந்த புத்தகத்தை பார்வதியிடம் கொடுத்துவிட்டு நண்பர்களுடன் சேர்ந்து நடந்தான் பத்மநாபன்.

“நான் பார்வதியை உயிருக்குயிராக நேசிக்கிறேன். மருதுங்கல் கொச்சுராமனச்சனோட குஞ்ஞிப்பெண்ணு மாமியோட அந்த வெளைஞ்ச வித்து எனக்கு வேண்டும். நான் உன்னைக் கல்யாணம் செய்துகொள்ள விரும்புகிறேன். என்னை கல்லூரிக்கு அனுப்ப வேண்டும் என்பதுதான் என் அப்பாவின் விருப்பம். வீட்டிலுள்ளவர்கள், உன்னை யாருக்காவது கல்யாணம் செய்து கொடுத்து விடுவார்களோ? எனக்கு இப்போது கல்யாணம் வேண்டாம் என்று சொல்லித் தடுத்து நிறுத்திவிட உன்னால் முடியுமா? எனக்கு ஒரு வேலை கிடைக்க வேண்டும் என்கிற ஆசை இருக்கிறது. எதற்காகவென்றா கேட்கிறாய்? கிடைத்ததுமே உன்னைக் கல்யாணம் செய்துகொள்ள வேண்டும். வேலை பார்க்குமிடத்திற்குப்போய் நாம் சேர்ந்து வாழ வேண்டும். அப்புறம் –

பார்வதிக்கும் ஒரு வேலை கிடைக்குமென்றால் எவ்வளவு நன்றாக இருக்கும். வீட்டிலுள்ளவர்களால் எதுவும் சொல்லவே முடியாது. ஒன்று மட்டும் நிச்சயம். பார்வதியை யாராவது கட்டிக்கொண்டு போனால் இந்த பத்மநாபன் பிறகு உயிரோடிருக்கமாட்டான். என்னுடைய மனம் நீறுவதை வெளியே இருந்து பார்ப்பவர்களால் புரிந்துகொள்ள இயலுமா . . .”

கடிதத்தை வாசித்து முடிக்கும்போது பார்வதியின் உடல் நடுங்கியது. மனம் ஆசைப்பட்டுவிட்டது. இனி பிடுங்கி எறிந்துவிட இயலாது.

பரீட்சையில் வெற்றி பெற்றால் பள்ளி இறுதி வகுப்பிற்கு விடுவார்களா? அதிலும் வெற்றி பெற்றால்தான் கல்லூரிக்குப் போகவோ வேலைக்குப் போகவோ இயலும். கட்டிக்கொடுத்து அனுப்பி விடுவதிலேயே அம்மா பிடிவாதமாக நிற்பாள். ராகவனின் முறைப்பெண். அது வேண்டாம். அம்மாவும் அப்பாவும் நிர்ப்பந்தம் செய்தால் வேறு வழிகள் . . . பப்பனுடன் ஓடவேண்டும். அது சுவாரஸ்யமான விஷயம்தான். ஆனால், அப்படி அழைத்துக்கொண்டு போகுமளவுக்கு அவனுக்குத் தைரியமிருக்கிறதா? இல்லையென்றால் அதிக உயரமான பாறையை முன்கூட்டியே தேர்வு செய்து வைத்துக்கொள்ள

வேண்டும். மாப்பிள்ளைப் பையனும் அவனது ஆட்களும் முற்றத்தை மிதிக்கும்போது குதித்து விட வேண்டும். இதற்கும் நல்ல தைரியம் வேண்டும்.

பதிலில் பல விஷயங்களை எழுதினாள். எல்லாவற்றையும் கிழித்தெறிந்தாள். கடைசியில் நோட்டுப் புத்தகத்தின் தாளைக் கிழித்து நடுவில் எழுதினாள்:

"பப்பன்தான் என்னைக் கல்யாணம் செய்ய வேண்டும். இதுதான் என்னுடைய ஆசை. நடக்குமா இது? நடக்கவில்லையென்றால் . . ."

காகிதத்தை மடித்து புத்தகத்தில் வைத்தாள்.

பரீட்சை முடிவை அறிய ஆவலுடனிருந்தாள். வெற்றி பெற்றிருந்தாள். மார்க் குறைவதற்கானக் காரணம் படிக்கிற நேரத்தில் கனவு கண்டுகொண்டிருந்ததுதான். இனி, பள்ளி இறுதி வகுப்பு மாணவர்களுக்கான தேர்வு முடிவுகள் வர வேண்டும். பார்வதி அதை இரகசியமாக விசாரித்துக்கொண்டிருந்தாள்.

போர்டில் பதிக்கப்பட்ட தேர்வு முடிவுகளை அவள் கூர்ந்து பார்த்தாள். பத்மநாபனின் பெயரும் எண்ணும் அதில் இருந்தன. இனி அவன் பள்ளிக்கூடத்திற்கு வரமாட்டான். கடிதங்கள் கை மாறியதெல்லாம் முடிந்துபோய் விட்டது. சோர்வும் வருத்தமுமேற்பட்டன.

"நீ எதுக்கடி அழுறே?"

பார்வதி பேசாமலிருந்தாள். மூக்கைப் பிழிந்தது மட்டும் தான். பட்டியலை மீண்டும் பார்த்த சக மாணவி சொன்னாள்: "இவன்தானே பத்மநாபன்? உன்னோட ஆளு பாசாயிட்டான்டீ. ஓடிப்போய் கட்டிப் பிடிச்சிக்கோ."

"சின்னம்மா, யார்கிட்டயும் சொல்லிடாதே. அவன் என்னைத்தான் கல்யாணம் பண்ணிக்கணும்னு நான் ஆசைப் படுறேன்."

"அதுக்கென்ன? உன் வீட்டிலுள்ளவங்க ஒத்துக்க மாட்டாங்களா?"

"பெரும்பாலும் ஒத்துக்கமாட்டாங்க."

"அப்பிடின்னா கொஞ்சம் தைரியம் மட்டும் வேணும். நீங்க ரெண்டுபேருமா ஓடிடணும். தேடி உங்களைக் கண்டு பிடிக்கிறதுக்குள்ளே எல்லாமே முடிஞ்சிருக்கணும். அதிருக்கட்டும். அவன் வேற பெண்ணைக் கட்டிக்கிட்டா நீ என்ன செய்வே?"

பார்வதி நடுங்கிவிட்டாள். "இல்லை, அப்புடியெல்லாம் நடக்காது."

"அதெப்புடி நீ அவ்வளவு உறுதியாச் சொல்லுறே?"

"எப்புடின்னெல்லாம் சொல்லத் தெரியல. நான் அப்புடி நம்புறேன்."

"அப்புடின்னா என் பொன்னு சின்ன அரயத்தி ஊட்டுக்குப் போ. இது சின்னம்மா மாட்டும்மா சொல்றேன். ஹஹஹ . . ."

சான்றிதழ் வாங்க வந்திருந்த பத்மநாபன் சுற்றிலும் பார்ப்பதை பார்வதி கவனித்தாள். அவனுடைய அப்பாவும் கூடவே வந்திருந்தார். பரஸ்பரம் பார்த்துச் சிரித்துக்கொண்டார்கள். அவன் கண்களைத் துடைத்துக் கொள்வதைக் கண்டதும் அவளது கண்களும் நிறைந்தன.

பள்ளிக்கூடத்திலிருந்து வீட்டுக்குத் திரும்பி வரும்போது பலவித சிந்தனைகளுடன் வந்தாள். எதிர்பார்க்கவே இல்லை. பத்மநாபன் எதிரில். பார்வதிக்கு மூச்சே நின்றுவிடும் போலிருந்தது. தன்னுடன் தோழிகளுமிருப்பதை அவள் கணக்கில் கொள்ளவே இல்லை. பக்கத்தில் வந்தான்.

"பார்வதி, நான் காலேஜுக்குப் போறதாக இல்லை. இந்த வாரம் எம்பிளாய்மெண்டில் பேரைப் பதிவு செய்யப் போறேன். என்னை நீ மறந்துடுவியா?"

"இல்லை, மறக்கவே மாட்டேன். இனி எப்ப உன்னைப் பாக்க முடியும்?"

"நான் இந்தப் பக்கமா அடிக்கடி வருவேன். உன்னைப் பாக்குறதுக்காக. இந்த வருஷம் நீ நல்லாப் படிக்கணும்."

பிரிந்துபோவதில் அவனுக்கும் விருப்பமில்லை. ஆனால், அவளுடன் தோழிகளுமிருந்தார்கள். இருந்தபோதும் எவ்வளவு தைரியம். அவன் போவதைப் பார்த்துக்கொண்டே நின்றிருந்தாள் பார்வதி.

"உனக்கு துணிச்சல் ரொம்படீ. வெளைஞ்ச வித்துதான் நீ. உங்க அம்மாகிட்ட நான் சொல்லப்போறேன். உங்களுக்குள்ள காதல். இல்லியாடீ?"

"ஆமா, லீலா. ஆனா ஒண்ணு, நீ இதை அம்மாகிட்ட சொன்னா பெரிய பிரச்சினையாயிடும்."

"காதலிச்சு வயித்துல உண்டாகுறதை விடவுமா பெரிய பிரச்சினையாயிடப்போகுது? மற்றவங்களையும் சேத்து

அவமானப்படுத்துறதைவிட இது நல்லதுதானே? வழி தவறுனவள மிதிச்சுக் கொல்லுவாங்க. அல்லது . . ."

"நான் அற்ப ஆயுசுல செத்துக் கிடக்குறதைப் பாக்குறதுல உனக்கு விருப்பமிருக்கா? தலை சிதறி நான் அந்தப் பாறைக் கிடையில கிடப்பேன் . . ."

லீலா நடுங்கிப்போனாள். இவ, காய்ஞ்சு மொளைச்சுட்டா. மொகத்துல என்ன ஒரு தீவிரம்.

"நீ தேவையில்லாம எதையாவது பேசிட்டிருக்காதே . . ."

"அப்புடின்னா நீ என் ஊட்டுல யார்கிட்டயும் இதைச் சொல்லக்கூடாது."

"யார்கிட்டயும் நான் சொல்லமாட்டேன். ஏதாவது நடந்து குஞ்ஞிப்பெண்ணு மாமி எங்கிட்ட கேட்டா நான் என்ன பதில் சொல்றதுடீ? உனக்குத் தொணையாகத்தான் என்னை அனுப்பியிருக்காங்க. நீ தவறு செய்துட மாட்டேன்னு எங்கிட்ட சத்தியம் பண்ணு. அதாவது கலியாணத்துக்கு முன்னால பரஸ்பரம் தொட மாட்டம்னு."

"சத்தியம் . . . உம்மேல ஆணையா சத்தியம்."

பத்மநாபனை பள்ளிக்கூடத்தின் பக்கத்தில் வைத்து மீண்டும் பலமுறை அவள் சந்தித்தாள். பிறகு அவன் வருவதில்லை. பொறுமையிழந்த நிலையில் வருத்தமும் ஏமாற்றமும் உருவானது. இது வெறும் நப்பாசைதானா?

பார்வதி கிறிஸ்துமஸ் பரீட்சையெழுதி வெளியே வந்தாள். பத்மநாபன் அவளைத் தொடர்ந்து பின்னால் வந்து அவளது தோளைத் தொட்டான். பார்வதி நடுங்கிப்போய் திரும்பிப் பார்த்தாள்.

"பாரு . . ."

இதயம் துடித்தது. அது மெல்ல அமைதியானதும் அவள் சிரித்தாள். அவனது முகத்தில் மகிழ்ச்சியிருந்தது.

"என்னை நீ மறந்துட்டியோன்னு நெனைச்சேன் . . ."

"ஆமா . . . நீ சொல்லுவே, கொச்சுராமன் அச்சனோட வெளைஞ்சவித்தில்லையா . . ? நான் ஒரு முக்கியமான விஷயத்தைச் சொல்றதுக்காக

வந்திருக்கேன். எனக்கு வேலை கெடைச்சிருக்குன்னு தெரிஞ்சா உனக்கு மகிழ்ச்சிதானா?"

"நிச்சயமா! வேலை கெடைச்சுடுச்சா?"

"அப்புடின்னா நீ மகிழ்ச்சியடையலாம். வேலை கெடைச்சுடுச்சி. கொச்சி துறைமுகத்துல, குமாஸ்தா. திங்கள்கிழமை வேலைல சேரணும்."

பார்வதி அழத் துவங்கினாள். இனி பார்ப்பது எப்படி? இவன் என்னை மறந்துவிடுவான். அமைதியாக உட்கார்ந்து கொஞ்ச நேரம் பேசிக்கொண்டிருக்கவோ அந்த உடலைத் தொட்டுணரவோகூட இதுவரையிலும் சந்தர்ப்பம் வாய்க்க வில்லை. பார்த்ததையும் சிரித்ததையும் சில குறிப்புகளைக் கை மாற்றிக்கொண்டதையும் தவிர – மனங்களைப் பரஸ்பரம் பகிர்ந்துகொள்வதற்கு இதுவே போதுமானதாக இருந்தது. எந்த நிமிடமும் அறுந்துபோய் விடுவதுபோன்ற நூலிழையில் தான் மனம் இப்போது ஆடிக்கொண்டிருக்கிறது.

"நான் ஊட்டுக்குக் கடிதம் எழுதுவேன். நீ பதில் அனுப்ப ணும்."

"அப்பாவுக்குத் தெரிஞ்சுடுச்சுன்னா என்னை . . !"

"ஒண்ணும் ஆகாது. இனி அப்பாவுக்கும் அம்மாவுக்கும் தெரியத்தான் வேணும். ஏதாவது பிரச்சினைன்னு வந்தா எனக்குத் தெரியப்படுத்திட்டு நீ தயாராயிடு. நான் வந்துடறேன். வந்ததும் எங்கூட கௌம்பிடணும். சம்மதம்தானே?"

அவளுடைய நெற்றியில் வேர்வைத் துளிகள். சொல்வதற்கு எவ்வளவு சுலபமாக இருக்கிறது.

பார்வதியிடம் பதிலுக்கான சொற்களில்லை என்பதை பத்மநாபன் புரிந்துகொண்டான்.

"இன்னொரு விஷயம். நான் வந்து கூப்பிட்டு பார்வதி எங்கூட வரலைன்னா திரும்பி நான் போற இடம் எதுன்னு தெரியுமா?"

"ஙே . . ."

"ஒண்ணு, கொச்சுராமன் அச்சனோட துப்பாக்கி வெடிக்கும். அல்லது ஒரு துண்டு கயிறோ கொடியோ போதும். உனக்கு தைரியம் வரலேன்னா பப்பனோட முடிவு இதுதான்."

"அதெல்லாம் வேண்டாம். நானே வந்துடுவேன்."

"எங் கையில அடிச்சு சத்தியம் செய்."

“அய்யோ வேணாம். யாராவது பாத்துடுவாங்க.”

“பாக்கட்டுமே, ஏன் பயப்படுறே?”

நடுங்குகிற உதடுகளும் விரல்களும். நிறைந்த விழிகள் ஒன்றோடொன்று உரசிக்கொண்டன. ஆணாக இருந்தால் இப்படித்தான் இருக்க வேண்டும். பார்வதியின் மனம் குளிர்ந்தது. வீட்டில் ஏதாவது பிரச்சினைகள் ஏற்பட்டால் பப்பனுக்கு ஒரு கடிதம். இரண்டு மூன்று நாட்கள் அதுவரை ஒளிந்துகொள்ள வேண்டியதுதான்.

கடிதம் பள்ளிக்கூடத்திற்கு வந்தது. சிப்பாய்தான் கொண்டு வந்து கொடுத்தான்.

“யாரோட கடிதம்டீ அது?”

தங்கம்மைக்கு அதைத் தெரிந்துகொள்ள வேண்டும். வெட்கம் படர்ந்தேறிய முகம் தங்கம்மையிடம் திரும்பியது.

“பப்பன்கிட்ட இருந்து.”

“அதிர்ஷ்டம் அடிச்சிருக்குடீ உனக்கு! அவனுக்கு வேலை கெடச்சிருக்குதாமே? இன்னொரு நாள் வந்து கூட்டிட்டுப் போயிடுவான். என் திரு இருதய மாதாவே, ஒவ்வொருத்தங் களோட அதிர்ஷ்டம். உன்னைப் பாத்தா யாருக்குத்தான் ஆசை வராது? உன்னோட நிறமும் தலைமுடியும். மிச்சமுள்ளது கூட கொஞ்சம் அதிகம்தான். ஹஹஹா . . . நீ வேணா பாரு, பின்னால இருந்து விலகவே மாட்டான். வீட்டுக்காரங்க சம்மதிச்சுட்டாங்களா?”

“தெரியல.”

“அப்படின்னா இது திருட்டுத்தனமா நடக்குது. இல்லையா? துணிச்சல்காரிடீ நீ. உனக்கு எந்த சங்கடமும் நேர்ந்துடக் கூடாதுன்னு நான் புனித ஆத்மாக்களுக்கு மெழுகுதிரி ஏத்துறேன். ஆசைப்படுறவனே வாய்க்கிறதுங்குறது பெரிய அதிர்ஷ்டம்டீ.”

“பார்வதிக்கு என்ன சங்கடம் நேர்ந்துடப் போகுது? தங்கம்மை தெரியாமல் சொல்கிறாள். இந்த வருஷம் பாஸானதுமே அவளுக்கும் வேலை கெடைச்சுடும். பிறகு என்ன? ராஜகுமாரனை நெஞ்சில் ஏந்திக்கொள்ள வேண்டியதுதான்.”

பப்பனுக்கு நீண்ட காதல் கடிதங்கள் எழுதத் தெரிய வில்லை. சின்னச் சின்னக் கடிதங்கள். வாசிக்கும்போது மனதில் உருவாகும் துடிப்பை நினைத்து பார்வதி நகம் கடிப்பாள். தேர்வில் எப்படியாவது வெற்றி பெற்றுவிட வேண்டும். இது தான் அவனது அறிவுரை.

ராகவன் பெரும்பாலான எல்லா நாட்களும் வீட்டுக்கு வந்து விடுவான். பார்வதி எந்த நெருக்கத்தையும் அவனிடம் காட்டிக்கொள்ள மாட்டாள். போய்விட்டான் என்று நினைத்துத் திரும்பினால் இமை கொட்டாமல் அவளையே பார்த்துக் கொண்டு நிற்பான் – உரிமைப்பட்டவள் எனும் மனோபாவத் துடன்.

கொஞ்ச நேரத்திற்குப் பிறகு ஓடைப் பாறையிலிருந்து இனிய சோகத்துடன் ஒரு பாட்டு கேட்கும். படிப்பதில் ஆர்வ மில்லாத ராகவனுக்கு பாடுவதில் நல்ல திறமையிருந்தது. அந்தக் குரலில், இதயத்தை ஊடுருவிச் செல்வதற்கான சக்தி யிருந்தது.

பாப்பி, நல்ல நேரம் பார்த்து வந்தேறினாள். நாத்தூன் என்பதற்காக குஞ்ஞிப்பெண்ணு காப்பி குடிக்கச் சொன்னாள். கொஞ்சநேரம் கழிந்த பிறகு குடிக்கிறேன் என்றாள் பாப்பி. வெற்றிலையை எடுத்த குஞ்ஞிப்பெண்ணு சுகசேம விசாரணை களை ஆரம்பித்தாள்.

“நாத்தூனுக்கு ஏனோ இந்தப் பக்கம் வரணும்னு தோணல?”

“நீங்களும் யாரு அந்தப் பக்கம் வர்றீங்க?”

“விசேஷமா ஏதாவது . . ?”

“இதென்ன ஒண்ணும் தெரியாதவளாட்டம். பாரோதியோட படிப்பு இந்த வருசம் முடியுதில்லியா?”

குஞ்ஞிப்பெண்ணுக்குப் பிடி கிடைத்துவிட்டது. பார்வதி யின் நெஞ்சுத் துடிப்பு அதிகரித்தது.

“அவளை காலேஜுக்கு அனுப்புறமான்னு அறிய வந்தீங் களாக இருக்கும்.”

“வேணாம் நாத்தூனே, இவ்வளவெல்லாம் படிச்சா போதும். விசு கழிஞ்சதும் உடனே கலியாணத்தை வெச்சுட வேண்டியதுதான். அதைச் சொல்லத் தான் நான் வந்திருக்கிறேன்.”

குஞ்ஞிப்பெண்ணு நாடியில் கையூன்றியபடி பேசாமல் உட்கார்ந் திருந்தாள்.

“சகோதரனை எங்கே காணோம்? நாத்தூன் ஏன் எதுவும் பேசாம உக்காந்துட்டே?”

"அவ இன்னும் படிக்கணும்னு சொல்றா."

"அதெல்லாம் அப்புடித்தான் சொல்லுவா. வேற இவளுக்கும் ஒரு குழந்தைதானே இருக்கு."

கொச்சுராமனுக்குக் கொஞ்சமும் பிடிக்கவில்லை.

"படிக்காம மரமேறிட்டு நடக்குற மர நாய்க்கா பொண்ணு குடுக்குறது? என் மவளுக்கு கையில மண்ணு படியாம நாலு சக்கரம் கெடைக்குமான்னு நான் பாக்குறனே. சர்க்கார் வேலைக் காரனைதான் அவளுக்குப் பாப்பேன்."

"என்னோட ஆசையும் அதான். அப்புறம் நாத்தூன் வந்து கேக்குறபோது வேற என்ன சொல்ல முடியும்னு நானும் முனகி வெச்சேன்."

"ஆங். அவளை காலேஜுக்கு விடப் போறதா நான் சொன்னதா நீயே சொல்லிடு."

பார்வதிக்கு அப்பாவுக்கு ஜிந்தாபாத் போடலாம்போல் ஆவேசம் வந்தது. பலமுறை அவனையே சுற்றிவந்து அவள் மகிழ்ச்சியூட்டினாள்.

மகளுக்கு முறைப் பையனைப் பிடிக்கவில்லையென்பது அவனுக்கு ஏற்கனவே தெரியும். இனி பரீட்சையில் வெற்றி பெற்ற பிறகுதான் அடுத்த விஷயம். சந்தேகம் இருப்பதையெல் லாம் அவள் குறித்துவைத்துக் கொண்டாள். டீச்சரிடம் கேட்டாள். பார்வதியின் உற்சாகம் டீச்சருக்கு மகிழ்ச்சியைத் தந்தது.

"உனக்கு காலேஜுக்குப் போறதுல விருப்பமிருக்கா, பார்வதி?"

"ஆமா, டீச்சர்."

"அப்படின்னா நேரத்தை வீணாக்காதே. புரியாததையெல் லாம் அவ்வப்போது கேட்டுடு."

கொச்சுராமனுக்கு இடையிடையே சோர்வு வந்து விடும். விட்டு விலகாத உற்ற துணையாக ஒரு வயிற்று வலி. யாரிடமும் அதை அவன் சொல்வதுமில்லை. மருந்துகள் எதுவும் பலிக்க வில்லை. பட்டைச் சாராயத்தின் அளவை அதிகப்படுத்திப் பார்த்தான். போதை அதிகமாகும்போது கோபமும் அளவு கடந்துபோய் விடுகிறது.

சோடா உப்பை வெந்நீரில் கலந்து குடித்தால் சிறு ஆறுதல். சோடாவின் அளவும் அதிகரித்துக்கொண்டிருந்தது.

இறுதியாண்டுத் தேர்வு முடிந்ததும் பார்வதி நீண்ட பெரு மூச்சொன்றை உதிர்த்தாள்.

"பார்வதிக்கு முதல் வகுப்பு கிடைக்குமா?"

எதிர்பாராமல் சந்திக்க நேர்ந்தபோது கொச்சுமாதவன் கேட்டான்.

"ஆங் . . . சிரமப்பட்டாவது ஜெயிச்சுடலாம்."

அவன் அவளைக் கூர்ந்து பார்த்தான். விசேஷமான சிரிப்பொன்றையும் உதிர்த்தான். தன்னுடைய ரகசியங்களெல் லாம் இவனுக்குத் தெரியுமா? – பார்வதிக்கு சந்தேகம். அவனது பார்வையைத் தவிர்ப்பதற்காகக் கேட்டாள்.

"அண்ணனுக்கு இப்ப என்னாச்சி?"

"நீ ரொம்ப அழகா இருக்கடி. மலையோட சீமந்த புத்திரி."

"அப்புடியா . . . என்னை நீ இப்பதான் பாக்குறியா?"

"நான் உண்மையைச் சொன்னேன். அப்புறம் . . ."

"அப்புறம் இப்புடி காங்கிரஸ்னு சொல்லிட்டு நடக்குறதை விட்டுட்டு பொண்ணு கட்டிக்குற வழியைப் பாரு. அல்லது ஒரு பெரிய தலைவராக முடியுமான்னு பாரு."

அவனுடைய மனதிலிருப்பதை அறிந்து கொள்வதற்காகவே அவள் கல்யாண விஷயத்தைப் பேசினாள்.

"பார்வதி, நான் கட்டிக்கிட ஆசைப்பட்ட பொண்ணு நீதான். கஞ்சிக்கு வழியில்லாதவனுக்கு யாராவது படிப்பும் அழகுமுள்ள மகளைக் கட்டிக் குடுப்பாங்களா? அதிலேயும் அட்டையோட கண்ணைக் கண்ட கொச்சுராமன் வைத்தியன்."

"கிண்டல் பண்ணாதே. நீ தலைவரில்லையா? சும்மா போய் கேட்கவுமா கூடாது?"

"பயங்கரமான ஆளுடி நீ. என்னைத் திட்டுறதைக் கேட்டு உனக்கு ரசிக்கணும் இல்லையா? சரி, அதையெல்லாம் விடு. நீ காலேஜுக்குப் போகப்போறதில்லைன்னு எனக்குத் தெரியும்."

"யாரு சொன்னா?"

"சரிதான். இனி அதையும் நானேதான் சொல்லணுமா? எடீ, அவன் என்னோட நண்பன். இது யாருக்குமே தெரியாதுன்னு நெனைக்கிறேன். நடக்கட்டும். கடைசியில நீ அழுறதைப் பாக்க இந்த கொச்சுமாதவன் அண்ணன் விரும்பலே, புரியுதா? ஆங் . . . வீட்டுக்குப் போய் அப்பன்கிட்ட கமிட்டிக் கூட்டத் துக்கு வரச்சொல்லு."

கொச்சுமாதவன்மீது பார்வதிக்கு நம்பிக்கை வரவில்லை. ஆசைப்பட்டது நடக்கவில்லை என்பதற்காக அப்பாவிடம் சொல்லி குட்டையைக் கலக்கி விடுவானோ? ஹோ . . . ஒருத்தனை விரும்பி விட்டதற்காக யாருக்கெல்லாம் பயப்பட வேண்டியதிருக்கிறது? யாரையெல்லாம் தவிர்க்க வேண்டியதிருக்கிறது? எத்தனை பொய் சொல்ல வேண்டியதிருக்கிறது? இதெல்லாம் இல்லாமலிருந்தால் காதலிப்பதில்தான் என்ன பரபரப்பு இருந்து விடப்போகிறது . . .

பார்வதி காப்பி கொண்டு வந்தாள். அதை வாங்கும்போது கொச்சுமாதவன் அவளது முகத்தைப் பார்க்கவில்லை. அவளது கை நடுங்குவதைக் கண்டதும் அவன் சிரித்தான். அவள் சிறு பயத்துடன் வாசல் கதவின் பின்னால் போய் மறைந்து கொண்டாள்.

அப்பா மெதுவான குரலில் மாதவனிடம் சொல்கிறார்:

"அவனை நான் ஒன்றிரண்டு தடவை பாத்துருக்கேன். இவங்களுக்கிடையே இப்புடியான ஏதாவது ஏடாகூடம் இருக்குமோங்குற சந்தேகமும் எனக்கு அப்ப வந்ததுண்டு."

"அது பரவாயில்லைப்பா. அவதான் ஜெயிச்சுட்டாளே? இந்த மலையில மொதமொதலா சிஸ்த் பாஸானவ. இனி ஒரு வேலை கெடைக்கணும். காலம் மாறிட்டே இருக்குறதை நாமளும் கண்டுக்காம இருந்துடக்கூடாது. அவங்களாக விரும்புறதை நாம நடத்தி வெச்சுடணும்."

"அவளோட பேரைப் பதிவு செய்யணும். உனக்கு அந்த எடம் தெரியுமா?"

"தெரியும். அஞ்சாறு தடவை நான் அங்கே போயிருக்கேன். ஒரு ஐம்பது ரூபா வெச்சிக்கோ, போயிடுவோம்."

பார்வதி காத்திருந்து பொறுமை இழந்தாள். சேகரன் பள்ளிக்கூடத்திலிருந்து வந்ததும் அவனது புத்தகக் கட்டை சோதனையிடுவாள். அப்பா வரும்போது வேறுமாதிரியான சில விசாரணைகள். இன்டர்வ்யூ கார்டு, ஏதாவது ஒரு கடிதம் என்றெல்லாம். மறந்துபோய் விட்டானா?

மாமலையின் சிரம் என்றாவதொரு நாள் வெடித்துச் சிதறும்.
கற்களும் பாறைக்கூட்டங்களும் ஆர்ப்பரித்து உருண்டு விழும்.
மண் சரிந்தும் மரம் வீழ்ந்தும் மனிதர்கள் செத்து மடிவார்கள்.
மடியட்டும் . . .
நான் வாய்விட்டு ஒருதடவை அழுவதற்காகவாவது.
மலையின் மனம் துடிப்பது யாருக்கும் தெரியவில்லை.

துடிப்பை உணர்வதற்காக ஏதோ மலைமுகட்டில் அவள் மட்டும் உதிக்கும் வெள்ளி நட்சத்திரத்தைப் பார்த்து அமர்ந்திருக்கக்கூடும். மலை தகர்ந்து நட்சத்திர வழிப்பாதை மறைந்ததறியாமல்.

பாடல் ராகவனிடமிருந்து அல்லவா? பார்வதி காதுகளைக் கூர்மையாக்கி அமர்ந்திருந்தாள். கவிஞனோ, பாடகனோ இல்லாத கொச்சுமாதவன் எழுதிய வரிகள் அவை. கேட்பதற்கு இனிமையுடனில்லாமல் என்றோ ஒரு நாள் இதை வாசிக்கக் கேட்டதாக நினைவு. ஆனால், இப்போது ராகவனின் குரலினிமை யில் அந்த வரிகள் கால் சிலம்பு கட்டி நாட்டியமாடின.

ராகவன் அத்தான், என்னிடம் இவ்வளவு வெறுப்பு தோன்று மளவுக்கு நான் என்ன தவறு செய்துவிட்டேன். சகோதர, சகோதரிகளின் பிள்ளைகளாக நாம் பிறந்திருக்கக்கூடாதோ...

இல்லை, நான் ஒருபோதுமே உன்மீது ஆசை வைத்தது கிடையாது... என் மனதினுள் உனக்கு எந்தவொரு இடமும் உருவாகவில்லை. ரிது கல்யாணமும் சரடு அணிதலுமெல்லாம் அனர்த்தங்களுடன்கூடிய வெறுமொரு சடங்குகள் மட்டும் தான். என்னை மறந்து விடு...

பார்வதி பெருமூச்சு விடுவதற்கு எவ்வளவோ நேரத்திற்கு முன்பே ராகவன் பாட்டை முடித்திருந்தான்.

பதினெட்டு

மிளகுக்கு நல்ல விலை கிடைத்தது. கொச்சுராமன் மரம் அறுத்து கல்லுடைத்து வீடு கட்டினான். அடைச்சுப் பூட்டிட்டு கிடக்குறதுக்கு பழைய வீட்டில் சாணி மெழுகி மெழுகி குஞ்ஞிப்பெண்ணின் கைகள் தளர்ந்து போயிருந்தன.

கொடிக்கு இலை வாட்டமும் தலைச்சன் ஒடிவும். கொடியின் கீழ்ப்பகுதியில் வெள்ளை நிறப் பூஞ்சை. ஒருவாரத்தினுள் இலைகளும் தண்டுகளும் உதிர்ந்து தோட்டம் வெளுத்தது.

மலைகள் திரும்பவும் காய்ந்து வறள ஆரம்பித்தன. அரயன்களின் மனதும் நீறத் துவங்கியது. பலருக்கும் பெரிய அளவிலான தொகை கடனிருந்தது. கமுகும் தென்னையுமுள்ள தோட்டங்கள் விற்றதில் கிடைத்ததை மடியில் வைத்து பலர் வேறிடங்களைத் தேடிப்போனார்கள். கொச்சுபிள்ளை ஆசான் பலமுறை சொன்னதுண்டு – மிளகு நீண்ட காலத்திற்குத் தாக்குப் பிடிக்காது. மற்ற விளைபொருட்களையும் பயிர் செய்யுங்கள் என்று.

கொச்சுராமனின் தென்னைகளிலும் காய்பலன் குறைவாகத்தானிருந்தது. குரும்பைகளாக இருக்கும்போதே உதிர்ந்துபோயின. கொஞ்சம் காப்பி, பாக்கு – சிரமப் பட்டாவது காரியங்கள் நடந்துவிடும்.

தென்னையிலும் கமுகிலுமெல்லாம் சேகரன்தான் ஏறுவான். பத்திருபது தேங்காய்களை உரித்து சுமந்து கொண்டுபோய் கொப்பறா வெட்டுபவனிடம் விற்க வேண்டும். அரிசியும் சாமான்களும் வாங்கிய பிறகு அரைக் குப்பி சாராயத்திற்குக்கூட மிச்சம் வருவதில்லை. மகனுக்கு ஊர் சுற்றுவதற்கும் சினிமா பார்ப்பதற்கும்

காசு வேண்டும். கொட்டகையில் சினிமா மாறும்போது செண்டை முழக்கமும் விளம்பர நோட்டீசுமாக இரண்டுபேர் வருவார்கள். இது காதில் விழுந்தாலே போதும், கொச்சுராம னுக்குக் கலியேறி விடும். வீட்டுக்குத் தெரியாமல் தேங்காயோ பாக்கோ திருடி விற்றுவிட்டு சேகரன் சினிமா பார்க்கப் போய்விடுவான்.

எதுவுமே நடக்காது என்றும் எதற்குமே அதிர்ஷ்டமில்லை என்றும் நினைத்திருந்த நேரத்தில் பார்வதிக்கு வேலை கிடைத்தது – எரணாகுளம், சென்ட்ரல் எக்சைஸ் டிபார்ட் மெண்டில் லோயர் டிவிஷன் கிளார்க்.

வேலையில் சேரவும் தங்குமிடம் வசதி செய்வதற்குமென குஞ்ஞிப்பெண்ணின் கழுத்தில் கிடந்த புளிங்கா மாலை அடகு வைக்கப்பட்டது. சம்பளம் வாங்கி மகள் அனுப்பித் தருகிற பணத்தில் அதை திருப்பிக்கொள்ளலாமென்று நினைத்தாள்.

சிலநேரங்களின் ஐம்பது, அதிகபட்சமாக எழுபத்தைந்து – கொச்சுராமனுக்கு மணியார்டர் வரும். கடைக்குச் செல்லும் போதுதான் மணியார்டர் வந்திருக்கும் தகவல் தெரியும். மறுநாள் காலையில் தபால் நிலையத்திற்குப் போவான். கிடைப்பதில் எதுவுமே மிச்சம் வராது. மகளைச் சுற்றிக் கட்டியெழுப்பிய மனக்கோட்டைகளில் மிகப் பெரிய விரிசல்கள். நினைத்துப் பார்த்து ஏமாற்றத்துடன் முணுமுணுப்பான் – இதனாலொன்றும் மிச்சம் வந்து விடப் போவதில்லை.

“அவளுக்கென்ன இவ்வளவு செலவு, கொஞ்சம் கூடுதலாக ஏதாவது அனுப்பச் சொல்லி லீலாகிட்ட கடிதமெழுதச் சொல்லேன் . . .”

“ம் . . .”

சூரியன் கிழக்கே சாய்ந்தது. வெயிலின் வீரியம் குறைந்து கொண்டிருந்த நேரம். அரிசியும் சாமான்களையும் ஒரு சிறு கோணிப்பையில் கட்டி வைத்துவிட்டு மகனுக்காகக் காத்திருந் தான் கொச்சுராமன். “நான் இப்ப வந்துடுறேன்” என்று சொல்லி விட்டுப் போனவன். நண்பர்களுடன் எங்காவது போயிருப்பான். கொச்சுராமன் கிழக்கே பார்த்தான். எப்படியாவது சாயங்காலத் திற்குள் வீடடைந்து விடலாம். சாயங்காலம் தாண்டி விட்டாலும் கூட பிரச்சினையில்லை. யோசித்தபடியே மடியிலிருந்த காசை எண்ணினான். இரண்டு ட்ராம், இரண்டு அப்பள வடை. இன்னும் சில்லறை பாக்கியிருந்தது. அவன் சாராயக் கடைக்குப் போனான்.

கிழக்குத் திருப்பம் திரும்பி செம்மண்ணை வாரித் தூற்றிய படியே வண்டி வந்து நின்றது. மணி ஐந்து. கொச்சுராமன் தோளில்கிடந்த துண்டை எடுத்து உதறி முகத்தைத் துடைத்துக் கொண்டான். பஸ்ஸிலிருந்து இறங்கியவர்களில் நீலச் சேலையும் வெள்ளை ஜாக்கட்டுமணிந்த பார்வதி. கைப்பையுடன். பின்னால் கால்சராயும் பூட்ஷூம் நீள கை வைத்த சட்டையுமணிந்த ஒரு இளைஞன். அவர்களது பின்னால் கொச்சுமாதவனுமிருந் தான். கொச்சுராமன் ஓடிப்போய் தன்னுடைய மகளைக் கண் நிறையப் பார்த்துச் சிரித்தான்.

"எங்கப்பா போயிட்டு வர்றே... ஆங்?"

அவள் சற்று கோபத்துடன் பார்த்தாள்.

அதைக் கண்டுகொள்ளாத கொச்சுராமன் சொன்னான்:

"கடைக்கு வந்தேன். சேகரன் இப்ப வரேன்னு எங்கியோ போயிட்டான். அவனுக்காகக் காத்திருந்து சோந்துபோயிட் டேன். நீ ஏன் காலைலே வரல்லே?"

"மொதல் வண்டி கெடைக்கல"

சிரித்தபடியே அவள் பக்கத்தில் நின்றிருந்த இளைஞனைப் பார்த்தாள்.

"அப்பா, இவர்தான் பத்மநாபன்."

மாதவன் அறிமுகப்படுத்தினான். பரஸ்பரம் அவர்கள் புன்னகைத்துக் கொண்டார்கள்.

"சாமான் வாங்க வந்தீங்க இல்லியா?"

"ஆமா. ஊடு எங்க இருக்கு?"

"காக்கொம்பில."

முட்டத்தில் இறங்கியிருக்க வேண்டியவன் காஞ்ஞாற்றுக்கு வந்திருக்கிறான். அவனை இங்குவரை அழைத்துக்கொண்டு வந்திருப்பவள் பார்வதிதான். பெண்களின் திறமையைப் பாருங்களேன். கொச்சுராமன் ஓரக்கண்ணால் நோட்டமிட் டான் – ஆள் யோக்கியன்தான்.

காப்பி குடிக்கலாமென்று பத்மநாபன் சொன்னான். பார்வதி வற்புறுத்தினாள். பலகாரம் சாப்பிடும்போது பார்வதி யும் பத்மநாபனும் பரஸ்பரம் பார்த்துச் சிரித்தார்கள்.

காசு கொடுத்தது பத்மநாபன்தான். ஒரு புதிய பத்து ரூபாய் நோட்டு. மிச்சத்தை வாங்கி கால்சராய் பாக்கெட்டில் போட்டுக்கொண்டான். எதையோ எதிர்பார்ப்பதுபோல்

அவன் திரும்பவும் உட்கார்ந்துகொண்டான். கொச்சுராமன் வெற்றிலை போட்டான். பேசுவதற்கான பாவனை இல்லையென்பதைப் புரிந்துகொண்ட பத்மநாபன் கேட்டான்: "பார்வதி எப்ப திரும்புறதா உத்தேசம்?"

"புதன்கிழமை, பப்பன்?"

"ரெண்டு நாள்கூட லீவெடுக்கணும்."

இங்கே பக்கத்தில் ஒருவரைப் பார்க்க வேண்டுமென்று சொல்லிவிட்டு பத்மநாபன் புறப்பட்டான். மகளுடைய முகம் வாடுவதைக் கண்டதும் கொச்சுராமன் மாதவனைப் பார்த்தான். அவன் சிரிக்கிறான்.

அப்பாவுக்கு வேட்டியும் போர்வையும். அம்மாவுக்குக் கச்சமுறி*யும் ஜாக்கெட் துணியும். மேலே அணிவதற்கான கறுப்புக் கரைக் கவிணி. சேகரனுக்கு வேட்டி சட்டைக்கான துணி.

"சக்கரத்தையெல்லாம் இப்புடித் தீத்தாச்சு, இல்லியா?"

குஞ்ஞிப்பெண்ணுக்கு இது ரசிக்கவில்லை.

"சக்கரம் ஏதாவது இருக்காடி?"

"இந்தா இருநூறு ரூபா."

"கெடைக்கிற சம்பளத்தை நீ என்ன செய்யிறே?"

"அம்மாவுக்கொண்ணும் தெரியாது. ஹாஸ்டலுக்குக் கொடுக்கணும். தங்குற எடத்துல சாப்பாட்டுக்கு. ஆஃபீசுக்குப் போக வர வண்டிக்கூலி. மத்தியானச் சாப்பாடு. எண்ணெய், சோப்பு, பௌடர், பேஸ்ட், துணி வெளுக்க – அப்புறம் இடையிடையே ஏதாவதொரு சினிமா. எனக்கு டிரஸ் வாங்க வேணாமா?" செலவுகளின் நீண்ட பட்டியல்.

"இருந்தாலும் ஒண்ணுமே மிச்சம் வராதா?"

"வரும். எழுபத்தைந்தோ நூறோ வரும். அதைத்தான் அனுப்பித் தர்றனே?"

"உனக்கு செலவு கொஞ்சம் கூடித்தான் போயிட்டுது. எம் மாலையைத் திருப்ப வேணாமா?"

"நான் பாவாடையை மட்டும் உடுத்துட்டு, வேலைக்கு நடந்தா போக முடியும்? வேலைப் பாக்குறவங்க நல்ல டீசென்டா

---

* வேட்டி

தான் போக முடியும். ஒவ்வொருத்தரும் தெனமும் டிரெஸ் மாத்திட்டு வருவாங்க. நான் ரெண்டு நாளைக்கொரு தடவை டிரெஸ் மாத்துறேன்."

"உங்கிட்ட இப்ப எத்தனை சேலை இருக்கும்?"

"கூடிப்போனா ஒரு டஜன் இருக்கும். எதுக்குக் கேக்குறே?"

மகள் சொல்வது எதுவும் அம்மாவுக்குப் புரியவில்லை. நம்பவும் தோன்றவில்லை. அப்பாவையும் அம்மாவையும் இவள் கவனிக்க மாட்டாள். எதையாவது விவரித்துக் கேட்பதுவும் பிடிக்கவில்லை. ஏற்கனவே தலைக்கனம் உண்டு. இப்போது உத்தியோகம் வேறு பார்க்கிறாள்.

மகளை சிறு கோபத்துடன் பார்த்தபடி அமர்ந்திருந்தாள். உடலில் மாற்றமெதுவுமில்லை. முகம் சிவந்திருந்தது. கன்னத்தில் ஒன்றிரண்டு சிவந்தப் பருக்கள். அகன்ற கண்களில் நல்ல பிரகாசம். ஏற்கனவே இருந்ததைவிடவும் சற்று அதிகமாக வெளுத்திருந்தாள். பளபளக்கும் தலைமுடியை சுற்றிக்கட்டி பின் குத்தியிருந்தாள். கால்களில் வெள்ளிக் கொலுசும் தங்க நிறக் கோடுகளுள்ள செருப்புகளும். இடது கையில் கறுப்பு வாரில் தங்க நிற கடிகாரம். மோதிரம். இதையெல்லாம் வாங்கியே பணத்தைச் செலவு செய்திருக்கிறாள். தன்னுடைய மகள், ஒரு ராஜகுமாரியைப்போல அம்மாவுக்குத் தோன்றினாள்.

பட்டணத்தில் உத்தியோகத்திலிருக்கும் பார்வதியைப் பார்ப்பதற்காக பெண்கள் சிலர் வந்தார்கள். அங்குள்ள வாழ்க்கை வசதிகளைப் பற்றி கேட்டார்கள் – அலுவலக வேலைகள், நகரத்தின் ஆரவாரம், ஒரு பாட்டிக்கு புகையிலை வாங்க காசு கிடைத்தால் பரவாயில்லை. பார்வதி இங்கிலீஷ் கலந்த நகரச் சாயலுடனான வார்த்தைகளை நிறையவே பரிமாறி னாள். வெறும் கையுடன் திரும்பிய பாட்டி சொன்னாள்:

"மருதுங்கலோட மவ பெரிய வாயாடி. வெத்திலைக்கு நக்க சுண்ணாம்புகூட தரமாட்டா."

ஒரு மாமி, குஞ்ஞிப்பெண்ணிடம் ரகசியமாகச் சொன்னாள்:

"குஞ்ஞெண்ணே, பாரோதியைப் பாத்தா ஒரு தம்புராட்டி யைப்போல இருக்கா. நல்ல ஒரு ஜோலிக் காரனுக்குத்தான் அவளைக் கட்டிக் குடுக்கணும்."

"இந்த மலையில இருந்து வேலைக்குப் போற ரெண்டு பேருமே அவளுக்கு சகோதரன் முறை வரும். வேற எங்கிருந்தாவது தான் பாக்கணும்."

திங்கட்கிழமை காலையில் எங்கோ போவதற்காகப் புறப்பட்ட அப்பாவை ஏதேதோ சொல்லி பார்வதி தடுத்து நிறுத்தினாள். சிணுங்கியும் பொய்க் கோபம் நடித்தும் அப்பா வையே சுற்றி வந்தாள். இடையிடையே கிழக்குப் பக்கமாக பார்த்துக்கொண்டிருந்தாள். என்னவோ ஒரு சிக்கல் இருக்கிறது. மகள் பெரிய தந்திரசாலிதான். காரணமில்லாமல் இப்படிப் பேசமாட்டாள்.

ஐம்பது வயதுக்கு மேற்பட்ட ஒருவரும் மற்றொரு இளைஞனுமாக முற்றத்தில் ஏறி வந்தபோது பார்வது உள்ளே நகர்ந்தாள்.

வந்தவர்களை வரவேற்று பெஞ்சில் உட்கார வைத்தான் கொச்சுராமன். அவர்கள் காக்கொம்புக்காரர்கள்.

"நாங்க ஒரு கல்யாண யோசனையாக வந்திருக்கோம். பையனை உங்களுக்கும் தெரிஞ்சிருக்கும். என் அண்ணனோட மகன். பல்பநாவன். கொச்சியில வேலையில இருக்கான். இவரு, குட்டப்பன். பையனோட சகோதரியைக் கட்டுன அத்தான் காரன். மக எர்ணாகொளத்துலதானே வேலயில இருக்கா?"

"ஆமா, எனக்கு குட்டப்பனை ஏற்கனவே பாத்த ஞாபக மிருக்கு."

"ஆமா, காஞ்ஞாற்றுல வெச்சி நானும் ஒண்ணு ரெண்டு தடவை பாத்துருக்கேன். யார்னு தெரியாதில்லியா?"

எதுவுமறியாதவன்போல் கொச்சுமாதவன் வந்தேறினான். கொச்சுராமனுக்கு இது பிடிக்கவில்லை.

"அப்புறம் என்ன விசேஷங்கள், கேள சித்தப்பா?"

"அப்புடியே இந்தப் பக்கமா வந்தோம்டா மவனே. அப்பன் எங்கே?"

"ஊட்டுல இருக்காரு. என்ன குட்டப்பன் மாப்ளே சௌக் கியமா? பார்வதிக்குட்டீ, ஒரு கிளாஸ் தண்ணி கெடைக்குமா?"

மாதவன் சத்தமாகக் கேட்டான்.

"அய்யோ தண்ணி இல்லியே காங்கிரசே! அதென்ன காலையில இவ்வளவு தாகம்?"

"என்னோட தாகமாவது பரவாயில்லியே? பயங்கரமான தாகம் இப்ப யாருக்குனு சொல்லு பாப்போம்?"

"அய்யோ, உடைச்சுடாதே."

காரணவரும் குட்டப்பனும் பெண்ணைப் பார்த்தார்கள். பிடித்திருந்தது.

“உங்க பெண்ணை எங்க பையனுக்குத் தரலாமா?”

கேள, கொச்சுராமனின் முகத்தைப் பார்த்தான்.

என்ன பதில் சொல்வது..?

“நான் இப்ப வர்றேன்...”

கொச்சுராமன் திடீரென்று உள்ளே சென்றான். மனைவியை அழைத்துக்கொண்டுபோய் தெற்குப்புற முற்றத்தில் நின்றான். மாதவனும் குட்டப்பனும் முற்றத்தின் ஒரு மூலையில் விலகி நின்றார்கள்.

“மாதவன் மாப்ளே, பத்மநாபனுக்காக ஆறேழு பெண்ணுங்களைப் போய்ப் பாத்துட்டோம். அவனுக்குப் பிடிக்கல. நகைநட்டு இல்லாமலோ பாக்குறதுக்கு அழகா இல்லாமலோ கண்ணுக்கு நெறைவா இல்லாமலோ இல்லை. நடந்து சோந்துபோய் மச்சினன்தானேன்னு கேட்டுப் பாத்தேன். உம் மனசுல என்ன தான் இருக்குன்னு. அப்பத்தான் சொல்றான், இதை ஏற்கனவே பாத்து வெச்சிருக்குறதா. அதுவும் எப்பவோ ஒரு காலத்துல கூட நடந்தபோதுள்ள சினேகம்னுட்டு.”

“எனக்கு இது ஏற்கனவே தெரியும். யாருட்டயும் நான் சொல்லலே, அவ்வளவுதான்.”

“பெரியவரு ஆளு எப்புடி? சம்மதிப்பாரா?”

“பாப்பமே, அவரு என்ன சொல்றாருன்னு.”

“என்னோட பார்வையில நல்ல பொருத்தமான பெண்ணும் பையனும். மாப்ள கொஞ்சம் பெரியவர்கிட்ட பேசிப்பாரேன்.”

“குட்டப்பன் மாப்ளே, இந்தக் கலியாணம் நடக்கும். பெரியவரு சம்மதிச்சாலும் சம்மதிக்காம இருந்தாலும்.”

“அதெப்புடி?”

“சம்மதிக்கலேன்னா அவங்க கச்சேரியில போய் பதிவுக் கலியாணம் செய்ஞ்சிக்குவாங்க. இல்லேன்னா ஏதாவது கோயில்ல போய் மாலை மாத்திக்குவாங்க. பார்வதிக்கு அழகு மட்டுமில்லே, நல்ல மனத்திடமும் உண்டு. இவளோட காதல் விவகாரத்தை மொதல்மொதலாகக் கேள்விப்பட்டதுமே படிப்பை நிறுத்திட்டுக் கட்டிக் குடுத்துடணும்னு முடிவு செய்ஞ்சாங்க. அவ ஒரேயொரு வார்த்தையால அப்பனையும் அம்மையையும் தோக்க வெச்சுட்டா. வரையில இருந்துக் குதிச்சுச் செத்துடுவேனுட்டா. அவங்க நடுங்கிப் போயிட்டாங்க.”

“எடீ, அவங்க பெண்ணு கேட்டு வந்திருக்காங்க. ரெண்டு பேரும் பேசி முடிவு செஞ்சுட்டுதான் வந்திருக்காங்க. எனக்குத் தெரியும். இந்த மாதவனுக்கும் எல்லா விஷயமும் தெரியும்.”

என்றாவதொரு நாள் நடத்திவிட வேண்டியதுதானே என்றாள் குஞ்ஞிப்பெண்ணு.

“உனக்கு ஒரு மண்ணும் வெளங்காதுடீ. எதை வெச்சி இப்ப கலியாணத்தை நடத்த முடியும்? தோட்டத்தைதான் விலை பேசணும்.”

“தோட்டத்தை விற்காம முடியாதா?”

‘உனக்குத் தெரியாது. அவ, படிப்பும் உத்தியோகமுமுள்ள பொண்ணு. நாலு பேருக்குத் தெரிஞ்சா அவமானமில்லியா? அப்புறம் பெண்மக்களை வளத்து ஆளாக்குறது லேசுப்பட்ட விஷயமா? ஒரு வேலை கெடைச்சுட்டா மறுநாளே யாராவது வந்து பொண்ணு கேப்பாங்க. இல்லேன்னா யார்கூடவாவது அவங்களாகவே எறங்கிப் போயிடுவாங்க. இப்பவே கட்டிக் குடுத்தா எனக்கோ உனக்கோ ஒரு கால் சக்கரத்துக்குப் பிரயோஜனம் இருக்குமாடீ? அடகு வெச்சதெல்லாம் அங்க கெடந்து பூசணம் பூக்குது.”

“எதுவாக இருந்தாலும் இந்த வருசமே கலியாணத்தை வெச்சிக்கிடணும்னா அது என்னால முடியாது.”

கொச்சுராமன் கேளாவிடம் சொன்ன பதில் இதுதான். கொச்சுமாதவன் கேட்டான்:

“அப்பன் நல்லா யோசிட்டுதானா இதைச் சொல்லுறே?”

“ஆமா.”

“சரி, அப்புடின்னா நாங்க வரட்டுமா?”

வந்தவர்கள் முற்றத்தில் இறங்கினார்கள். குட்டப்பன் மாதவனிடம் கேட்டான்:

“மாப்ளே, எங்களுக்குக் கொஞ்சம் காப்பி ஏதாவது வேணுமே.”

“அதுக்கென்ன? நம்ம வீட்டுக்குப் போவோம். சித்தப்பா, வாங்க.”

அவர்கள் புறப்பட்டார்கள். குடிலுக்குள் வெளியே கேட்காமல் அழுகிற தேம்பல் சத்தம், காதில் விழாததுபோல் குஞ்ஞிப்பெண்ணு கணவனின் பக்கத்தில் வந்து சொன்னாள்:

“அவ எல்லாத்தையும் அள்ளிக் கட்டுறா. போகப் போறா ளாட்டம் தோணுது.”

பார்வதி இறங்கிப்போவதை கொச்சுராமன் பார்த்தபடியே நின்றிருந்தான். ஈற்றக்கல் பாப்பனின் வீட்டுக்கு. பவானி பார்வதியின் சகமாணவியும் தோழியும்.

மறுநாள் காலையில் காப்பியும் குடித்துவிட்டு பார்வதி மாற்று உடைகளை அணிந்துகொண்டாள். மை தீட்டுவதையும் பொட்டு வைப்பதையுமெல்லாம் பார்த்துக்கொண்டே நின்றாள் குஞ்ஞிப்பெண்ணு. முகத்தைத் திருப்பியபோதுதான் கவனித்தாள். அவளது கழுத்தும் காதுகளும் காலியாகக் கிடந்தன.

"உனக்கென்னடி ஆச்சு?"

"நான் தேவசபையில சேரப்போறேன். இனி எனக்கு ஆபரணமும் வேண்டாம். கலியாணமும் வேண்டாம்."

"உனக்குப் பைத்தியம்தான் பிடிச்சுட்டு."

"ஆமா, கொஞ்சம் அதிகமாகவே பிடிச்சுட்டு."

பார்வதி கட்டிலிலிருந்து ஒரு சிறு பொதியை எடுத்தாள்.

"இந்தாம்மா . . ."

பிரித்துப் பார்த்தபோது கம்மல், தொங்கட்டான், கழுத்து மாலை, மோதிரம், இரண்டு வளையல்கள்.

"இதெல்லாம் உன்னோடதில்லியா, எனக்கு எதுக்கு?"

"அப்பன் வாங்கித் தந்ததை நீதான் போட்டுத் தந்தே. இதை நீ அப்பன்கிட்டயே குடுத்துடு."

"நீ என்ன நெனைச்சிட்டு இப்புடியெல்லாம் பேசுறே பாரோதி?"

"அதையெல்லாம் நான் பெறகு சொல்றேன். இப்ப எனக்கு அவசரமா கொஞ்சம் வேலையிருக்கு."

அவள் கைப்பையையும் எடுத்துக்கொண்டு வெளியே இறங்கி வேகமாக நடந்தாள். குஞ்ஞிப்பெண்ணு, பாரோதி . . . எடீ பாரோதி என்றழைத்தபடியே அவளது பின்னால் கொஞ்ச தூரம் நடந்தாள். பார்வதி திரும்பிப் பார்க்கவே இல்லை.

பணம் வந்திருக்கிறதா என்றறிய கொச்சுராமன் பல தடவை சென்றான். இல்லையென்று பதில் வந்தது. ஒருமுறை அங்கே போய் வருவோமா என்றுகூட அவன் யோசனை செய்தான்.

– வேண்டாம். அவளுக்கு அவ்வளவு தூரம் பிடிவாதமிருக்கு மென்றால் அவளுடைய கால் சக்கரம்கூட எனக்குத் தேவை யில்லை. எவ்வளவு வறுமையையும் துன்பங்களையும் அனுபவித்

திருக்கிறோம். மகள் பிறந்ததும் வளர்ந்ததுமெல்லாம் நல்ல காலங்களில். ஆகவே, யாருடைய கஷ்ட நஷ்டங்களையும் அவளால் புரிந்துகொள்ள இயலாது. இப்போது அவளுக்கு நல்ல வேலையும் அழகான ஒரு காதலனுமிருக்கிறான். திரு மணத்தை உடனடியாக நடத்த இயலாதென்று மட்டும்தானே நான் சொன்னேன் –

குஞ்ஞிப்பெண்ணு அரிசி இல்லையென்று சொல்ல ஆரம்பித்து நான்கைந்து நாட்களாகின்றன. விளைந்த தேங்காயுமில்லை.

எவ்வித நோக்கமுமில்லாமல் கொச்சுராமன் இறங்கி நடந்தான்.

அரிசி கடனாகக் கிடைக்குமா என்று கேட்பதற்காகக் கடைத் திண்ணையில் காத்து நின்றான்.

"கொச்சுராமா, உனக்கொரு கடிதம் வந்திருக்கு. முந்தா நாள் தபால்காரன் கொண்டு வந்து தந்தான்."

வாங்கி திருப்பிப் திருப்பிப் பார்த்துவிட்டு மடியில் வைத்தான்.

"எனக்கு ஒரு அஞ்சு இடங்கழி அரிசி தரலாமா?"

"அதென்ன தரலாமான்னு..?"

"இன்னைக்கு சக்கரமெதுவும் கையில இல்லே."

"மக பணம் அனுப்புறது கிடையாதா?"

"அனுப்பி கொஞ்ச நாளாகுது."

"எப்பிடி கடன் தர்றது கொச்சுராமா, கடையில சாமான் களெல்லாம் ரொம்ப குறைவா இருக்கு."

பிறகு அவன் அந்த இடத்தில் நிற்கவில்லை. மிளகு இருக்கும் போது அந்த வழியாகப் போனாலே பிடித்து உள்ளே ஏற்று பவன். அப்போதெல்லாம் கேட்காமலேயே தருவான். மிளகு கைவசமில்லையென்றால் அரயன் மனிதனே கிடையாது. மனிதனின் மகத்துவம் நிச்சயிக்கப்படுவது அவனது கையி லிருக்கும் நாணயத்தைப் பொறுத்த விஷயம்.

கொச்சுராமன், கொச்சுமாதவனைப் பார்ப்பதற்காக காங்கிரஸ் அலுவலகத்திற்கு வந்து சேர்ந்தான். அங்கே ஒரு நாற்காலியில் சுலைமான் உட்கார்ந்திருந்தான். கூடவே வேறு நான்கைந்து பேர் இருந்தார்கள்.

"யாரிது, கொச்சுராமன் அண்ணன் இந்த வழியையே மறந்துட்டபோல. வா, வந்து உட்காரு."

“நான் கொச்சுமாதவன் இருக்கானான்னு பாக்குறதுக் காக வந்தேன்.”

“மாதவனும் தோமசும் தொடுபுழைக்குப் போயிருக்காங்க. அவசரமாக ஏதாவது?”

மெல்லச் சிரித்தான். சுலைமான் தோளில் கை வைத்ததும் குரல் தாழ்த்திச் சொன்னான்:

“ஒரு கடிதம் வந்திருக்கு. என்ன எழுதியிருக்குன்னு வாசிச்சுக் கேக்கலாமுன்னுதான்.”

“அதுக்காகவா இவ்வளவு தயக்கம்? கொண்டா.”

சுலைமான் கவரைப் பிரித்து காகிதத்தை விரித்தான். அவனது முகம் சுருங்கியது. கடிதத்தை மடித்து விட்டு கொச்சு ராமனின் காதில் சொன்னான்:

“அண்ணன் வருத்தப்பட வேண்டாம். அண்ணனோட மவளுக்கும் பத்மநாபனுக்கும் கோயில்ல வெச்சு கல்யாணம் முடிஞ்சிருக்கு – இன்னியோட ஏழு நாளாகுது.”

கொச்சுராமன் வெளிறிப்போய் நின்றான். சிரிக்கவா? அழவா? கால்கள் தளர்வதுபோல் தோன்றியது. கீழே உட்கார்ந்து விட்டான். ஆறுதல்படுத்தும் நோக்கத்துடன் சுலைமான் எதை யெல்லாமோ பேசுகிறான். எதுவுமே காதுகளில் விழவில்லை. எங்கே ஓடுகிறோம் என்பது தெரியாமல் ஓடி வீட்டில்போய் ஏறினான்.

“கேட்டியாடீ உம் மவ, அந்த நெளிச்சிக்குண்டி, அவன் கழுத்துல தூங்கிச் செத்துப்போனாளாம். இன்னியோட ஏழு நாளாகுதாம். போகட்டும் . . .”

குஞ்ஞிப்பெண்ணு கண்கள் நிலைகுத்த அப்படியே உறைந்திருந்தாள். கொஞ்ச நேரத்திற்குப் பிறகு கேட்டாள்:

“யாரு சொன்னா?”

“இந்தா புடி, உங்கம்மையோட தேங்காக் குலையை.”

கடிதத்தை முகத்திலெறிந்தான். அதையெடுத்த குஞ்ஞிப் பெண்ணு திருப்பித் திருப்பிப் பார்த்தாள்.

“குத்தம் முழுசும் இனி எம்மேலயே இருந்துட்டுப் போகட்டும். அவங்க வந்தபோதே குடுத்திருக்கலாமில்லியா? போகட்டும். அந்தத் தொல்லை ஒளிஞ்சிதில்லியா . . .”

“நான் அங்க போகத்தான் போறேன். போய் அவ தலையை வெட்டியெறிஞ்சுடுறேன்.”

"ஆமா, அங்க போனதுமே இந்தா வெட்டிக்கோன்னு சொல்லிட்டு காலை நீட்டி உக்காந்துக்குவா. இந்தப் பைத்தியம் எங்க கொண்டுபோய் விடுமுன்னு தெரியாது . . ."

கொச்சுராமன் மீண்டும் வேதனையிலாழ்ந்தான். மனைவி சொல்வதும் சரிதான். எங்கே இருக்கிறார்கள் என்று எப்படிக் கண்டுபிடிக்க முடியும்? திருமணமாகி விட்டதால் ஏற்கனவே தங்கியிருந்த இடத்தில் இருக்கமாட்டார்கள். தானொரு மடையன் தான். பணத்துக்கு ஆசைப்பட்டுதானே கல்யாணத்தை தள்ளிப் போட்டேன். பொறுமையிழந்த நிலையில்தான் அவள் காதலனை யும் அழைத்துக்கொண்டு வந்தாள். அன்றே அவனிடம் ஒப்படைத் திருக்க வேண்டும். செய்யவில்லை. அதற்காக இப்படி தோற்கடித்து விடுவாள் என்று நினைக்கவே இல்லை.

"மாலையையும் கம்மலையும் கழற்றித் தந்துட்டுப் போனாளே, அது இதுக்குத்தானா? இனி நான் எப்புடி மத்தவங் களோட மொகத்தை ஏறெடுத்துப் பாப்பேன்?"

"அப்புடித்தான் வேணும். பொன்னு மவளே . . . ன்னுலாம் கொண்டாடி ரெண்டு பேரும் தலைக்கு மேலத் தூக்கிவெச்சு வளத்துனீங்களே? நான்தானே உதவாக்கரை. அவளுக்கு சாமர்த் தியம் கொஞ்சம் கூடுதலாகிப்போச்சு. பத்தாதுன்னா காலப் பாம்பு கடிக்கணுமேன்னு நேந்துக்கோ."

சேகரன் அம்மாவைக் குத்தி வேதனைப்படுத்த ஆரம்பித்தான்.

"போடா, இங்கிருந்து."

"ஆமா, நான் போயிடுறேன் . . ."

அவனும் போன பிறகு கொச்சுராமனுக்குக் கோபமல்ல, மனவேதனைதான் வந்தது.

வீட்டில் யாருமே இல்லை. வேனலின் புழுக்கம். குளிக்கலாம் என்ற எண்ணத்தில் குஞ்ஞிப்பெண்ணு தலையில் எண்ணெய் புரட்டினாள். மொண்டு குளிப்பதற்கான ஒரு பாத்திரத்துடன் அவள் ஓடையை நோக்கி நடந்தாள்.

வறட்சியால் தண்ணீர் வற்றியிருந்தது. பெரிய பாறை யினிடையில் ஒரு ஊற்றிலிருந்து பாத்திரத்தில் தண்ணீரை மொண்டு துணியை அலசிக்கொண்டிருந்தாள் பாப்பி. வேறு சில பெண்களும் அங்கிருந்தார்கள். குஞ்ஞிப்பெண்ணு யாரை யுமே பார்க்கவில்லை. பாப்பி திரும்பிப் பார்த்து விட்டு பக்கத் தில் நின்றவளிடம் சொன்னாள்:

"கேட்டியா அண்ணி, மருதுங்கலோட மவ இப்ப யாரோ ஒருத்தன்கூட இருக்காளாம். தாயைப்போலதான். தெய்வமே, நல்ல வேளை என் கழுத்துல தொங்காம போனது."

“ஃபூ.”

குஞ்ஞிப்பெண்ணு முடிந்தவரைக்கும் சக்தியைத் திரட்டி உறுமினாள்.

“ஒங்க மரமேறிக்குக் கேட்டதுதானே?”

“வெர ஏறி நடக்குது. இப்பவாவது அறிஞ்சமே . . . ஃபூ.”

பாப்பியும் சீறினாள்.

கொச்சுராமன் கிட்டத்தட்ட தளர்ந்துபோய்விட்டான். கிடைக்கும் காசையெல்லாம் கொடுத்து பட்டைச் சாராயம் குடித்தான். குடித்து சுயநினைவில்லாமல் ஒருதடவை சாக்கடையில் விழுந்து கிடந்தான். அன்று அவனை ராகவன்தான் தாங்கிப் பிடித்து வீட்டில் கொண்டு வந்து சேர்த்தான்.

“ராகவா . . . ராகவா . . .”

குஞ்ஞிப்பெண்ணு கூப்பிட்டதற்கு ராகவன் பதில் சொல்லவே இல்லை. இருட்டினூடே இறங்கி நடந்து விட்டான். குஞ்ஞிப்பெண்ணு கணவனின் பக்கத்தில் உட்கார்ந்து நெஞ்சிலறைந்து அழுதாள். எல்லாவற்றிற்கும் அவள்தானே காரணம். என்னவெல்லாம் ஆசைகளிருந்தன. அனைத்தையும் காலில் போட்டு மிதித்து விட்டாள். ராகவன் இனி எப்போது வருவான். அவன் வீட்டுக்கு வராத நாட்கள்தான் அதிகமும் . . .

வெளிச்சம் மங்க ஆரம்பித்திருந்த விளக்கையெடுத்து குலுக்கிப் பார்த்தாள் குஞ்ஞிப்பெண்ணு. எண்ணெய் இல்லை. குப்பியிலுமில்லை. அப்போது ராப்பாடியின் ராகம்போலொரு பாட்டு. ராகவனின் பாட்டுக்கு மனதை நோகச் செய்கிற சக்தியுண்டு என்பதை அன்று முதன்முதலாக குஞ்ஞிப்பெண்ணு உணர்ந்துகொண்டாள். ராகவனுக்குப் படிப்பு இல்லையென்றால் என்ன? நல்ல ஒரு இதயமிருக்கிறது. பார்வதியின்மீது அவனுக்கு ஆசையிருந்தது. அவளை அவன் காதலித்தான். அவள் வயதுக்கு வந்தபோது சரடு கட்டுவதற்கு அவனுக்கு வெட்கமாக இருந்தது. கேட்டு வந்தபோது தரமுடியாது என்று . . . அவன் மரமேறித் திரிபவன் . . .

இருண்ட வானத்தில் ஒரு நட்சத்திரம் ஒளிவிடும்; கூரிருளில் வெள்ளிக் கோடுகள் ஒளிரும்; கொடுங்காற்றில் ஆடியுலையும் ஒரு மரக்கிளையில் வந்து அந்தக் கிளி உட்கார்ந்தது நம்பிக்கையுடன் – ராகவன் பாடுகிறான். என் பொன்னு ராகவா, நீ இப்படி இதயம் வெடிப்பதுபோல் பாட வேண்டாம் மகனே. எனக்கு இதைக் கேட்பதற்கான வலு இல்லையடா. ஆனால், அவனது குரல் மலையில் இதயத்தில் கரைந்து சேர்வதுபோல் . . .

திறமையும் அழகுமுள்ள மகளை சீராட்டி வளர்த்தத னிடையே மகனைக் கொஞ்சம் மறந்துதான் போய் விட்டோம். அவனுக்கு எப்போதுமே கோபம். குஞ்ஞிப்பெண்ணு மனதால் சாபமிட்டாள். மாம்பூவையும் மக்களையும் பார்த்து ஆசை வைக்கக் கூடாது என்கிற விஷயம் அவளது நினைவில் இல்லை.

கொச்சுராமனுக்கு நீண்ட நாட்களாக இல்லாமலிருந்த வயிற்று வலி திரும்பவும் வந்தது. அவன் அதை பொருட்டாகவே எடுத்துக் கொள்ளவில்லை. தாங்கமுடியாத நிலை வந்தபோது பழைய அதே மருந்து – சோடா உப்பு. இலேசான வழுவழுப் பும் புளிப்புமுடைய வெள்ளைத் துகள். அதன் சுவையை அறிந்துகொள்வதற்காக குஞ்ஞிப்பெண்ணு தொட்டு நாக்கில் வைத்துப் பார்த்தாள். நுனிநாக்கில் எரிச்சல். ஆரம்பத்திலெல் லாம் ஒரு சிட்டிகை அளவில் வெந்நீரில் கலந்து கொடுத்தாள்.

"நீ எதுக்கு இப்புடி கஞ்சத்தனம் காட்டுறே? கொஞ்சம் அதிகமாவே போடு." கட்டிலில் படுத்துக் கொண்டே அவன் சொன்னான்.

மீண்டும் ஒருமுறை சாராயம் குடித்தபோது அவனுக்கு பயங்கரமான வலி ஆரம்பித்தது. தாங்கிக்கொள்ளவே இயல வில்லை. ஒரு அடிகூட முன்னால் எடுத்து வைக்க முடியாமல் அவன் அப்படியே தளர்ந்துபோய் உட்கார்ந்து விட்டான்.

கொச்சுராமன் வாந்தியெடுத்தான். குடல் வெளியே வந்து விடுவதுபோன்ற குமட்டல். தொண்டைக் கிழிந்து ஒரு வாய் இரத்தம் வெளியே வந்தது . . .

சாராயக் கடைக்கு வருபவர்களில் ஒருவன் இதைப் பார்த்ததும் தளர்ந்து கிடந்த கொச்சுராமனை உலுக்கி அழைத் தான். உயிர் இருக்கிறது. ரெண்டு நான்குபேர் அந்த வழியாக வந்தார்கள்.

"இந்த ஆளு யாரு?"

"அந்த மலையில உள்ள ஒரு அரயன்தான். பேரு, கொச்சுராமன்."

"அதிகமா குடிச்சுட்டானோ?"

"இல்லைனு தோணுது. ரெத்தமா வாந்தி எடுத்திருக்கான். எதுவானாலும் அந்த வைத்தியன்கிட்ட கொண்டு போயிடு வோம். ஒரு கை பிடியுங்க."

பத்தொன்பது

மத்தியானத்திற்குப் பிறகு வீட்டிலிருந்து புறப்பட்ட கொச்சுராமனை ஆஸ்பத்திரியில் சேர்த்திருப்பதாக அறிந்ததும் குஞ்ஞிப்பெண்ணுக்கு இதயமே வெடித்தது போலிருந்தது.

"எந்தெய்வமே ..." அவள் கைகளைக் கூப்பியபடியே நடுங்கினாள். "என்னோட அரயனுக்கு ஒண்ணும் ஆயிடக் கூடாதே ..." புளியாம்புள்ளி தம்புரானுக்கு ஒரு கோழி நேர்ந்தாள். கோயிலுக்கு ஒரு வழிபாடும். பிறகு முடிந்த வரை சத்தமாக அழைத்தாள்:

"சேகரா ... எடா சேகரா ..."

விவரத்தைச் சொல்ல வந்த கொச்சுமாதவன் திரும்பவும் சொன்னான்:

"மாமி பயப்பட வேணாம். சேகரன் வரட்டும். காலையில போனா போதும்."

"எனக்கு இப்பவே போகணும். மாதவா, பொன்னு மவனே கூட நீ கொஞ்சம் வா ..."

"அதெப்புடிப் போறது? காஞ்ஞாற்றுக்குப் போக வண்டி கெடைக்க வேணாமா? கையில ரூபா ஏதாவது இருக்கா? இன்னைக்குள்ள எல்லா செலவையும் சுலைமான் கவனிச்சிக்கிட்டான்."

"இல்லைன்னா எங்கிருந்தாவது உண்டாக்கலாம் மவனே. பாரோதியோட மாலையும் கம்மலும் இருக்கு. அதை வேணும்னா வித்துடலாம்."

"அப்பனுக்கு என்னன்னு சொன்னாங்க."

சாயங்காலத்திற்குப் பிறகு வந்த சேகரன் கேட்டான்.

“என்னன்னு இப்ப வந்தா கேக்குறே? எடா, நீயெல்லாம் ஒரு மகன்னு சொல்லிட்டு நடக்குறியே? ரெத்தமா வாந்தியெடுத்தாராம். யாரெல்லாமோ சேந்து தொடுபுழ ஆசூத்திரியில கொண்டுபோய் சேத்திருக்காங்களாம்.”

“அப்பனுக்கு இதெல்லாம் தேவைதான். நான் ஒரு சினிமா பாக்கப் போயிட்டா உடனே எல்லாத்தையும் இல்லாம ஆக்கிடுவான்னு சொல்லி திட்டும். பெறகு இருக்குற பட்டைச் சாராயத்தையெல்லாம் குடிச்சித் தீக்கும்.”

“அப்புடியெல்லாம் பேசாதடா காலா. காலையில நீ எங்கூட வருவியா?”

“நான் வரமாட்டேன். என்னைப் பாத்தா அப்பனுக்கு நோய் அதிகமாயிடும்.”

குஞ்ஞிப்பெண்ணுக்குக் கோபமும் மனவேதனையும் தாங்கிக்கொள்ள முடியாத அளவுக்கு இருந்தது. வேகவேகமாக ஒரு கட்டை சூட்டை இழுத்தெடுத்தாள்.

“இந்த ராத்திரி நேரத்துல நீ எங்க போறே?”

“சாகப்போறேண்டா ... ஏதாவது பாறையிலேருந்து குதிச்சு ...”

“ஊட்டுக்குள்ள போன்னு சொல்றன்லே? இந்த ராத்திரி நேரத்துல மலையிலே கெடந்து கத்தித் தொலைக்கிறதுனால ஆசூத்திரியில கெடக்குற ஆளுக்கு தீனம் கொறைஞ்சுடுமா? எல்லாம் காலயில பாக்கலாம்.”

“நீயும் வருவியாடா?”

“வர்றேன்னுதானே சொல்றேன்? இதென்னது முத்தின பைத்தியமாட்டம்?”

கொச்சுராமன் ஒரு பழைய பாயில் படுத்திருந்தான். மனைவியின் அடக்க முயற்சிசெய்யும் தேம்பல் சத்தம் கேட்டு கண்களைத் திறந்தான். வலியைத் தாங்கிப் பிடித்தபடி முடிந்த வரைக்கும் முகத்தை பிரகாசமாக்கிக் காட்ட முயன்றான்.

“எனக்கெதுவும் ஆகல்லடீ ... பிரச்சினை ஒண்ணுமில்லைன்னுதான் டாக்குட்டரு சொன்னாரு ...”

குஞ்ஞிப்பெண்ணு நீண்ட பெருமூச்சை உதிர்த்தாள்.

“மவனே சேகரா, நீ போய் வேலாம்பிள்ளைகிட்ட கொஞ்சம் ரூபா கேட்டு வாங்கு. நான் வந்த பெறகு ஏதாவது செய்துக்கலாம்.”

“ம் ... அப்பனுக்கு இன்னைக்கு மருந்து குடுத்தாங்களா?”

“தந்தாங்க மவனே.”

குஞ்ஞிப்பெண்ணும் மகனுடன் வெளியே வந்தாள். மடியில் வைத்திருந்த மாலையையும் கம்மலையும் சேகரனின் கையில் கொடுத்தாள்.

“மவனே இதை யாருக்காவது விலைக்குக் கொடுக்க மாதவன்கிட்ட சொல்லு.”

மகன் போனதும் குஞ்ஞிப்பெண்ணுக்கு வருத்தமாக இருந்தது. பணம் கிடைத்தால் தகலாரடிக்கும். டாக்டரிடம் பேசிவிட்டு வந்த மாதவன் சொன்னான்:

“மாமி, அப்பன் ஒரு மாசமாவது இங்க இருக்க வேண்டிய திருக்கும். உடனே கட்டிலும் கெடைக்கும். இதையெல்லாம் அப்பன்கிட்ட சொல்ல வேணாம்.”

“அவகிட்ட சொல்ல வேணாமா, மவனே? என்ன இருந் தாலும் பெத்த மவ இல்லியா?”

“சொல்லணும். நான் கடிதம் எழுதுறேன்.”

ராகவன் கொச்சுராமனின் பக்கத்தில் வந்தான். கண் ணிமைக்காமல் அவனையே பார்த்துக்கொண்டு நின்றிருந்தவன் பிறகு அவனைக் குலுக்கி அழைத்தான்.

“அப்பா . . . அப்பா . . . எப்புடியிருக்கு? நான் ராகவன் வந்துருக்கேன்.”

“ஆங் . . . நீ எப்ப வந்தே கொழந்தே? பரவாயில்லைபோல இருக்கு. நான் இங்க இருக்குறதா உங்கிட்ட யாரு சொன்னா?”

“சேகரன்.”

சேகரன் அவ்வப்போது வருவான். அம்மாவுக்கு ஆகாரம் ஏதாவது கொண்டு வருவான். வெளிவராந்தாவில் ராகவனுடன் பேசியபடியே உட்கார்ந்திருப்பான். இரண்டு மூன்று நாட்கள் கழிந்ததும் ராகவன் சொன்னான்:

“மாமி வீட்டுக்குப் போய் குளிச்சு உடுப்பெல்லாம் மாத்திட்டு வா. இங்க சேகரனும் நானும் இருக்குறோமே. வண்டியேத்தி விடுறோம்.”

“ஆமா. எனக்கிப்ப பக்கத்துல யாரும் தேவையில்லடீ. நீ இங்க உக்காந்து தீ திங்காம போயிட்டு வா. ஏதாவது தேவைப்பட்டா பிள்ளைங்க இருக்காங்க . . .”

“சேகரா, நீ வீட்டுக்குப் போ மவனே . . .”

"அம்மையும் வா. ராகவன் மாப்ள இன்னைக்கும் இங்க இருந்துக்கலாமா?"

"இருக்குறேன். நீங்க போயிட்டு வாங்க."

வேர்வை வடிகிற முகமும் பதற்றம் நிறைந்த கண்களுமாக பார்வதியும் பத்மநாபனும் வந்தார்கள். ராகவன் உடனே கொச்சுராமனின் பக்கத்திலிருந்து எழுந்து வெளியே போனான். மகள் ஐந்தோ ஆறோ மாதம் கர்ப்பமாக இருக்கிறாள் என்பதைக் குஞ்ஞிப்பெண்ணு புரிந்துகொண்டாள்.

"அப்பா, அப்பா . . ."

பார்வதி கொச்சுராமனின் தோளைத் தட்டி அழைத்தாள். அவன் கூர்ந்து பார்த்துவிட்டு முகத்தைத் திருப்பிப் படுத்துக் கொண்டான்.

"அம்மா, அப்பனுக்கு ஒடம்புக்கு என்ன ?"

"நீயே கேளேன்? செத்துட்டானான்னு அறிஞ்சுக்க வந்தியா இருக்கும்." சொல்லி விட்டு கால்களையும் நீட்டிக்கொண்டு அவள் சுவரில் சாய்ந்தமர்ந்து கோபத்துடன் வெற்றிலை போட ஆரம்பித்தாள். பத்மநாபனும் இரண்டு மூன்று தடவை கொச்சுராமனைக் கூப்பிட்டுப் பார்த்தான். அவன் பேசவே இல்லை.

"அம்மா, அப்பனை இங்க என்னைக்குக் கொண்டு வந்தீங்க?"

"அஞ்செட்டு நாளாகுது."

"பாத்துக்க. ஆன பெறகும்கூட எனக்கு நேத்தைக்குத்தான் கடிதம் கெடைச்சிருக்கு. செத்தாலும்கூட எனக்குத் தெரிவிக்க மாட்டீங்க. இல்லியாம்மா? அந்த அளவுக்கு நான் என்னம்மா குத்தம் செய்துட்டேன்?"

"உனக்கு நாங்க யாருமே தேவையில்லியே. படிச்சுட்டே. வேலையும் கெடைச்சாச்சு. இனிமேல் யாரு வேணும்?"

பத்மநாபன் பார்வதியை வருத்தம்மேலிடப் பார்த்து அமைதிப்படுத்த முயற்சித்தான்.

"ஆங் . . . வந்திட்டியா. நான் கடிதம்போட்டிருந்தேன்."

"கெடைச்சுது, நேத்தைக்கு மத்தியானம். மாதவன் அண்ணனாவது எனக்கு உடனே தெரிவிச்சிருக்கலாம்."

"பார்வதியோட ஆறுதலுக்காக வேணும்னா என்னைக் குத்தம் சொல்லலாம். தெரிவிக்கவேண்டிய கேசாக இருக்கும்னு

மொதல்லே நான் இதை நெனைக்கவே இல்ல. அப்புறம், நீங்க வருவீங்கன்னு நான் எப்புடி எதிர்பாக்க முடியும்?"

பத்மநாபன், மாதவனை அழைத்துக்கொண்டு வெளியே வந்தான்.

"மாதவன் அண்ணா, மனசுல ஏதாவது வெறுப்பிருக்கும்னா அதை இப்ப காட்ட வேணாம்."

"எனக்கா? என்ன வெறுப்பு?"

சிறிது தயங்கினாலும் பத்மநாபன் குரலைத் தாழ்த்திச் சொன்னான்:

"பார்வதியை நீ விரும்பினேங்குற விஷயம் எனக்கும் தெரியும்."

"அடேய், இந்த ஊர்ல உள்ள எல்லா அழகான பெண்களையுமே எனக்குப் பிடிக்கும்தான். அதுக்காக எனக்கு வேற எந்த உள்நோக்கமும் இருக்கணும்னு கெடையாது. உம் பெஞ்சாதிக்கு என்னை மட்டம் தட்ட தோணியிருக்கலாம். நான் பெரிய ஆளு ஒண்ணும் கெடையாதுதான். கொச்சுராமன் அப்பனுக்கு என்னோட சிறு உதவி தேவையாக இருந்தது. அதை நான் செய்தேன். அது உங்க யார்மேலயும் ஆதிக்கம் செலுத்துறதுக்காகவும் இல்லை. வெறுமொரு மனிதாபிமானம் மட்டும்தான். ம்... அதெல்லாம் போகட்டும். உன்னோட மாமாவுக்கு ஒரு மாசமாவது இங்க இருக்க வேண்டியதிருக்கும்..."

அப்பா தன்னைப் பார்க்கவும்கூட செய்யவில்லை – பார்வதியால் இந்த சோகத்தைத் தாங்கிக்கொள்ள முடியவில்லை. கொச்சுராமனும் குஞ்ஞிப்பெண்ணும் அழுவதுபோல் பத்மநாபனுக்குத் தோன்றியது. மனைவியையும் அழைத்துக் கொண்டு அவன் வெளியே வந்தான்.

"அவங்க இரண்டுபேரும் எங்க போனாங்க?"

கொச்சுராமன் மெல்லக் கேட்டான். குஞ்ஞிப்பெண்ணு அலட்சியமாக பதில் சொன்னாள்:

"அவனோட ஊட்டுக்குன்னு நெனைக்கிறேன். அவ உண்டாயிருக்குறா."

"பின்னே, உண்டாகாம இருக்குமா? எனக்கு இதையெல்லாம் அறியவேண்டிய தேவை கெடையாது."

"மாமி, வருத்தத்தை காமிச்சுக்க வேணாம். பார்வதி உங்களோட மக. அவ தப்பாக எதையும் செய்துடவுமில்லே. விரும்புன ஒருத்தனைக் கலியாணம் செய்துகிட்டா. அவ்வளவுதான்."

“நீ சொல்லுவே மவனே, எனக்கு எங்கொரல்வளையே வெடிச்சுப்போச்சு, தெரியுமா?”

“தந்தாலும் தரலேன்னாலும் ஒரு கால் சக்கரம் கேக்கக் கூடாது.”

சாயங்காலத்திற்குப் பிறகு பத்மநாபன் மீண்டும் வந்ததும் அதுவரையிலும் கொச்சுராமனின் பக்கத்தில் உட்கார்ந்திருந்த ராகவன் எங்கோ விலகினான். கொச்சுராமன் நல்லத் தூக்கம். பத்மநாபன் கொச்சுமாதவனைத் தேடி நடந்தான். ஆஸ்பத்திரி யின் வெளியே சிகரெட் புகைத்துக்கொண்டு நின்றிருக்கும்போது கொச்சுமாதவன் சொல்ல ஆரம்பித்தான்:

“அப்புறம், பத்மநாபா, கொச்சியிலும் எர்ணாகுளத்திலுமாக நம்ம மக்கள் எவ்வளவுபேர் வேலை பாக்குறாங்க?”

“குறிப்பாக எவ்வளவுபேர்னு சொல்லத் தெரியல. சுமார் ஒரு எட்டு பத்துபேர் இருக்கலாம். அப்புறம், நம்மாளுங்களுக்கு ஒரு பழைய வியாதி இருக்குதானே, சொந்த மக்களைப் பாக்காததுபோல நடிக்கிறது. நீ அரசியல்வாதிதானே? உனக்குத் தெரிஞ்ச அளவிலே நம்ம மக்கள்லே அதிகமும் ஹிந்துக்களா, கிறிஸ்தவர்களா?”

“அது எதுக்கு?”

“விஷயமிருக்கு. நான் வேலை பாக்குறது, அட்மினிஸ்ட்ரே ஷன் செக்ஷன்லே. கூட வேலை பாக்குற சிலர் கேக்குறாங்க – நீங்க நாயரா, ஈழவரான்னு. நான் இந்த ரெண்டுமே கெடையாது. மலயரயன்னு சொன்னா அடுத்த கேள்வி வரும். – மலயரய னுங்க கிறிஸ்தவர்கள்தானே அப்பிடீன்னு. ஜான்சாமுவேல், சூஸம்மாஜான் இப்பிடின்னு பல அரயனுங்களோட பேரு கிறிஸ்தவப் பேராகவே இருக்கு . . .”

“அதெல்லாமே சரிதான். நீ அவங்களோட சர்வீஸ் நோட்ஸை எடுத்துப்பாரு – மதம், கிறிஸ்துவம். ஜாதி, மதம் மாறுன மலயரயன், அப்பிடீன்னு இருக்கும். கிறிஸ்தவருங்குற பேர்ல அவங்க யாருமே சர்வீசுலே ஏறுனது கிடையாது. மலயரயனுங்குற பேர்ல மட்டும்தான்.”

“இந்த மலயரயனுங்க மொதல்லே யாராக இருந்தாங்க? கெஸெட்லேகூட அவங்களோட மதம் எதுன்னு குறிப்பிடப் படலியே?”

“நண்பா, அது நானேதான். ஹிந்து மதத்தையும் அந்தக் கலாசாரங்களையும்தான் நான் நம்புறேன். ஆனா, அதுக்கான ஆதாரங்கள் எதுவும் கிடையாது. எந்தக் குறிப்புகளுமில்லை.

தெய்வத்துக்கும் மனுசனுக்கும் மறதிநோய் நோய் வந்ததுலே ஒரு தவறு ஏற்பட்டுப்போயிருக்கு. இதுல மிச்சமிருக்குறவனுங்க சர்ச்சுக்குப்போகும்போது கிறிஸ்தவன்னு சொல்லிக்குறாங்க. பாடசாலைக்கும் அரசாங்க வேலைக்கும் போகும்போது மலயரயன்னு சொல்லிக்குறாங்க.”

“ஆமா, வருங்காலத்தில அட்டவணை ஜாதிக்காரங்களாகிய மலயரயனுங்களை ஒரு கிறிஸ்தவ சமூகம்னுதான் வரலாறு அடையாளப்படுத்தும்.”

“அவலங்கள் தீர்றதுக்காகத்தான் மதம் மாறியிருக்காங் கன்னா மாறுனதோட அவலங்களும் தீந்திருக்கணுமே? பிறகும் அவலத்துல வாழுறவனோட பிச்சைப் பாத்திரத்தில கை போடுறதுக்காக எதுக்கு அந்தப் பழைய பேரையே உபயோகிக் கணும்?”

“மாதவா, எ வெரி சீரியஸ் கொஸ்டின். இந்த உலகம்னு நாம சொல்றமே, அது நீ பாக்குறதுபோல ஒண்ணுமில்லை. ஒரு விஷயத்தைப் புரிஞ்சிக்க... ஈழவராகவோ நாயராகவோ இருக்குற நான் மலயரயன் என்கிற பெயருலே போலியான ஜாதிச் சான்றிதழ் வாங்கி வேலையில சேந்துருக்கேன்.”

“கண்டனத்துக்குரிய விஷயம்தான். எண்ணிக்கை பலம் கெடையாது. சரியான புரிதலும் கெடையாது. பெறகு எப்பிடி?”

கொச்சுராமனுக்கு பரவாயில்லைபோல் தெரிந்தது. கொச்சுப் பெண்ணு வீட்டுக்குப் புறப்பட்டாள். தோட்டத்தில் வந்து கால் பதித்ததும் இதயமே தகர்ந்ததுபோலிருந்தது. வாழை, சீனி, மரவள்ளி எதுவுமே இல்லை. எல்லாவற்றையும் யாருடைய கால்நடைகளோ முழுக்க மேய்ந்து விட்டிருந்தன. நான்கைந்து கால்நடைகள் அப்போதும் அங்கே மேய்ந்துகொண்டிருந்தன.

“உன்னை புலிதான் திங்கப்போகுது.”

கற்களைப் பொறுக்கி முடிந்தவரைக்கும் பலமாக எறிந்தாள்.

முற்றமெங்கும் மண்புழுக்கள் குவித்த குன்றுகள். இலைச் சருகுகள். கோழிகளைக் காணோம். கரும்பன் நாயும் எங்கோ போயிருந்தது. வாசல் திறந்து கிடப்பதைக் கண்டதும் மீண்டும் திடுக்கிட்டாள். வேகமாக உள்ளே போனாள். செம்பு, பித்தளைப் பாத்திரங்கள் எதுவுமே இல்லை. அடுப்பின்மீது சிலந்தி வலைப் படர்ந்திருந்தது. நீ ரெத்தமா பீச்சிதான் சாவே! ஐயப்பா – நேர்ச்சையும் சாபமும். பிறகு அவள் அங்கேயே தளர்ந்துபோய் உட்கார்ந்தாள்.

கொச்சுராமனுக்கு சில நாட்கள் பரவாயில்லாததுபோல் தோன்றும். இடையே மீண்டும் ரத்தமாக வாந்தியெடுப்பான். இப்படியாக இரண்டு மாதங்கள் கடந்தன.

ஒரு காகிதத்தில் இடது கை விரலைப் பதிய வைத்து குஞ்ஞிப்பெண்ணு பத்ராஸ் நானாரிடமிருந்து இரண்டு தடவை பணம் வாங்கினாள். "இருநூறு ரூபா இருக்கு." பணத்தை எண்ணிப் பார்க்கத் தெரியாது. சொல்வதை நம்பவேண்டியது தான். கிடைத்ததை மடியில் வைத்தாள்.

வேலை பார்க்குமிடத்திலுள்ள ஒரு ஆஸ்பத்திரியில் பார்வதி பிரசவித்தாள். ஆண்குழந்தை. ஆகவே, பத்மநாபனால் சமீப காலங்களில் வரமுடியவில்லை. மாதவன் குஞ்ஞிப்பெண்ணின் கடிதத்தை வாசித்துக் காட்டினான். அதையெல்லாம் அவள் கவனிக்கவே இல்லை.

"அப்பனுக்குக் கொஞ்சமும் கொணமில்லியே மாதவா. சேகரனும் சலிச்சுப்போய் எங்கியோ போயிட்டான். ராகவனையும் பாக்க முடியலே. நான் என்ன செய்வேன் தெய்வமே . . ."

டாக்டரைப் பார்க்கப்போன மருமகனையும் மாதவனையும் எதிர்பார்த்து குஞ்ஞிப்பெண்ணு காத்திருந்தாள். பத்மநாபன் இருந்தால் சேகரனும் ராகவனும் அந்தப் பக்கமே வரமாட்டார்கள். குஞ்ஞிப்பெண்ணு பலதடவை வெளியே வந்து பார்த்து விட்டாள். அவர்களைக் காணோம். புறக்கணித்துவிட்டுப் போய் விட்டார்களா? ஏதாவது தீராத பெரும் வியாதியோ? எவ்வளவு நேரமாக இப்படி தீயில் உட்கார்ந்து தவிப்பது?

இவர் இவ்வளவு நாளாக உயிரோடிருந்ததே பெரிய விஷயம் தான். குடலின் உட்பகுதிகளிலிருந்த புண்களெல்லாம் குணமாகி விட்டன. ஆனால், சிறு குடலில் ஒரு புண் குணமாகும்போது புதிதாக நான்கு வருகிறது. இங்கே கிடைக்கக்கூடிய மருந்துகள் எல்லாவற்றையுமே கொடுத்துப் பார்த்து விட்டேன். உங்களுக்கு அவர் ஃபாதர் இன் லா தானே? இங்கிருந்து நான் ரெஃபெர் செய்து லெட்டர் தருகிறேன். மெடிக்கல் காலேஜ் ஆஸ்பத்திருக்குக் கொண்டு போய் விடுங்கள் . . .

கொச்சுமாதவன் பத்மநாபனின் முகத்தைப் பார்த்தான்.

"எப்படியாவது கொண்டுபோயிடலாம். ஆனா, மருந்துகளும் மற்ற செலவுகளும் – கொஞ்சம் பணம் அதிகமாகச் செலவாகுமே பத்மநாபா?"

"நானும் அதைத்தான் யோசிக்கிறேன். என் கையிலும் பணமில்லே."

“நாம் விவாதம் பண்ணி நேரத்தை வீணாக்க வேணாம். பணம் உடனடியாகத் தேவை. கூட இருக்க மாமி மட்டுமே போதாது. அவகிட்ட எப்பிடி வரவேண்டாம்னு சொல்ல முடியும்?”

“மெடிக்கல் காலேஜ் ஆஸ்பத்திரியில ரொம்ப நாளா கெடந்த ஒரு ஆளு இருக்காரு. பாவம், அவரால வேற வேலை எதுவும் செய்ய முடியாது. செலவுக்குக் குடுத்தா வந்து இருந்துக்குவாரு.”

“யாரு?”

“குஞ்ஞுப்பன்னு ஒருத்தரு.”

“அப்பனோட சொகக்கேடு இங்கயே மாறிடும்தானே மவனே? டாக்குட்டரு என்ன சொன்னாரு? எங்கிட்ட சொல் லுங்க மக்களே...”

“மாமி, அப்பாவை திருவனந்தபுரம் மெடிக்கல் காலேஜுக் குக் கொண்டு போகணும். அப்பதான் வியாதி கொணமாகும்...”

“நாராயணா நாராயணா. அதுக்கு நெறைய சக்கரம் வேணாமா? தெய்வமே...”

குஞ்ஞிப்பெண்ணிடமிருந்து சத்தம் வெளிவரவில்லை. “தெய்வமே – நீ திருப்பித்தர மாட்டன்னா சொல்லுறே?” பிரார்த்தனைக்குப் பிறகு மீண்டும் பத்மநாபனைப் பார்த்தாள்.

“மவனே, ஊட்டுக்குக் கீழ்ப்பக்கமுள்ள எடத்தை பத்ரோஸ் நானாருக்குக் குடுத்துதான் இவ்வளவு நாளா சக்கரம் செல வாக்குனது. இனி ஊடும் மேல்பக்க எடமும்தான் மிச்சம். அதுவும் போயிட்டுன்னா... என் தெய்வமே... அப்பனை இன்னைக்கே கொண்டு போறீங்களா மக்களே?”

“அம்மா, நான் வீடுவரை போயிட்டு உடனே வந்துடறேன்.”

பத்மநாபன் போனதும் சேகரனும் ராகவனும் வந்தார்கள். குஞ்ஞிப்பெண்ணு சேகரனை அழைத்து ரகசியமாகச் சொன்னாள்:

“மவனே, நாம அந்த நானாரைப்போய் பாத்துட்டு வந்துடு வோம்...”

“அம்மா ராகவன் மாப்ளையைக் கூப்பிட்டுக்கோ. நான் இங்க இருந்துக்குறேன்.”

“நானாரே, ஊட்டுக்கு மேல் பக்கமுள்ள அந்த இடத்தை யும் கூட எடுத்துட்டு எனக்குக் கொஞ்சம் சக்கரம் தா. அரயனை திருவனந்தபுரத்துக்குக் கொண்டு போகணும்.”

குஞ்ஞிப்பெண்ணு காகிதங்களில் மீண்டும் விரல் பதித்தாள். சக்கரம் கிடைத்தது.

கொச்சுராமன் மெடிக்கல் காலேஜ் ஆஸ்பத்திரியில் சேர்க்கப் பட்டான். மூச்சை நல்லா இழு; இப்ப விடு; இழு, திரும்பிப் படு, போதும் – திரும்பித் திரும்பிப் படுக்க வைத்தும் நிறுத்தியும் உட்கார வைத்துமெல்லாம் பரிசோதனை நடந்தது.

வார்டில் கட்டிலில் கிடந்த கொச்சுராமனை மருத்துவம் பயிலும் மாணவர் குழுவொன்று சுற்றி நின்றிருந்தது –கொத்தி யெடுப்பதுபோன்ற ஆர்வத்துடன். அவர்களுடைய பேராசிரியர் கள் என்னவெல்லாமோ சொல்கிறார்கள். ஒரு நர்ஸ் குறிப் பெழுதுகிறார்.

வயிற்றை அழுத்திப் பிடித்து மூச்சை இழுக்கவும் விடவும் சொன்னார்கள். இந்த இடத்தில் வலியிருக்கிறதா? இங்கே? இங்கே? பார்த்துக்கொண்டு நிற்க முடியாமல் முகத்தைத் திருப்பிக்கொண்டாள் குஞ்ஞிப்பெண்ணு. உதவிக்கு வந்த குஞ்ஞப்பன் எதுவும் தெரியாமல் நின்றிருந்தான்.

"சோக்கேடுகாரனைப் போட்டுப் பிதுக்குறதைப் பாரு . . ."

"செக்கப்பு செய்யிறாங்க மாமி."

அடுத்த கட்டிலை நோக்கி நகர்ந்த குழுவினரைப் பார்த்து குஞ்ஞப்பன் சொன்னான்:

"கண்ணாடிபோட்ட அந்த ஆளுதான் அவங்க சீப்பு. இன்னொருத்தரு டாக்டரு. அப்புறம் மற்றவங்களெல்லாம் மெடிக்கூஸு."

"அப்புடின்னா என்னது குஞ்ஞப்பா?"

"அவங்கதான் டாக்டராகுறவங்க. இப்ப பிதுக்கிப் பாத்து சோக்கேடைக் கண்டுபிடிக்கப் படிக்கிறாங்க."

"இப்புடிப் போட்டுப் பிதுக்கினா செத்துப் போயிட மாட்டாங்களா?"

"மாட்டாங்குறனே."

கொச்சுராமனின் சிறுநீரும் மலமும் பரிசோதனைக்கு எடுக்கப்பட்டன. எக்ஸ்ரேவும் எடுத்தார்கள்.

ரத்தத்தின் அளவு குறைவாக இருக்கிறது. ஒரு மேஜர் ஆபரேஷன் செய்ய வேண்டியதிருக்கிறது. ஒரு இரண்டு வாரம் போகட்டும்.

பத்மநாபனிடன் டாக்டர் விவரித்துச் சொன்னார். அவன் குஞ்ஞிப்பெண்ணிடம் இதைச் சொல்லவில்லை.

“அம்மா, அப்பனுக்கு இப்ப பிரச்சினைகளொண்ணும் இல்லை. கொஞ்ச நாட்கள் மருந்தெல்லாம் சாப்பிட்டுட்டு இங்கயே இருக்கணும். நான் போயிட்டு வந்துடறேன்.”

“ஒண்ணுமே இல்லைன்னா ... காலையிலயும் சாயங் காலமும் ஊசி போடுறாங்க. நெறைய மருந்துகளெல்லாம் குடுக்குறாங்களே. அது ஏன்?”

“அது ரத்தம் ஊர்றதுக்கு. குஞ்ஞுப்பன் அண்ணனுக்கு இந்த இடமெல்லாம் நல்லா தெரியும்தானே?”

“ஆமா, மவனே. ரெண்டு வருசமா இங்க கெடந்தவ னில்லியா? சார் போயிட்டு வா.”

குஞ்ஞிப்பெண்ணுக்கு முதலில் அங்கு இருக்க மனமில்லா மல் இருந்தது. எத்தனையெத்தனை மனிதர்கள்? என்னென்ன வியாதிகள்? வயிற்றைத் துளைத்து குழல் போடப்பட்டவர்கள். மூக்கில் டியூப் வழியாக நீரும் ஆகாரமும் உண்பவர்கள். அங்குமிங்குமாக ஓடிக்கொண்டிருக்கும் நர்ஸுகள் – அந்தப் பெண்களின் வேஷம் குஞ்ஞிப்பெண்ணுக்குப் பிடித்திருந்தது. மருந்தின் விசேஷமான வாசமும். நோயாளிகளின் சிரமங் களும் அழுகைகளும். சில நேரங்களில் கும்பலாகச் சேர்ந்து அழுகிற குரல் கேட்கும். பயங்கரமான ஒரு உலகம்தான்.

குஞ்ஞுப்பன் ரகசியமாக எடுத்து உள்ளங்கையில் வைத்து நசுக்கிச் சுற்றி இழுப்பது கஞ்சாதான் என்பது குஞ்ஞிப்பெண் ணுக்குத் தெரியும். இதைப் பார்த்த குஞ்ஞிப்பெண்ணு பல தடவை சொன்னதுண்டு:

“இப்புடி இழுக்காதடா, தம்பி. கொரவளை காய்ஞ்சுப் போயிடாதா?”

“இது வந்து மாமி, தூக்கம் வர்றதுக்கு. ஒரே தூக்கம்தான். நேரம் விடிஞ்சுடும். நல்ல நாடன் சரக்கு.”

டியூட்டி நர்ஸ் கொச்சுராமனுக்கு மாத்திரைகளும் மருந்தும் கொடுத்துவிட்டுப் போனாள். வெற்றிலையும் போட்டு குஞ்ஞிப்பெண்ணு கட்டிலின் அருகில் சுவரில் சாய்ந்து உட்கார்ந்திருந்தாள். பக்கத்தில் குஞ்ஞுப்பனும். பிரகாச மில்லாத ஒரு லைட்டைத் தவிர மற்றவைகள் அணைந்தன.

“அந்தப் பக்கம் இருக்குறது தொராசிக் வார்டு மாமி. அந்த அலறல் சத்தம் அங்கிருந்துதான் வருது. யாரோ செத்துப் போயிருக்காங்க. நான் அங்கதான் கெடந்தேன்.”

“நீ எதுக்கு அங்க கெடந்தே?”

“ஆமா, மாமி. பெண்டாட்டி சரியில்லை. நான் இல்லாத நேரம் பாத்து அவளோட மத்தவன் வருவான். சம்பவம் உண்மைதானான்னு பாக்குறதுக்காக நான் சில நேரங்கள்ல ஒளிஞ்சிருந்து கவனிப்பேன். அப்புடியாக ஒருநாளு கண்டு புடிச்சிட்டேன். அவன் உள்ள போயி கொஞ்ச நேரம் கழிஞ்சதும் நான் போய் கதவைத் தட்டுனேன். ஓடப்போன அவன் தலையில ஒரே அடி. அவன் அதைத் தட்டி விட்டுட்டு என்னெ அடிச்சான். அப்புறம் ரெண்டு பேரும் கட்டிப் பொரண்டு அடி வெச்சோம். என்னை ஒதைச்சிக் கீழ தள்ளி, நிமித்திப் போட்டு என் எடது மாருக்குக் கீழ ஒரே குத்து. கத்தியை உருவிட்டு எழும்பி ஓடிட்டான். எனக்கு என்னவோ குளிர்ந்ததுபோலதான் தோணிச்சி. ரெத்தம் சீறிட்டு வர்றதைப் பாத்ததும் நானும் எழும்பி ஓடினேன். பாதி வழியில விழுந்துட்டேன். யாரோதான் தூக்கிட்டுப்போய் தாலுக்கா ஆஸ்பத்திரியில சேத்துருக்காங்க. அங்கிருந்து இங்க கொண்டு வந்தாங்க. உள்ள சீழு வெச்சுட் டாம். விலா எலும்பைத் தொளைச்சு ஒரு கொழல்போட்டு குப்பியில போட்டாங்க. சீழும் நீரும் எத்தனையோ குப்பி வரும். கொஞ்ச காலம் இப்புடியே கெடந்தேன் . . .

ஒருநாளு பெரிய டாக்டரு வந்து கேட்டாரு: குஞ்ஞுப்பா, ஒனக்கு உயிரோட இருக்கணுமான்னு. ஆமான்னு சொன்னேன். அப்புடீன்னா ஒரு ஆபரேஷன் செய்யணும்னு சொன்னாரு. ஒனக்கு மயக்க மருந்து தந்தா நீ செத்துப் போவே! அதனால மயக்க மருந்து இல்லாமதான் ஆபரேஷன் பண்ணணும். ஹோ . . . மாமி, கொல்லாம கொலை செய்யிற வேலை அது. கையையும் காலையும் கட்டிப்போட்டுட்டு பச்சை இறைச்சி யைக் கீறி முறிச்சிட்டாங்க. நான் கெடந்து துடிச்சுக் காறினேன். ஒரு ஆளு வந்து வாயைப் பொத்திட்டான். மூணு நாலுபேராச் சேந்து அமுக்கிப் புடிச்சுக்கிட்டானுங்க. நான் செத்துட்ட தாவே நெனைச்சிட்டேன் . . .”

“இப்புடித்தான் ஆப்பரேசன் செய்வானுங்களா?”

“ஆமா, மாமி. எல்லாருக்கும் ஊசி போட்டு மயங்க வெச்சுதான் கீறுவானுங்க. சிலபேரு செத்துடுவாங்க.”

“அப்பனையும் இப்புடித்தான் கீறுவானுங்களா, குஞ்ஞுப்பா . . ?”

“தெரியலே. ஒருவேளை ரெண்டு நாளைக்கு முன்னா லயே சொல்லிடுவானுங்க. ரெத்தம் குடுக்குறதுக்கு ஆளு வேணும்லே?”

“அது எதுக்குடா ரெத்தம்?”

"கீறும்போது கொஞ்சம் ரெத்தம் போயிடும். கூடுதலா போயிட்டா பதிலுக்கு."

குஞ்ஞிப்பெண்ணின் மனம் நடுங்கத் துவங்கியது. கை கால்களைக் கட்டிப்போட்ட கொச்சுராமனை நான்கைந்து பேர்களாகச் சேர்ந்து அமுக்கிப் பிடித்திருந்தார்கள். ஒரு ஆள் கத்தியால் கீறுகிறார். ரெத்தம் வரும்போதுள்ள துடிப்பும் கதறலும். அவள் நடுங்கித் தெறித்துத் திரும்பினாள்.

"ஹோ . . . ஆறுதலாக இருந்தது. வெறுமனே தனக்கு அப்படியெல்லாம் தோன்றியிருக்கிறது. கொச்சுராமன் நல்ல தூக்கம்.

"மாமீ, அப்பனுக்கு எப்பவும் வென்னி குடுக்க வேணாமா? ஒரு பிளாக்ஸ் வாங்கணும். அதுக்குள்ள ஊத்தி வெச்சா சூடு ஆறாது."

"அப்பிடின்னா அது ஒண்ணு வாங்கிட்டு வா . . ."

"வெலை கேக்கணும் . . ."

"உங்கூட யாரு இருந்தா?"

"யாருமே கெடையாது. யாராவது ஏதாவது தருவாங்க. சோறும் கூட்டுமெல்லாம் இங்கிருந்து கெடைச்சுடும். இங்க வாழ்றதுக்குக் கஷ்டப்பட வேணாம்."

"அதென்ன?"

"என் சோக்கேடு மாறுன பெறகும் ஒண்ணரை வருசமா நான் இங்கியே இருந்துட்டேன். சிலபேருக்கு வெளியே இருந்து தான் சாப்பாடும் சாயாவும் வேணும். நான் வாங்கிக் கொண்டு வந்து குடுப்பேன். அவங்க ஏதாவது தருவாங்க. ஆனா, கீழே இருந்து இங்க ஏறி வர்றதுதான் கொஞ்சம் கஷ்டமான வேலை."

"அது ஏன்?"

"மாமிக்கு ஒண்ணுமே தெரியாது. நாம இப்ப இருக்குறது நாலாவது மாடி. அந்த வராந்தால நின்னு கீழ பாரு, தலை சுத்தும் . . ."

குஞ்ஞிப்பெண்ணு நீண்ட நேரமாக எதையோ யோசித்த படி இருந்தாள். திரும்பிப் பார்க்கும்போது துண்டை விரித்து சுருண்டு கிடக்கும் குஞ்ஞப்பன். நல்ல தூக்கம்.

"இது என்ன முட்டை குஞ்ஞப்பா?"

"கோழி முட்டை. அப்பன் திங்குறது கெடையாதா?"

"இல்லே, இறைச்சியும் திங்கமாட்டேன்."

“இது ஆட்டிறைச்சிதான். கன்னுகாலியோடதில்லே. இதையெல்லாம் தின்னாதான் ரெத்தம் ஊறும். அதுக்காகத் தான் தர்றாங்க.”

“இந்தா நீ வேணும்னா தின்னு.”

“அப்புடின்னா இங்க தந்துடு . . .”

“இந்த பேஷண்டுக்கு புதன்கிழமை காலையிலே ஆபரேஷன் இருக்கு.” கட்டிலின் தலைமாட்டில் வைத்திருந்த சார்ட்டில் எதையோ எழுதிய வெளுத்து மெலிந்த அந்த நர்ஸ் சொன்னாள்: அது தேவையில்லை என்றாள் குஞ்ஞிப்பெண்ணு.

“பயப்படுறதுக்கு எதுவுமில்லை. ஆபரேஷன் முடிஞ்ச பிறகு சீக்கிரமா குணமாகி வீட்டுக்குப் போயிடலாம். தைரிய மாக இருங்க. மகனோ மகளோ, யாராவது வர்றாங்களா?” என்று கேட்டாள் நர்ஸ்.

இதையும் கேட்டதும் குஞ்ஞிப்பெண்ணுக்கு நடுக்கம் ஏற்பட்டுவிட்டது. தொண்டை வறண்டுபோய் கால்கள் தரை யில் பதிய மறுத்தன. கொச்சுராமனையும் தூக்கிக்கொண்டு எங்காவது ஓடிவிடலாம்போல் பதற்றம். கணவனை அவள் பரிதாபமாகப் பார்த்தாள். செத்துப்போனால் தூக்கிக்கொண்டு போவதற்காகத்தான் பிள்ளைகளைப் பற்றி விசாரிக்கிறாளாக இருக்கும். அது வேண்டாம். சாவதாக இருந்தால் வீட்டில் என் மடியில் தலை வைத்துக் கிடந்து சாகட்டும். தனக்கும் பார்க்க முடியுமல்லவா? மீண்டும் மனதில் கீறிப்பிளக்கும் காட்சிகள் . . .

வெளியே எங்கோ போயிருந்த குஞ்ஞப்பன் வந்தான். குஞ்ஞிப்பெண்ணு அவனிடம் எதுவும் பேசவில்லை.

“அப்பனுக்கு ஆப்பரேசன் எப்பன்னு சொன்னாங்களா மாமி?”

“இல்லே.”

“அந்த முப்பத்தாறுக்கு நாளைக்குதான் ஆப்பரேசன். அப்பனோட நம்பர் முப்பத்து ஒண்ணுதானே?”

குஞ்ஞிப்பெண்ணு பதில் சொல்லவில்லை. நீண்ட பெருமூச்சு விட்டாள்.

கஞ்சா போதையில் குஞ்ஞப்பன் நல்ல தூக்கத்திலாழ்ந் திருந்தான். குஞ்ஞிப்பெண்ணு திடுக்கிட்டெழுந்தாள்.

“ஏற்றன்னே. ஏக்கானே . . .” அவள் கொச்சுராமனைக் குலுக்கி எழுப்பினாள். அவன் எழுந்தான்.

“என்னடீ, என்ன?”

அவனது காதுகளில் அவள் ரகசியமாகச் சொன்னாள்:

“புதன்கிழமை காலையில ஆப்பரேசன் செய்யப்போறாங்க...”

“நே ...”

கொச்சுராமன் நடுங்கிப்போய் கட்டிலிருந்து இறங்கினான்.

“கையையும் காலையும் கட்டிவெச்சு உயிரோட பச்சையாப் போட்டுக் கீறுவானுங்க ...”

“உங்கிட்டே யாரு சொன்னா?”

“குஞ்ஞுப்பனை அப்புடித்தான் செய்தானுங்களாம். நாம போயிடுவோம்.”

மனைவியையும் பிடித்து இழுத்துக்கொண்டு போய்விட முயற்சித்தான் கொச்சுராமன். அவர்கள் வேகமாக நடந்து கொண்டிருந்தார்கள். மாடிப் படிகளில் இறங்கினார்கள். தூங்கிக்கிடந்த வாட்ச்மேனைப் பார்த்தபடியே அவர்கள் மின்னல் வேகத்தில் வெளியே வந்தார்கள். ஹோ ... தப்பித்து விட்டோம். தோளில் தாங்கிப்பிடித்திருந்த கணவனின் பாரத்தைத் தாங்கியபடியே குஞ்ஞிப்பெண்ணு சுற்றிலும் பார்த்தாள். பின்னால் திடீரென்று அலறல். நள்ளிரவின் சைரன் ஓசை முழங்கியது. திடுக்கிட்டு மீண்ட அவள் தொலை வில் பார்த்தாள். மங்கிய பகல்போல் வெளிச்சமான ரோடு. அது சற்றுத் தூரத்தில் இருட்டில் மாய்ந்துபோய்க் கொண் டிருந்தது ...

கொச்சுராமனின் தளர்கிற அசைவுகள். அவனது இதயம் கிரமம் தவறித் துடிப்பதை அவள் உணர்ந்தாள். மேலும் சேர்த்தணைத்தபடியே யோசித்தாள். எந்தப் பக்கமாக போகலாம்? எங்காவது போய்ச் சேருவதற்கு முன்பு ... இல்லை, என் தெய்வமே ...

குஞ்ஞிப்பெண்ணு மீண்டும் தேம்பினாள் ...